# ഇരുട്ടിൽത്തപ്പുന്നവർ

**iruttilthappunnavar**
tamil / shortstories

•

I vincent

•

*translation*
edaman rajan

•

*first edition*
may 2019

•

*published*
chintha publishers, thiruvananthapuram

•

*typesetting*
star communications, thiruvananthapuram

•

*cover*
veecee abhilash



---

*വിതരണം*

**ദേശാഭിമാനി ബുക്ക് ഹൗസ്**

H O തിരുവനന്തപുരം-695 035
Ph: 0471-2303026, 6063020
www.chinthapublishers.com
chinthapublishers@gmail.com

***ബ്രാഞ്ചുകൾ***

ഹെഡ്ഡാഫീസ് ബ്രാഞ്ച് കുന്നുകുഴി • സ്റ്റാച്യു തിരുവനന്തപുരം • കെ എസ് ആർ ടി സി ബസ് സ്റ്റേഷൻ ആലപ്പുഴ • കെ എസ് ആർ ടി സി ബസ് സ്റ്റേഷൻ എറണാകുളം • മച്ചിങ്ങൽ ലെയ്ൻ തൃശൂർ • ഐ ജി റോഡ് കോഴിക്കോട് • മാവൂർ റോഡ് കോഴിക്കോട് • എൻ ജി ഒ യൂണിയൻ ബിൽഡിങ് കണ്ണൂർ • സെൻട്രൽ ബസ് ടെർമിനൽ കോംപ്ലക്സ് താവക്കര കണ്ണൂർ

---

CO - 2801 / 5063
ISBN - 978-93-88485-61-6

# ഇരുട്ടിൽത്തപ്പുന്നവർ

(തമിഴ് ചെറുകഥകൾ)

എൽ വിൻസെന്റ്

പരിഭാഷ

ഇടമൺ രാജൻ

ചിന്ത പബ്ലിഷേഴ്സ്
തിരുവനന്തപുരം-695 035

## ഇടമൺ രാജൻ

കൊല്ലം ജില്ലയിലെ ഇടമണ്ണിൽ 1950 ൽ ജനനം. ഇടമൺ യു പി സ്കൂൾ, പുനലൂർ എൻ എസ് വി ഹൈസ്കൂൾ എന്നി വിടങ്ങളിലും തുടർന്ന് പത്തനാപുരം സെന്റ് സ്റ്റീഫൻസ് കോളേജിലും വിദ്യാഭ്യാസം. പത്തനാപുരം മൗണ്ട് ടാബോർ ട്രെയിനിങ് കോളേജിൽ ബി എഡ് വിദ്യാർത്ഥിയായിരിക്കു മ്പോൾ (1976-77) കേരള യൂണിവേഴ്സിറ്റി യൂണിയൻ അംഗ മായിരുന്നു. മധുര കാമരാജ് യൂണിവേഴ്സിറ്റിയിൽനിന്നും എം എ, എം എഡ് ബിരുദങ്ങൾ നേടി. മൈസൂർ സതേൺ റീജിയണൽ ലാംഗ്വേജ് ഇൻസ്റ്റിറ്റ്യൂട്ടിൽനിന്നും തമിഴ്സാഹി ത്യത്തിൽ ഡിപ്ലോമ നേടി. ഇടമൺ യു പി സ്കൂളിൽ അദ്ധ്യാ പകനായി ഔദ്യോഗിക ജീവിതം ആരംഭിച്ചു. തുടർന്ന് ഇട മൺ ഹൈസ്കൂളിൽ ഹെഡ്മാസ്റ്റർ ചുമതലയിൽ മൂന്നു വർഷം ജോലി ചെയ്തു. 1980-85 കാലത്ത് തെന്മല പഞ്ചാ യത്തു മെമ്പറായി സേവനമനുഷ്ഠിച്ചിട്ടുണ്ട്. 1985 മുതൽ കോയമ്പത്തൂർ സി എം എസ് ഹൈസ്കൂൾ ഹെഡ്മാസ്റ്റ റായി.

ഭാര്യ : വാസന്തി
മക്കൾ : മനു, ഡോ. രശ്മി


വിലാസം : 35, കൈരളി,
അറിവൊളി നഗർ
ശരവണംപട്ടി, കോയമ്പത്തൂർ
ഫോൺ : 9843470185
email : rajan.punaloor@gmail.com

# ഉള്ളടക്കം


മനുഷ്യസ്നേഹം തുളുമ്പുന്ന കഥകൾ 9
വിത്തുകൾ ഉറങ്ങുന്നില്ല 13
മരുന്ന് 23
വിശ്വാസം രക്ഷിക്കട്ടെ! 32
ഇരുട്ടിൽത്തപ്പുന്നവർ 43
വിചാരണക്കൂട് 52
ഒതുക്കൽ 62
എന്നു നന്നാകും? 70
ഒരു മുഖ്യ അറിയിപ്പ് 79
മൺകരട് 87
കൈവിട്ട കളി 96
എന്തെന്നറിയാതെ 105
മുഖ്യാതിഥി 113

# പ്രസാധകക്കുറിപ്പ്

**ത**മിഴ് കഥാകാരനും നോവലിസ്റ്റുമായ എൽ വിൻസെന്റിന്റെ *ഇരുട്ടൈത്തിന്റവർകൾ* എന്ന ചെറുകഥാ സമാഹാരത്തിന്റെ പരിഭാഷയാണ് *ഇരുട്ടിൽത്തപ്പുന്നവർ* എന്ന ഈ പുസ്തകം. മികച്ച വായനാനുഭവം നല്കുന്നതാണ് ഇടമൺ രാജന്റെ പരിഭാഷ.

സാധാരണക്കാരന്റെ ദൈനംദിന ജീവിതത്തിന്റെ നേർ ചിത്രീ കരണമാണ് ഈ കഥാസമാഹാരത്തിലെ പന്ത്രണ്ടുകഥക ളിലെ ഓരോന്നും. റിയലിസ്റ്റിക്കായ ഓരോ കഥയും സമൂ ഹത്തെ ചിന്തിക്കാൻ പ്രേരിപ്പിക്കുന്നവയാണ്. യാഥാർത്ഥ്യ ബോധത്തോടെയുള്ള ഇവയുടെ ചിത്രീകരണം ഓരോ സംഭ വവും നമ്മുടെ കൺമുമ്പിൽ കാണുന്ന പ്രതീതിയുണ്ടാ ക്കുന്നു.

മികച്ച കഥയെന്നു നിസ്സംശയം പറയാവുന്ന കഥകളുടെ ഈ സമാഹാരം അഭിമാനത്തോടെ പുറത്തിറക്കുന്നു. സ്വീകരി ക്കുക.

**ചിന്ത പബ്ലിഷേഴ്സ്**

# മനുഷ്യസ്നേഹം തുളുമ്പുന്ന കഥകൾ

**എ**ൽ വിൻസെന്റിന്റെ *ഇരുട്ടെത്തിന്റവർകൾ* എന്ന ചെറുകഥാസമാഹാരത്തിന്റെ ആമുഖത്തിൽ പ്രമുഖ തമിഴ് സാഹിത്യകാരൻ പൊന്നീലൻ എഴുതിയ ആസ്വാദനത്തിന്റെ രത്നച്ചുരുക്കം.

ഒരു തീവണ്ടിയാത്രയ്ക്കിടയിലാണ് പന്ത്രണ്ടുകഥകളുടെ ഈ സമാഹാരം വായിക്കാൻ തുടങ്ങിയത്. യാത്ര അവസാനിക്കുന്നതിനുമുമ്പുതന്നെ എല്ലാം വായിച്ചുതീർത്തു. സാധാരണക്കാരന്റെ ദൈനംദിന ജീവിതത്തിന്റെ യഥാർത്ഥമായ ചിത്രീകരണമാണ് ഓരോ കഥകളും.

എന്നെ ഏറ്റവും ആകർഷിച്ച കഥയാണ് 'മരുന്ന്'

നമ്മുടെ വീടിന്റെ ഏതെങ്കിലുമൊരു മൂലയിൽ നിഗൂഢമായ സ്ഥലത്താണ് സെപ്റ്റിക് ടാങ്ക്. പരിസരമലിനീകരണം തടയാനും, രോഗങ്ങൾ പകരാതിരിക്കാനും അത് സഹായിക്കും. എന്നാൽ അതു നിറഞ്ഞു കവിഞ്ഞാൽ വൃത്തിയാക്കാൻ ഒരു പറ്റം മനുഷ്യർ പെടുന്ന കഷ്ടപ്പാടുകളും അതിന്റെ ഭവിഷ്യത്തുകളും വർണ്ണിക്കുന്നതാണ് കഥ.

സെപ്റ്റിക് ടാങ്ക് ക്ലീനിങ് ലോറികളിലെ മോട്ടോർ ജലത്തിൽ കലർന്നിട്ടുള്ള വസ്തുക്കളെ പുറത്തെടുക്കാൻ മാത്രമേ ഉപകരിക്കൂ. എന്നാൽ ടാങ്കിന്റെ അടിയിലും വശങ്ങളിലും ഖരരൂപത്തിൽ കെട്ടിക്കിടക്കുന്ന വസ്തുക്കൾ അകറ്റാൻ മനുഷ്യനെക്കൊണ്ടു മാത്രമേ കഴിയൂ. ഈ തൊഴിലെടുക്കുന്നവരുടെ കഷ്ടപ്പാടുകൾ ആരെങ്കിലും ഗൗനിക്കാറുണ്ടോ? അവരുടെ കൊടുംയാതനകൾ തീർക്കാൻ ആരെങ്കിലും ശ്രമിക്കാറുണ്ടോ?

'തോട്ടിപ്പണി' ചെയ്യുന്നവരുടെ ശരീരത്തിൽ അണുബാധയേറ്റ്, ശരീരം മുഴുവൻ വ്രണങ്ങൾ ബാധിച്ച് കഷ്ടപ്പെടുന്നവരോട് അവരുടെ കുടുംബാംഗങ്ങൾ തന്നെ എങ്ങനെ പെരുമാറുന്നുവെന്ന് ആരെങ്കിലും ചിന്തിക്കാറുണ്ടോ? അതേപ്പറ്റി ചിന്തിക്കുക മാത്രമല്ല അതു നേരിൽക്കണ്ട് വർണ്ണിച്ചു തരികയാണ് എൽ വിൻസെന്റ്.

മറ്റൊരു വഴിയുമില്ലാതെ 'തോട്ടിപ്പണി' ചെയ്യാൻ നിർബ്ബന്ധിതനാകുന്ന ചീരങ്കൻ എന്ന തൊഴിലാളിയും അയാളെ പരിചരിക്കുന്ന ഭാര്യ വിജയയും, ഈ തൊഴിലിനെ അപ്പാടെ അറപ്പോടും വെറുപ്പോടും കാണുന്ന സ്കൂൾ വിദ്യാർത്ഥിനിയായ അവരുടെ മകൾ തമിഴരശിയും ഈ കഥയിൽ മിഴിവോടെ ചിത്രീകരിക്കപ്പെടുന്നു. ഈ കഥയിലെ ഓരോ വാക്കുകളും, ഓരോ വരിയും നമ്മെ പിടിച്ചുലയ്ക്കുന്നു.

എത്ര സോപ്പു തേച്ചുകുളിച്ചാലും പോകാത്ത ദുർഗ്ഗന്ധം അയാളുടെ ശരീരത്തിൽ എപ്പോഴും തങ്ങിനില്ക്കും. അതുമാത്രമല്ല ശരീരം മുഴുവൻ മുഴകളും വ്രണങ്ങളും.

നല്ല ചോറും കറിയും മുന്നിലിരിക്കുന്നു. പക്ഷേ, അതു വായിലേക്കു കൊണ്ടുവരുമ്പോൾ അയാൾക്ക് ഛർദ്ദി വരും. ഭക്ഷണം കഴിക്കാൻ പ്രയാസം. അയാൾ രോഗശയ്യയിൽ കിടക്കുന്നു. അന്നു സ്കൂളിൽ പോയ അവരുടെ മകൾ തമിഴരശി നേരം വൈകിയിട്ടും തിരിച്ചെത്തിയില്ല. അടുത്ത വീട്ടിലെ കുട്ടിയോട് തിരക്കുന്നു. "അവൾ ഇനി നിങ്ങളുടെ വീട്ടിലേക്കു വരില്ല. ചിറ്റപ്പന്റെ വീട്ടിലേക്കു പോയി." എന്ന വാർത്ത ചീരങ്കന്റെ ചെവിയിലെത്തി. ഇതുകേട്ടു നടുങ്ങിയ അയാൾ ജ്വരം മൂർച്ഛിച്ച് ആശുപത്രിയിൽ പോലും പോകാൻ വിസമ്മതിക്കുന്നു. തമിഴരശിയുടെ ചിറ്റപ്പൻ അവളെ സമാധാനിപ്പിച്ച് വീട്ടിൽ കൊണ്ടുവരുന്നതോടെ അയാളുടെ അസുഖം ഭേദമാകുന്നു. ഈ ഒരു കഥയ്ക്കു വേണ്ടി മാത്രമായി ഈ പുസ്തകം വാങ്ങി വായിക്കേണ്ടതാണ്.

'കൈവിട്ട കളി' എന്ന കഥയിൽ സഹോദരങ്ങളുടെ ഭാര്യമാർ തമ്മിലുള്ള വഴക്കാണ് പ്രമേയം. ചേട്ടന്റെ ഭാര്യ മല്ലികയുടെ വീട് വളരെ ചെറുതാണ്. അനിയന്റേത് വലിയ ബംഗ്ലാവ്. അതിനാൽ അനിയന്റെ ഭാര്യക്ക് അഹങ്കാരം. തന്റെ വീടിന്റെ നേരെ മല്ലിക ഒന്നു നോക്കിപ്പോയാൽ തുടങ്ങും ഇവളുടെ ഭള്ളുപറച്ചിൽ.

മല്ലികയ്ക്ക് അതിനേക്കാൾ വലിയ ഒരു വീടുകെട്ടി അനിയന്റെ ഭാര്യയെ അസൂയപ്പെടുത്തണമെന്ന് ആഗ്രഹം. മറ്റൊരു വഴിയും കാണാതെ പണത്തിന് ഒരു വഴിയും കാണാതെ മല്ലിക തന്റെ ഭർത്താവിനെ നിർബ്ബന്ധിച്ച് ഗൾഫിലയയ്ക്കുന്നു. പണം വന്നു തുടങ്ങിയപ്പോൾ വീടുപണി തുടങ്ങി.

മേസ്തിരി വീടു കെട്ടിക്കൊടുക്കുക മാത്രമല്ല, വീട്ടുകാര്യങ്ങളിൽ അല്ലറചില്ലറ സഹായങ്ങളെല്ലാം മല്ലികയ്ക്കു ചെയ്തുകൊടുക്കുന്നു. അയാൾ മല്ലികയുടെ കുഞ്ഞിനെ മടിയിലിരുത്തി ലാളിച്ച് അച്ഛൻ, അമ്മ, മാമൻ എന്നൊക്കെ പറഞ്ഞു പഠിപ്പിക്കും. അതുകണ്ട അനിയന്റെ ഭാര്യ ഇവർക്കെതിരെ അപവാദപ്രചരണം നടത്തുന്നു.

കെട്ടിടംപണി പൂർത്തിയായി. ഗൃഹപ്രവേശനത്തിനു മല്ലികയുടെ ഭർത്താവ് വെങ്കിടേശൻ ഗൾഫിൽ നിന്നെത്തുന്നു. മേസ്തിരിയും മല്ലികയും ചേർന്ന് അയാളെ സ്വീകരിക്കുന്നു. മേസ്തിരിയുടെ കൈയിലിരുന്ന ഒരു വയസ്സുകാരൻ വെങ്കിടേശനെ കണ്ട് 'മാമാ' എന്നും മേസ്തിരിയെ 'അച്ഛാ'

എന്നും വിളിക്കുന്നു. ഇതുകേട്ട വെങ്കിടേശന്റെ കൈയിലിരുന്ന പെട്ടികൾ നിലത്തു വീഴുന്നു. ജീവിതത്തിൽ വന്നുചേരുന്ന ഓരോ സംഘർഷങ്ങൾ വെളിപ്പെടുന്നതും മനസ്സിനെ മഥിക്കുന്നതുമായ കഥ!

ഇന്ത്യക്കു സ്വാതന്ത്ര്യം ലഭിച്ചയുടൻ കോൺഗ്രസ് ഭരണം ഏറ്റെടുക്കുന്നു. നാടെങ്ങും സ്വാതന്ത്ര്യ ലഹരിയിലായിരിക്കെ കോൺഗ്രസിനെതിരെ കമ്യൂണിസ്റ്റുപാർട്ടി ആയുധങ്ങളില്ലാതെ പോരാട്ടം നടത്തുന്നു. അതിന്റെ ഫലമോ?

ആയിരക്കണക്കിനു കമ്യൂണിസ്റ്റു സഖാക്കൾ കോൺഗ്രസ് സർക്കാരിന്റെ മർദ്ദനമുറകൾക്ക് ഇരയായി ജീവൻ ബലി നല്കേണ്ടി വന്നിട്ടുണ്ട്. ആയിരക്കണക്കിനു പേർ കൽത്തുറുങ്കുകളിലായി.

ഈ ഭീതിതമായ സാഹചര്യത്തിൽ സേലം ജയിലിൽ ഇരുപത്തിരണ്ടു സഖാക്കൾ വെടിവച്ചു കൊല്ലപ്പെട്ടു. എന്തായിരുന്നു അവരുടെ ആവശ്യം? “ഞങ്ങൾ ക്രിമിനലുകളല്ല, രാഷ്ട്രീയത്തടവുകാരാണ്. ഞങ്ങളെ ക്രിമിനലുകളെപ്പോലെ കാണാൻ പാടില്ല.”

ഇത്രമാത്രമായിരുന്നു അവരുടെ പ്രധാന ആവശ്യം.

‘വീട്ടുടയൻ നാലടി ചാടിയാൽ വീട്ടിലെ നായ് എട്ടടി ചാടും’ എന്ന പഴമൊഴി ഇവിടെ അന്വർത്ഥമാക്കുന്നു. അന്നത്തെ പൊലീസുകാർ കാട്ടിക്കൂട്ടിയ കൊടുംക്രൂരതയിൽ ഒറ്റരാത്രി കൊണ്ട് കൊല്ലപ്പെട്ട 22 പേരുടെ മൃതദേഹങ്ങൾ, വിവരം പുറത്തറിയുന്നതിനു മുമ്പുതന്നെ മറവു ചെയ്യുന്നു. ഈ യഥാർത്ഥ സംഭവമാണ് ‘വിത്തുകൾ ഉറങ്ങുന്നില്ല’ എന്ന കഥയിൽ വിവരിക്കുന്നത്.

‘ഒതുക്കൽ’ എന്ന കഥയിൽ മിശ്രവിവാഹം ഉണ്ടാക്കുന്ന സാമൂഹിക പ്രശ്നങ്ങളാണ് തുറന്നു കാട്ടുന്നത്. മേൽജാതിക്കാരനായ ഒരച്ഛൻ മരിക്കുന്നു. കീഴ്ജാതിക്കാരിയായ ഭാര്യയെ മരണാനന്തര കർമ്മങ്ങളിൽ പങ്കെടുക്കാൻ അനുവദിക്കുന്നില്ല. പിണം ചുടുകാട്ടിൽ കൊണ്ടുപോയി ചിതയിൽ എടുത്തുവയ്ക്കുന്നു. മരിച്ചയാളിന്റെ സ്വന്തം മകനെ ചിതയ്ക്കു തീകൊളുത്താൻ മേൽജാതിക്കാർ അനുവദിക്കുന്നില്ല. ആ കുട്ടി ധീരനാണ്. കൊള്ളിവയ്ക്കാൻ സമ്മതിക്കാതെ ചിതയുടെ പുറത്ത് കമഴ്ന്നു കിടന്നു പ്രതിഷേധിക്കുന്നു. അവനെയും ചേർത്തു ചിതയെരിക്കാൻ കഴിയാതെ കൂടിനിന്നവർ വിട്ടുപോകുന്നു.

ഇതു വെറുംകഥയാണോ? ഇപ്പോഴും നാട്ടിൽ നടന്നുകൊണ്ടിരിക്കുന്ന യഥാർത്ഥ സംഭവങ്ങൾ തന്നെ. ‘ജാതി’ എന്ന അഴുക്കിനെ കഴുകിക്കളയാൻ രാമാനുജൻ മുതൽ അംബേദ്കർ വഴി പെരിയാർ വരെയും, പാർലമെന്റു മുതൽ പഞ്ചായത്തുവരെയും ശ്രമിച്ചിട്ടും, അതിനുള്ള സോപ്പ് ഇതുവരെ കണ്ടുപിടിക്കപ്പെട്ടിട്ടില്ല.

‘ഒരു മുഖ്യ അറിയിപ്പ്’ എന്ന കഥ പറയുന്നതിനേക്കാൾ നിങ്ങൾ തന്നെ വായിക്കുന്നതായിരിക്കും നല്ലത്. നാട്ടിലെ കൃഷിയും വെള്ളത്തിന്റെ കുറവും ഒക്കെത്തന്നെയാണ് വിഷയം. ഭൂഗർഭജലത്തിന് ഒട്ടും കുറവില്ല. എന്നാൽ കുടിവെള്ളത്തിന്റെ ലഭ്യതക്കുറവാണ് ഏറ്റവും വലിയ വെല്ലു

വിളി. ബഹുരാഷ്ട്ര കുത്തകക്കമ്പനികൾ നമ്മുടെ ജലം ചൂഷണം ചെയ്ത് കുപ്പിയിലാക്കി ഇരുപതും ഇരുപത്തഞ്ചും രൂപയ്ക്ക് നമുക്കുതന്നെ വില്ക്കുന്നു. കുളങ്ങളും, തടാകങ്ങളും നദികളും എല്ലാം വറ്റിവരണ്ടു.

വരണ്ടുണങ്ങിക്കിടക്കുന്ന മേട്ടൂർ അണയിൽ ഒരു ബോർഡ് പ്രത്യക്ഷപ്പെടുന്നു - “മേട്ടൂർ അണ വില്പനയ്ക്ക്”

പാവങ്ങളെ സഹായിക്കാനായിട്ടാണ് ഇവിടെ ക്രിസ്തുമതം പ്രചരിക്കപ്പെട്ടത്. അക്കാലത്ത് ഇവിടെ സ്കൂളുകൾ ആരംഭിച്ചത് യാതൊരു ഉയർച്ചയുമില്ലാതെ നിരാലംബരായ ആൾക്കാർ താമസിക്കുന്ന സ്ഥലങ്ങളിലാണ്. അന്നത്തെ ക്രൈസ്തവർ ക്രിസ്തുവിന്റെ യഥാർത്ഥ ശിഷ്യന്മാരായിരുന്നു. ഇന്നു സ്ഥിതി ആകെ കീഴ്മേൽ മറിഞ്ഞു.

അന്നാരംഭിച്ച സാധുക്കൾക്കായുള്ള സ്കൂളുകൾ ഇന്നു പണക്കാർക്കു മാത്രം പ്രവേശനം ലഭിക്കുന്ന കച്ചവടസ്ഥാപനങ്ങളായി മാറിയിരിക്കുന്നു.

സ്കൂളിന്റെ മുന്നിലുള്ള ഗോപുരവാതിലിൽ ഹൃദയത്തിൽനിന്നും രക്തം വാർന്നൊലിച്ച് ഇരുകൈകളും വശങ്ങളിലേക്കു നീട്ടി. ഇനി എന്തു ചെയ്യാനാണ്, ഇങ്ങനെ ആയിപ്പോയല്ലോ എന്നു പുലമ്പുന്നതുപോലെ തോന്നിക്കുന്ന കാരുണ്യവാന്റെ പ്രതിമ.

ഇങ്ങനെയുള്ള ഒരു സ്കൂളിൽ കന്യാസ്ത്രീയായ ഹെഡ്മിസ്ട്രസിന്റെ ബന്ധുവിനെ നിയമിക്കാൻവേണ്ടി ഒരു പാവപ്പെട്ട അദ്ധ്യാപികയെ പുറത്താക്കുന്ന സംഭവമാണ് ‘ലക്ഷ്യം മാറുന്നോ?’ എന്ന കഥ.

ഈ കഥകളെല്ലാം തന്നെ റിയലിസ്റ്റിക് ആണ്. ഇവയെല്ലാം സാധാരണക്കാരുടെ ദൈനംദിന പ്രശ്നങ്ങളാണ് വിവരിക്കുന്നത്. എല്ലാ കഥകളും സമൂഹത്തെ ചിന്തിപ്പിക്കാൻ പോന്നവയാണ്.

കഥയുടെ ചിത്രീകരണവും യാഥാർത്ഥ്യ ബോധത്തോടെയുള്ളതാണ്. ഓരോ സംഭവവും നമ്മുടെ കൺമുമ്പിൽ കാണുന്ന പ്രതീതിയുണ്ടാക്കും.

മാനസിക വളർച്ചയെത്താത്ത ഒരു ബാലന്റെ ജീവിതമാണ് ‘എന്തെന്നറിയാതെ’ എന്ന കഥയിൽ വർണ്ണിക്കുന്നത്.

മൊത്തത്തിൽ സമൂഹത്തിൽ നിലനില്ക്കുന്ന ദുരാചാരങ്ങളെയും കാപട്യങ്ങളെയും സൂക്ഷ്മനിരീക്ഷണം കഥാകൃത്തു ചെയ്തിട്ടുണ്ട്. മനുഷ്യസ്നേഹികൾ നെഞ്ചോടു ചേർക്കുന്ന കഥകൾ.

**പൊന്നീലൻ**

# 1

# വിത്തുകൾ ഉറങ്ങുന്നില്ല

**ത**ന്റെ വീട്ടുകാരന് എന്തു പറ്റിയോ? എവിടെപ്പോയിരിക്കും? ഒന്നുമറിയാതെ കൃഷ്ണമ്മ സങ്കടപ്പെട്ടു. രാത്രിയിൽ ഉറക്കം കൺപോളകളെ തഴുകാൻ തുടങ്ങുമ്പോൾ ഏതെങ്കിലുമൊരു കാലടി ശബ്ദം കേട്ടാൽ കതകുതുറന്ന് പുറത്തേക്ക് എത്തിവലിഞ്ഞു നോക്കും. ഓരോ പ്രാവശ്യവും അയാളെ കാണാതെ അവൾ കബളിപ്പിക്കപ്പെടും. ഈ പരിതാപകരമായ അവസ്ഥയിലും ഭർത്താവിനു നല്കുവാൻ സന്തോഷകരമായ ഒരു വാർത്ത അവളുടെ മനസ്സിലും ശരീരത്തിലും കരുതി വച്ചിരുന്നു.

അന്ന് പുലർച്ചെ നാലുമണിക്ക് 'കൃഷ്ണമ്മാ കൃഷ്ണമ്മാ' എന്ന് വിളി! തിടുക്കത്തിൽ കതകു തുറന്നു. അവളുടെ മുഖം പൂത്തുലഞ്ഞു. തന്റെ പ്രിയപ്പെട്ടവൻ, ഉത്തമലിംഗം, കൺമുന്നിൽ. ഓടിപ്പോയി കൈയിൽ പിടിച്ചുവലിച്ച് മുറിയിൽ കയറ്റി വാതിലടച്ചു.

ഒരു ജമന്തിപ്പൂമാലപോലെ അവൾ അവന്റെ മാറിലേക്ക് ചാഞ്ഞു. അയാളുടെ വലതുകൈ പിടിച്ച് അവൾ തന്റെ അടിവയറ്റിൽ തടവി.

"എന്താണ് ഇവൾ ഇന്നിങ്ങനെ?" ഒരുപക്ഷേ... ഉത്തമലിംഗം സംശയിച്ചു നില്ക്കേ.

"നമ്മുടെ കുഞ്ഞ്"

അവൾ മധുരമായി മൊഴിഞ്ഞു.

കല്യാണം കഴിഞ്ഞ് ആറു വർഷങ്ങളായിട്ടും അവർക്ക് കുട്ടികളില്ല. കൃഷ്ണമ്മ പോകാത്ത ക്ഷേത്രങ്ങളില്ല. പ്രാർത്ഥിക്കാത്ത ദൈവങ്ങളില്ല. ഒരു കൊല്ലത്തിനുമുമ്പാണ് അവർ ഒരു സർക്കാർ ഡോക്ടറുടെ അഭിപ്രായം തേടുന്നത്. അവൾക്ക് കുട്ടികളുണ്ടാകുന്നതിനുള്ള എല്ലാ സാദ്ധ്യതകളുമുണ്ടെന്നുപറഞ്ഞ ഡോക്ടർ ചില മരുന്നുകളും നിർദ്ദേശിച്ചു. മരുന്നു കഴിച്ചു തീർന്നിട്ട് എട്ടുമാസങ്ങളായി. അവരുടെ എല്ലാ പ്രതീക്ഷകളും

അസ്തമിച്ചു എന്നു കരുതിയിരിക്കുമ്പോഴാണ് ഈ സന്തോഷവാർത്ത എത്തുന്നത്. മടിയിൽ കരുതിവച്ചിരുന്ന കപ്പലണ്ടിമിഠായിയെടുത്ത് ഉത്തമലിംഗം അവളുടെ വായിൽ വച്ചു കൊടുത്തു. കൃഷ്ണമ്മ സാരിത്തുമ്പിൽ കെട്ടിവെച്ചിരുന്ന ശർക്കരത്തുണ്ട് പകരം അവനും കൊടുത്തു. അവരുടെ വായിലൂറിയ മധുരരസം പരസ്പരം പകർന്നുകൊടുത്ത് വികാരവിവശരായി തറയിൽ വിരിച്ചിരിക്കുന്ന പായിലേക്ക് അവർ ചാഞ്ഞു.

പെട്ടെന്ന് 'ടക്, ടക്' എന്നു വാതിലിൽ മുട്ടുന്ന ശബ്ദം. കൃഷ്ണമ്മയ്ക്ക് ആകെ വെറുപ്പു തോന്നി.

"ആരാണെങ്കിലും പിന്നെക്കാണാം" അവൾ മൊഴിഞ്ഞു. എന്നാൽ ഉത്തമലിംഗത്തിന് അതിനുള്ള ക്ഷമയില്ലായിരുന്നു. ഭാര്യയെ തള്ളിമാറ്റി അയാൾ വാതിൽ തുറന്നു.

തന്റെ നെഞ്ചിനുനേരെ നീട്ടിപ്പിടിച്ച മൂന്നു തോക്കുകളാണ് അയാളെ എതിരേറ്റത്!

"നിന്നെ അറസ്റ്റു ചെയ്തിരിക്കുന്നു"

കൈവിലങ്ങുമായി മുന്നോട്ടുവന്ന ഒരു പൊലീസുകാരൻ പറഞ്ഞു. കൃഷ്ണമ്മയുടെ ചങ്കിടിപ്പ് വേഗത്തിലായി. അതു മറച്ചുവച്ചുകൊണ്ട് അവൾ ചോദിച്ചു.

"എന്റെ വീട്ടുകാരൻ എന്തു കുറ്റമാണ് ചെയ്തിട്ടുള്ളത്."

"തോട്ടംപട്ടിക്കും കല്ലാവിക്കുമിടയിൽ ഓടിക്കൊണ്ടിരുന്ന ചരക്കുതീവണ്ടി മറിച്ചിടാൻ ഗൂഢാലോചന നടത്തി" എന്നു പറഞ്ഞുകൊണ്ട് പൊലീസുകാർ ഉത്തമലിംഗത്തെ കൈവിലങ്ങുകൾ അണിയിച്ചു.

കൃഷ്ണമ്മ ഒരു ദീർഘനിശ്വാസം വിട്ടു. എത്ര ശ്രമിച്ചിട്ടും കരച്ചിലടക്കാൻ അവൾക്കു കഴിഞ്ഞില്ല. വായ് പൊത്തിപ്പിടിച്ച് അവൾ നിന്നു. പൊലീസുകാരോടൊപ്പം പോകാനായി ഉത്തമലിംഗം തിരിഞ്ഞു. രണ്ടുമൂന്നടി നടന്നു കാണും. അതിനിടെ വിങ്ങിപ്പൊട്ടി അവൾ ചോദിച്ചു.

"എനിക്ക് പേറ്റുനോവു വരുന്നതിനു മുമ്പെങ്കിലും തിരിച്ചുവരുമല്ലോ, അല്ലേ?"

ഉത്തമലിംഗത്തിന്റെ കണ്ണുകൾ നിറഞ്ഞു. അവരുടെ പിന്നാലെ മാരിയമ്മൻ കോവിൽ വരെ അവൾ ഓടി. കണ്ണിൽനിന്നും മറയുന്നതുവരെ ഭർത്താവിനെ നോക്കിനിന്ന അവൾ വാവിട്ട് നിലവിളിക്കാൻ തുടങ്ങി. കരച്ചിൽ നിർത്താതെതന്നെ നേരെ നാരായണന്റെ വീട്ടിലേക്കോടി. ഉത്തമലിംഗത്തിന്റെ മൂത്തചേട്ടനാണ് നാരായണൻ. ഒരു നെയ്ത്തു തൊഴിലാളി.

അവൾ വിവരം പറഞ്ഞു

"നിറവയറോടിരിക്കുന്ന പെണ്ണിനെ കൂടെയിരുന്നു പരിചരിക്കുന്നതിനുള്ള അവസരംപോലും നല്കാതെ പിടിച്ചുകൊണ്ട് പോയ്ക്കളഞ്ഞല്ലോ?"

നാരായണന്റെ ഭാര്യ രാജമ്മ പായാരം പറഞ്ഞു. അവരുടെ നാലു മക്കളും ചിറ്റമ്മയെ കെട്ടിപ്പിടിച്ച് പൊട്ടിക്കരഞ്ഞു.

"വിഷമിക്കാതെ കൃഷ്ണമ്മ എങ്ങനെയും അനിയനെ ഇറക്കിക്കൊണ്ടുവരും. ഇതെല്ലാം ആ ജയരാമൻ ചെയ്ത ചതിയാണ്."

അവനെപ്പറ്റി ഓർത്താൽത്തന്നെ...

മാസ്റ്റർ വീവറാണ് ജയരാമൻ. എന്നുവെച്ചാൽ തറിമുതലാളി. അയാളിൽ നിന്നും നൂലുവാങ്ങി തുണിനെയ്ത് അയാൾക്കുതന്നെ തിരിച്ചുകൊടുക്കണം. എട്ടുഗജം കൊടുത്താൽ എട്ടണ കൂലി. പന്ത്രണ്ടുമണിക്കൂർ തുടർച്ചയായി ജോലി ചെയ്താലേ പതിനാറു ഗജം തുണി കിട്ടുകയുള്ളൂ. ഒരു രൂപ കൂലി കിട്ടും. ഈ വരുമാനം കൊണ്ടാണ് ഉത്തമലിംഗം ഭാര്യയോടും അമ്മയോടുമൊപ്പം തുണിമില്ലിനോടു ചേർന്നുള്ള ചായ്പിൽ താമസിച്ചുവരുന്നത്.

രണ്ടാം ലോക മഹായുദ്ധം കൊടുമ്പിരിക്കൊണ്ടിരിക്കുന്ന കാലം. മധുര, അംബാസമുദ്രം, ഹാർവി എന്നീ മില്ലുകളിൽനിന്നും സേലത്തേക്കുള്ള നൂലിന്റെ വരവു നിലച്ചു. ഈജിപ്ത്, സുഡാൻ എന്ന വിദേശനാടുകളിൽനിന്നും ഇറക്കുമതി ചെയ്യുന്ന നൂലു മാത്രമേ കിട്ടാനുണ്ടായിരുന്നുള്ളൂ. ഈ നൂല് കരിഞ്ചന്തയിൽ അധികവിലയ്ക്കു വിറ്റ് മുതലാളിമാരും തറിയുടമകളും അന്യായമായി പണം സമ്പാദിച്ചുവന്നു. അതും അവർക്കു താല്പര്യമുള്ളവർക്കുമാത്രമേ വിറ്റിരുന്നുള്ളൂ. ഇതു നേരിട്ടു ബാധിച്ചത് പാവപ്പെട്ട നെയ്ത്തു തൊഴിലാളി കുടുംബങ്ങളെയാണ്. പട്ടിണി പങ്കുവയ്ക്കുവാൻ മാത്രമേ പാവപ്പെട്ട തൊഴിലാളികൾക്ക് കഴിയുമായിരുന്നുള്ളൂ.

ഉത്തമലിംഗത്തിന്റെ അമ്മ പച്ചവെള്ളം മാത്രം കുടിച്ച് പിറുപിറുത്തുകൊണ്ട് മൂടിപ്പുതച്ചുകിടന്നു. മുലപ്പാലും കഞ്ഞിയും കിട്ടാതെ നാരായണന്റെ മക്കൾ തെരുവുതോറും നിലവിളിച്ചുകൊണ്ട് ചുറ്റി നടന്നു. ഇതൊക്കെക്കണ്ട് കൃഷ്ണമ്മ പതറിപ്പോയി.

തണ്ടും തടിയുമുള്ള ഒരു പുരുഷനുണ്ടായിട്ടും ഒരിറ്റു കഞ്ഞിക്കുപോലും വഴിയില്ലാതെ പോയല്ലോ എന്നോർത്തു കൃഷ്ണമ്മ വിലപിച്ചു. സ്വന്തം വീട്ടിലുള്ള പ്രശ്നങ്ങളേക്കാൾ നെയ്ത്തു തൊഴിലാളികളുടെ പൊതു പ്രശ്നങ്ങൾ പരിഹരിക്കുന്നതിലായിരുന്നു ഉത്തമലിംഗത്തിന്റെ ശ്രദ്ധ മുഴുവൻ.

എട്ടുപത്തു തൊഴിലാളികളുമായി ഉത്തമലിംഗം കളക്ടറെപ്പോയിക്കണ്ടു.

'പൂഴ്ത്തിവയ്പു തടഞ്ഞ് എല്ലാവർക്കും നൂൽ കിട്ടുന്നതിനുള്ള ഏർപ്പാടുകൾ ചെയ്തുതരണം. തറി മുതലാളിമാർക്കായുള്ള സഹകരണസംഘത്തെ നെയ്ത്തു തൊഴിലാളികളുടെ സഹകരണസംഘമാക്കി മാറ്റണം.' എന്നീ ആവശ്യങ്ങളടങ്ങുന്ന നിവേദനം അവർ കളക്ടർക്കു നല്കി.

അടുത്തദിവസം ആരും പ്രതീക്ഷിക്കാത്ത സംഭവമാണ് അവിടെ അരങ്ങേറിയത്. ഇവരുടെ അപേക്ഷ സമർപ്പിക്കപ്പെട്ടശേഷം ജയരാമനും കരിഞ്ചന്ത മുതലാളിമാരും കളക്ടറെ കാണുകയും അവരുടെ അപേക്ഷപ്രകാരം മാരിയമ്മൻകോവിലിനു സമീപം ഒരു കഞ്ഞിവീഴ്ത്തു കേന്ദ്രം തുടങ്ങാൻ കളക്ടർ ഉത്തരവിടുകയും ചെയ്തു.

ഒരു വലിയ കുട്ടകത്തിൽ ഗോതമ്പുകഞ്ഞി തിളച്ചുമറിഞ്ഞുകൊണ്ടി

രിക്കുന്നു. അതിനുചുറ്റും പുരുഷന്മാരും സ്ത്രീകളും കുട്ടികളും കൂടി നില്ക്കുന്നു. ഓരോരുത്തരുടെ കൈകളിലും മൺചട്ടികളും തകരപ്പോണികളും! ഈ കാഴ്ചകണ്ട് ഉത്തമലിംഗം പകച്ചുനിന്നു. കൂടിനിന്നവരെ അയാൾ സൂക്ഷിച്ചുനോക്കി. തന്റെ ഭാര്യ, അമ്മ, ചേട്ടത്തി, മക്കൾ എല്ലാവരും കഞ്ഞിക്കായി കാത്തുനില്ക്കുന്നു! നെഞ്ചുപറ്റിയെരിയുന്നതുപോലെ തോന്നി അയാൾക്ക്.

'ഇത് അന്യായം, അന്യായം' അയാൾ പിറുപിറുത്തു.

ജോലി ചെയ്യാൻ തയ്യാറായിരിക്കുന്ന നെയ്ത്തു തൊഴിലാളികൾക്ക് അവശ്യമുള്ള നൂൽ എത്തിച്ചുകൊടുക്കുന്നതിനു പകരം അവരെ ഭിക്ഷയെടുപ്പിക്കുന്ന ബ്രിട്ടീഷ് ഭരണത്തിനെതിരെ നിരന്തരമായി ശബ്ദമുയർത്താൻ അയാൾ തീരുമാനിച്ചു.

ആയിരക്കണക്കിനു നെയ്ത്തു തൊഴിലാളികളെ അയാൾ സംഘടിപ്പിച്ചു. താതകാപ്പടിയിൽ നിന്നും ഒരു ഗംഭീരജാഥ ആരംഭിച്ചു.

"കുടിക്കാൻ കഞ്ഞി വേണ്ടാ-
നെയ്യാൻ നൂലു വേണം.
ചേല നെയ്തു തിന്നുന്നത് അഭിമാനം
ഭിക്ഷതെണ്ടി വാഴുന്നത് അപമാനം!"

മുദ്രാവാക്യങ്ങൾ അന്തരീക്ഷത്തിൽ തീപ്പൊരി പാറിച്ചു. കളക്ടറേറ്റിനു മുന്നിൽ തൊഴിലാളികൾ ധർണ്ണ ആരംഭിച്ചു.

ഒരാഴ്ചയ്ക്കുള്ളിൽ ബെയ്ൽ കണക്കിന് നൂൽ വിതരണം ചെയ്യപ്പെട്ടു. നെയ്ത്തുകാരുടെ ഉള്ളങ്ങൾ പൂത്തുലഞ്ഞു.

'ശട് - ശടക്, ശട്-ശടക് ശബ്ദം എല്ലാ വീടുകളിൽ നിന്നും കേൾക്കാൻ തുടങ്ങി. ഓരോ വീടുകൾക്കും റേഷൻകാർഡുകൾ. ന്യായവിലയിൽ നൂൽ, അരി, മണ്ണെണ്ണ, തുണി എന്നിവ എല്ലാ വീട്ടുകാർക്കും വിതരണം ചെയ്യപ്പെട്ടു.

നെയ്ത്തു തൊഴിലാളികൾക്കായി ഒരു സഹകരണസംഘം ആരംഭിച്ചു. ഉത്തമലിംഗം അതിന്റെ പ്രസിഡന്റായി. നേരത്തെ ഉണ്ടായിരുന്ന സംഘത്തിന്റെ പ്രസിഡന്റ് ജയരാമനായിരുന്നു. അയാൾക്ക് പദവിയും കള്ളക്കച്ചവടവും നഷ്ടമായി. ആ അപമാനം സഹിക്കാനുള്ള മനസ്സ് അയാൾക്കില്ലായിരുന്നു. കൂലിത്തല്ലുകാരെ ഏർപ്പാടു ചെയ്തു. ഓരോ പ്രാവശ്യവും ഉത്തമലിംഗം അത്ഭുതകരമായി രക്ഷപ്പെട്ടു. സംഘം ജയരാമന് പലവട്ടം മുന്നറിയിപ്പു നല്കി.

ഇന്ത്യയുടെ ഒന്നാം സ്വാതന്ത്ര്യദിനം ആഘോഷിച്ചിട്ട് ആറുമാസങ്ങൾ കഴിഞ്ഞിട്ടുണ്ടാകും. അന്ന് കൂടിയ കമ്യൂണിസ്റ്റ് പാർട്ടിയുടെ മഹാസമ്മേളനത്തിൽ 'നാം നേടിയത് യഥാർത്ഥ സ്വാതന്ത്ര്യമല്ലെന്നും, നെഹ്റു ഗവൺമെന്റിനെ തൂത്തെറിയണമെന്നും പ്രഖ്യാപനമുണ്ടായി. അതിനാൽ ആയിരക്കണക്കിന് കമ്യൂണിസ്റ്റുകാരെ ദേശദ്രോഹികളെന്നു മുദ്രകുത്തി കൽത്തുറുങ്കിലടച്ചു. ഈ സന്ദർഭം പ്രയോജനപ്പെടുത്തി ഉത്തമലിംഗത്തിനെതിരെ ജയരാമൻ പൊലീസിനെക്കൊണ്ട് കള്ളക്കേസുകളെടുപ്പിച്ചു.

ഉത്തമലിംഗം ഒളിവിൽപ്പോയി. എപ്പോഴെങ്കിലും ഭാര്യയെ കാണാൻ വരുമെന്ന പ്രതീക്ഷയിൽ പൊലീസ് വലവിരിച്ച് കാത്തിരുന്നു. അവസാനം ഉത്തമലിംഗം വലയിലായി.

തറിയിൽ തൂക്കിയിട്ടിരുന്ന ഷർട്ടിട്ട് നാരായണൻ പുറത്തിറങ്ങി സഹകരണസംഘം ഭാരവാഹികളെ കാണാൻ അയാൾ ശ്രമിച്ചു. എന്നാൽ പൊലീസിന്റെ അക്രമം ഭയന്ന് ഒളിവിൽ കഴിഞ്ഞിരുന്ന ആരെയും കണ്ടെത്താൻ നാരായണനു കഴിഞ്ഞില്ല. യാതൊന്നും സംഭവിക്കാതെ മാസങ്ങൾ കടന്നുപോയി. ആഹാരം സമയത്തു കഴിക്കാതെ കൃഷ്ണമ്മ ചുരുണ്ടുകൂടിക്കിടന്നു. അവളുടെ വയറ്റിൽ വളരുന്ന കുഞ്ഞിനെ ഇതു ബാധിക്കുമോ എന്ന് നാരായണൻ ഭയപ്പെട്ടു.

അയാൾ കൃഷ്ണമ്മയേയും അമ്മയേയും കൂട്ടി ജയിലിലെത്തി. ഉത്തമലിംഗത്തെ കാണാൻ അപേക്ഷ നല്കി. മേലധികാരികൾ അവരുടെ പരാതി വലിച്ചുകീറി കുപ്പത്തൊട്ടിയിൽ എറിഞ്ഞു. അതും പോരാഞ്ഞ് അവരെ കഠിനമായി അസഭ്യം പറയുകയും ജയിൽ പരിസരത്തുനിന്ന് നിഷ്കരുണം പുറത്താക്കുകയും ചെയ്തു.

ഈ സംഭവം കണ്ടുനിന്നിരുന്ന ഒരാൾ സഹതാപപൂർവ്വം അവരെ സമീപിച്ചു. അയാളുടെ വസ്ത്രധാരണത്തിൽനിന്നും നാട്ടുനടപ്പുകൾ നന്നായി വശമുള്ള ഒരാളായി അവർക്കു തോന്നി.

"എന്നെയും ഇങ്ങനെ തുരത്തിവിട്ടതാണ്. പിന്നെ ഒരു വക്കീലിനെ കൂട്ടി വന്നതിനുശേഷമാണ് എന്റെ അനിയനെ കാണാൻ അനുമതി കിട്ടിയത്."

അയാൾ പറഞ്ഞു.

"അപ്പോൾ, ഒരു വക്കീലിനെ കൂട്ടി വന്നാൽ കാണാൻ കഴിയുമോ?"

നാരായണൻ ചോദിച്ചു.

"കണ്ടിട്ട് എന്താ പ്രയോജനം?" ആ ജയിലറുണ്ടല്ലോ... എന്താ അയാളുടെ പേര്?.... എന്റനിയൻ പറഞ്ഞിരുന്നു... ങാ... കൃഷ്ണൻ നായർ! മഹാവൃത്തികെട്ടവൻ... തടവുകാർക്ക് നേരാംവണ്ണം ആഹാരംപോലും കൊടുക്കാത്തവൻ... രാവിലെ പുളിച്ച കഞ്ഞി. ഉച്ചയ്ക്ക് ചോളം കൊണ്ടുള്ള കുറുക്കും ചീരക്കറിയും. വൈകിട്ട് ഒരു കട്ട ചോറും ലേശം മോരും. പത്തു പച്ചക്കടലയും... അത്രയേയുള്ളൂ. രാത്രിയിൽ കൊതുകിന്റെ കടിയുണ്ടല്ലോ അതു വലിയ ഹിംസ തന്നെ."

ജയിലിനുള്ളിലെ വിശേഷങ്ങൾ കേട്ട കൃഷ്ണമ്മയുടെ മനം നൊന്തു.

"ചോറിനും വെള്ളത്തിനുംപോലും ഇത്ര കഷ്ടപ്പാടോ? ഇതൊന്നും ചോദിക്കാനും പറയാനും ഇവിടാരുമില്ലേ?"

അവൾ പരിതപിച്ചു.

"ഒണ്ടുപോലും..." എന്റനിയൻ പറഞ്ഞു. അവിടെയുള്ള കമ്യൂണിസ്റ്റു പാർട്ടിക്കാർ മാത്രമേ ഇതിനെ ചോദ്യം ചെയ്തുള്ളൂപോലും. അവർ കൂട്ടം കൂടിനിന്ന് മുദ്രാവാക്യം വിളിക്കുക കൂടി ചെയ്തത്രേ! അഹങ്കാരിയായ ആ ജയിൽ വാർഡൻ അവർ അഞ്ചുപേരെയും കക്കൂസിനു മുന്നിൽ

കൊണ്ടുനിർത്തി... എന്നിട്ട് ഓരോ ചൂലെടുത്തു കൈയിൽക്കൊടുത്തിട്ട്.

"കഴുകെടാ കക്കൂസ്.." എന്ന് ലാത്തിവീശി വിരട്ടിയത്രേ. ഉള്ളിൽ മലവും മൂത്രവും കെട്ടിക്കിടന്ന് ഒരേ നാറ്റം. അതിൽ ഒരാൾ മാത്രം. "പറ്റില്ല" എന്നു പറഞ്ഞു, കുത്തുകല്ലുപോലെ നിന്നുപോലും... അയാളെ കക്കൂസിനുള്ളിൽ പൂട്ടിയിട്ടു. ശ്വാസംപോലും വിടാൻ കഴിയാതെ ഒരു മണിക്കൂർ നേരം അതിനുള്ളിൽ കിടത്തിയത്രേ.

അതു തന്റെ മകനായിരിക്കുമോ എന്ന് സംശയിച്ചു.

"അതാരപ്പാ..... അയാൾ" എന്ന് ആ അമ്മ ചോദിച്ചു.

അവരുടെ സംശയം ശരിവയ്ക്കുന്ന രീതിയിൽ അയാൾ പറഞ്ഞു.

"നമ്മുടെ നാട്ടുകാരൻ തന്നെയാണ്."

"പേര് ഉത്തമലിംഗം എന്നോ മറ്റോ ആണെന്നാണ് എന്റനിയൻ പറഞ്ഞത്."

"അയ്യോ, എന്റെ പൊന്നേ.... ഇങ്ങനെ നാണം കെടാനാണല്ലോ നിന്റെ വിധി..."

കരഞ്ഞുകൊണ്ട് വയർ താങ്ങിപ്പിടിച്ച് കൃഷ്ണമ്മ നിലത്തിരുന്നു. അമ്മയും അവളോടൊപ്പം വാവിട്ടു കരഞ്ഞു. ഒന്നും മനസ്സിലാകാതെ ആ പാവം മനുഷ്യൻ! അയാൾ കാര്യം മനസ്സിലാക്കിക്കൊള്ളട്ടെ എന്നു കരുതി നാരായണൻ പറഞ്ഞു.

"ഇത് ഉത്തമലിംഗത്തിന്റെ ഭാര്യ!"

"അതേയോ?"

എന്ന് ആശ്ചര്യം ഭാവിച്ചു നിന്നെങ്കിലും ഒരു ഗർഭിണിയെ ഇങ്ങനെ തേജോവധം ചെയ്യുന്നല്ലോ എന്ന സങ്കടം അയാൾക്കുണ്ടായി. അയാൾ തുടർന്നു..

"കരയാതിരിക്കൂ... നമ്മുടെ നാട് ഒരു ജനാധിപത്യ രാജ്യമാക്കിക്കൊണ്ടുള്ള അറിയിപ്പു വന്നു കഴിഞ്ഞു..... അതുകൊണ്ട് എല്ലാ തടവുകാരെയും ഉടൻ വിട്ടയയ്ക്കും. നിങ്ങളുടെ ഭർത്താവ് ഇനി രണ്ടു മൂന്നു ദിവസത്തിനകം വീട്ടിൽ വന്നുചേരും. ഒന്നും ഭയപ്പെടാതെ പൊയ്ക്കോളൂ."

ഈ വാക്കുകൾ അവർക്കു നല്കിയ ആശ്വാസം ചില്ലറയല്ല. അവർ മൂവരും തിരിച്ചുനടന്നു.

വീട്ടിൽ വന്നെത്തിയ കൃഷ്ണമ്മയും അമ്മയും ചുരുണ്ടുകൂടിക്കിടന്നു. രാജമ്മ അവർക്കു ഭക്ഷണം കൊണ്ടുവന്നു. ഒരു വായ് ചോറ് ഇറക്കുന്നതിനുമുമ്പ് കൃഷ്ണമ്മയുടെ കണ്ണിൽനിന്നും ഒരു കുടം കണ്ണുനീർ അടർന്നു വീണു. പാത്രം മൂടിവെച്ച് അവൾ വീണ്ടും കിടന്നു. ഇങ്ങനെ നാളുകൾ കടന്നു പൊയ്ക്കൊണ്ടിരുന്നു. നാരായണൻ പകൽ മുഴുവൻ ജോലി ചെയ്യുകയും രാത്രിയിൽ നെയ്ത്തു സംഘത്തിൽ പോകുകയും പതിവാക്കി. സേലം ജയിലിലടച്ചിരിക്കുന്ന കമ്യൂണിസ്റ്റുകാരെ വിട്ടയയ്ക്കുമോ ഇല്ലയോ? ഒരു വിവരവും ലഭിക്കുന്നില്ല.

ഒരിക്കലെങ്കിലും ഉത്തമലിംഗത്തെ കണ്ടു സംസാരിക്കുവാൻ കൃഷ്ണമ്മയ്ക്കു കഴിഞ്ഞിരുന്നെങ്കിൽ അവളെ സമാധാനിപ്പിക്കാൻ എളു

പ്പമായിരിക്കും എന്നു കരുതിയ നാരായണൻ ഏതെങ്കിലും വക്കീലിനെ കാണുന്നതിനെപ്പറ്റി ആലോചനകൾ നടത്തി. അകന്ന ബന്ധത്തിൽപ്പെട്ട ഒരു വക്കീൽ അസ്തംപട്ടിയിലുണ്ടെന്ന് അറിവു കിട്ടി.

അയാളെത്തേടി നാരായണൻ പുറപ്പെട്ടു.

അസ്തംപട്ടിയിലെത്തിയ അയാൾ ഒരു ചായ കുടിക്കാൻ ചായക്കടയിൽ കയറി. വരാന്തയിൽ ചിലർ പഴങ്കഥകൾ പറഞ്ഞിരിക്കുന്നു.

ഏർക്കാടിൽനിന്നും നീലനിറത്തിലുള്ള നാലഞ്ചു വാനുകൾ അസ്ത്രം പട്ടി കടന്നു പൊയ്ക്കൊണ്ടിരുന്നു. കുടിവെള്ളം കൊണ്ടുപോകുന്ന കാളവണ്ടികളിൽ നിന്നും വെള്ളം പുറത്തേക്ക് ഒഴുകുന്നതുപോലെ വാനുകളിൽനിന്നും രക്തം ഒഴുകിവീണുകൊണ്ടിരുന്നു. ആ രക്തത്തുള്ളികൾ ചവിട്ടിമെതിച്ച് ഓടിവന്ന പച്ചയപ്പൻ ആ ഞെട്ടിപ്പിക്കുന്ന വാർത്ത അവിടെ കൂടിയിരിക്കുന്നവരെ അറിയിച്ചു.

“ജയിലിൽ ഭയങ്കര കലാപം നടക്കുന്നു.”

ചായക്കടയ്ക്ക് പുറത്തു നിന്നിരുന്ന അയ്യനാർ–

“എന്ത്? എന്താണവിടെ നടക്കുന്നത്?”

ആശ്ചര്യപൂർവ്വം ചോദിച്ചു.

‘ഇന്നലെ പത്തു തടവുകാരെ തോട്ടപ്പണിക്ക് കൊണ്ടുപോയിരുന്നു. അവരെല്ലാം മലബാറിൽ നിന്നുള്ള കമ്യൂണിസ്റ്റുകാരായിരുന്നു. അവരിൽ രണ്ടുപേരെ കാളകളെപ്പോലെ നുകത്തിൽക്കെട്ടി കിണറ്റിൽനിന്നും കോരുവാൻ നിർബ്ബന്ധിച്ചുപോലും... തുടർച്ചയായി നാലഞ്ചു മണിക്കൂർ നുകത്തിൽകീഴിൽ മാടുകളെപ്പോലെ പണിയെടുത്തു ക്ഷീണിച്ചുപോയ അവർ ഒരു മരത്തണലിൽ കുറേനേരം വിശ്രമിച്ചു. ഇതുകണ്ട പൊലീസുകാർ പാഞ്ഞുവന്ന് അവരെ ലാത്തികൊണ്ട് അടിച്ചു. ബൂട്ടിട്ട കാലുകൊണ്ട് ആഞ്ഞാഞ്ഞ് ചവിട്ടി. ഇതുകണ്ടുനിന്ന മറ്റു തടവുകാർ ലാത്തി പിടിച്ചു വാങ്ങി തിരിച്ചുതല്ലി. തല്ലുകൊണ്ടു രണ്ടു പൊലീസുകാരുടെ തല പൊട്ടി.’

“പിന്നെ വെറുതേ വിടുമോ? അപ്പോത്തന്നെ ചങ്കുവെട്ടിപ്പൊളിച്ചെടുത്തുകാണും...”

‘ഇല്ല അയ്യനാരേ, അപ്പോഴൊന്നും ചെയ്തില്ല. തെലുങ്കും മലയാളവും തമിഴും സംസാരിക്കുന്ന മുന്നൂറോളം കമ്യൂണിസ്റ്റുകാർ ജയിലിലുണ്ടായിരുന്നു. എല്ലാവരേയും പുതുതായി പണിതീർത്ത ജയിൽ ബ്ലോക്കിൽ അടച്ചുപൂട്ടി. എന്തു നടക്കുമോ എന്ന ഭീതിയിൽ അവർ രാത്രി മുഴുവൻ കഴിച്ചു കൂട്ടി. അതിരാവിലെ തോക്കുംപിടിച്ച് ചട്ടിത്തൊപ്പിക്കാരായ പൊലീസുകാർ ജയിലിനു മുന്നിൽ വരിവരിയായി വന്നു നിന്നു. ലാത്തിയും പരിചയും പിടിച്ച കുറേ പൊലീസുകാരെ ജയിലർ ഉള്ളിലേക്ക് കൂട്ടിക്കൊണ്ടുപോയി.

“ഇവൻമാർ കണ്ണിൽ ചോരയില്ലാത്ത ജന്തുക്കളാണല്ലോ? ക്രൂരമായി മർദ്ദിച്ചിട്ടുണ്ടാകും.”

“കൈയും കാലുമൊടിഞ്ഞ് തലമണ്ട പിളർന്ന് തടവുകാർ നിലത്തു വീണു. സഹിക്കാൻ കഴിയാതെ ചില തടവുകാർ പരിചകൾ പിടിച്ചു

വാങ്ങി. പുറത്തേക്ക് എറിഞ്ഞു. അതിലൊന്ന് ജയിലറുടെ വലതുകണ്ണിൽ ചെന്നു വീണു. അത്രതന്നെ!

'ഫയർ!' ജയിലർ ഉത്തരവിട്ടു. കണ്ണടച്ചു തുറക്കുന്നതിനുള്ളിൽ അകത്തുണ്ടായിരുന്ന പൊലീസുകാരെല്ലാം വെളിയിൽ വന്നു.

ചട്ടിത്തൊപ്പിക്കാർ ഉള്ളിൽക്കടന്ന് തലങ്ങും വിലങ്ങും വെടിവെയ്ക്കാൻ തുടങ്ങി.

"ഇങ്കിലാബ് സിന്ദാബാദ്, ഇങ്കിലാബ് സിന്ദാബാദ്! എന്ന് മുദ്രാവാക്യം മുഴക്കിക്കൊണ്ട് ഓരോരുത്തരായി തൽക്ഷണം മരിച്ചുവീണു."

മരിച്ചവരോടുള്ള ആദരസൂചകമെന്നവണ്ണം അല്പനേരം എല്ലാവരും മൗനമായി നിന്നു. അവരുടെ കണ്ണുകളിൽ നിന്നും നീർത്തുള്ളികൾ മുത്തുമണികൾപോലെ മണ്ണിൽ പതിച്ചു.

ചായ കുടിച്ചശേഷം നാരായണൻ വെളിയിൽവന്നു. ദുഃഖത്താൽ വിതുമ്പിനില്ക്കുന്ന ജനക്കൂട്ടത്തെ കണ്ട് അയാൾ അമ്പരന്നു.

അയ്യനാർ അയാളെ നോക്കിപ്പറഞ്ഞു.

"തടവുകാരെ കൂട്ടത്തോടെ വെടിവെച്ചുകൊന്നു!"

സ്തംഭിച്ചുപോയ അയാൾ

'എന്റനിയൻ... ഉത്തമലിംഗം... ജയിലിലാണ്!'

"അയാൾ കമ്യൂണിസ്റ്റാണോ?"

"ഉം."

"എന്നാൽ അയാളും ചത്തുകാണും!"

ഇതു പറഞ്ഞിട്ട് അയ്യനാർ കടയ്ക്കുള്ളിലേക്ക് കയറിപ്പോയി.

നാരായണന്റെ കൈകാലുകൾ വിറയ്ക്കാൻ തുടങ്ങി. ജയിലിൽപ്പോയി തിരക്കണോ? അതോ വീട്ടിൽച്ചെന്നു വിവരം പറയണോ? അല്പനേരം പതറിനിന്നശേഷം എന്തോ സംഭവിച്ചോ ആവോ... അയാളുടെ കാലടികൾ വീടിനു നേർക്ക് വേഗത്തിൽ ചലിക്കാൻ തുടങ്ങി.

അമ്മയും കൃഷ്ണമ്മയും വീട്ടുപടിക്കൽത്തന്നെ ഉണ്ടായിരുന്നു. എങ്ങനെ പറയും? അമ്മയ്ക്കു താങ്ങാൻ പറ്റുമോ? പൂർണ്ണഗർഭിണിയായ കൃഷ്ണമ്മയുടെ കാര്യമോ? എന്തുവേണം? അയാൾ പരുങ്ങി. അവസാനം ഗത്യന്തരമില്ലാതെ എങ്ങും തൊടാതെ പറഞ്ഞു.

"ജയിലിൽ വെടിവെയ്പു നടന്നതായി കേൾക്കുന്നു." ഇടയ്ക്കുകയറി അമ്മ ചോദിച്ചു.

"അപ്പോൾ ഉത്തമലിംഗമോ? അവനും ചത്തുപോയോ?"

പറഞ്ഞു തീരുന്നതിനു മുമ്പ്...

"അയ്യോ, എന്റെ പൊന്നേ... എന്റെ പൊന്നേ..." കൃഷ്ണമ്മ ഉച്ചത്തിൽ അലറിക്കരഞ്ഞു. അതിനു ശേഷം ഒരു തേങ്ങൽപോലും അവളിൽ നിന്നുണ്ടായില്ല. പെട്ടെന്നുള്ള ഞെട്ടലിൽ അവൾ വാടിത്തളർന്ന് വാതില്പടിയിലേക്ക് മയങ്ങിവീണു. വയർ ശക്തിയായി പടിയിലിടിച്ചു.

നാരായണൻ വെള്ളം കൊണ്ടുവന്നു. മുഖത്തു തളിച്ചു. അവൾ ഇടയ്ക്കിടെ വായ് അടയ്ക്കുകയും തുറക്കുകയും ചെയ്തുകൊണ്ടിരുന്നു.

“ഇവളും ചത്തുപോകുമോ? ഭയന്നുപോയ അയാൾ വേഗത്തിൽ പ്പോയി ഒരു കുതിരവണ്ടി പിടിച്ചുകൊണ്ടുവന്നു. വിവരമറിഞ്ഞ് അയൽക്കാർ ചുറ്റും കൂടി. അവരെല്ലാം ചേർന്ന് അവളെ വണ്ടിയിൽ കയറ്റി. നാരായണനും രാജമ്മയും കൂടെക്കയറി. നെഞ്ചത്തടിയും നിലവിളിയു മായി അവരുടെ അമ്മ നിസ്സഹായയായി നോക്കിനില്ക്കേ വണ്ടി സർക്കാർ ആശുപത്രിയിലേക്ക് പാഞ്ഞു.

കൃഷ്ണമ്മയെ പരിശോധിച്ച ഡോക്ടർ പറഞ്ഞു ‘വയറിനു നല്ല ക്ഷതമേറ്റിട്ടുണ്ട്. അമ്മയെയും കുഞ്ഞിനെയും രക്ഷിക്കാനുള്ള തീവ്രശ്രമ ത്തിലാണ്. ഇപ്പോഴൊന്നും പറയാൻ കഴിയില്ല.

“ആറു വർഷത്തെ കാത്തിരിപ്പിനുശേഷം കിട്ടിയ കുരുന്നാണ്. അമ്മേ, മഹാമായേ... രണ്ടുപേരെയും കാത്തുകൊള്ളണേ...”

രാജമ്മ മനമുരുകി പ്രാർത്ഥിച്ചു. അനിയന്റെ മരണവാർത്ത നാരായ ണന്റെ നെഞ്ചിനെ ഘനീഭവിപ്പിച്ചു. അവന്റെ ശരീരം ഏറ്റുവാങ്ങണം. അന്ത്യകർമ്മങ്ങൾ നടത്തണം. ഉത്തരവാദിത്വബോധം അയാളെ ഉണർത്തി. കൃഷ്ണമ്മയെ ശ്രദ്ധിച്ചുകൊള്ളാൻ ഭാര്യയെ ചുമതലപ്പെടുത്തി. അയാൾ നേരെ ജയിലിലേക്ക് തിരിച്ചു.

ജയിലിനു മുന്നിൽ ആൾക്കൂട്ടം. ഇരുട്ടിൽ ആളുകളെ തിരിച്ചറിയാൻ പ്രയാസം. ഒന്നു രണ്ടു പേരോട് നാരായണൻ വിവരം തിരക്കി. മരിച്ചവ രെപ്പറ്റി ആർക്കും ഒന്നുമറിഞ്ഞുകൂടാ.

ഒരു പൊലീസുകാരൻ കൂടി നിന്നിരുന്നവരോടായി പറഞ്ഞു.

“ജയിലർ പുറത്തുപോയിരിക്കുകയാണ്.”

“വന്നെങ്കിലേ എന്തെങ്കിലും പറയാൻ കഴിയൂ.”

എങ്ങും തൊടാതെയുള്ള പ്രതികരണം. രാത്രി മുഴുവൻ ജയിലറെ കാത്ത് അവർ ഇരുന്നു. നേരം വെളുത്തിട്ടും ജയിലറെ കാണാനില്ല.

രാവിലെ ഒൻപതു മണിക്ക് ഒരു ജീപ്പു വന്നു നിന്നു. ജയിലർ ആയി രിക്കുമെന്ന് കരുതി ജനക്കൂട്ടം അയാൾക്കു ചുറ്റും കൂടി.

“ചത്തവർ ഇരുപത്തിരണ്ടു പേർ!”

“പേരു പറയണം.”

നാരായണൻ വിളിച്ചു പറഞ്ഞു.

“അതൊന്നും പറയാൻ പറ്റില്ല.”

“ശവമെങ്കിലും ഞങ്ങൾക്കു വിട്ടുതരണം.”

“ഇന്നലെ രാത്രിതന്നെ ജയിലിനുള്ളിൽ എല്ലാവരേയും മറവു ചെയ്തു.”

“ചടങ്ങുകളെല്ലാം അവസാനിച്ചു കഴിഞ്ഞു.”

“ഇതെന്താ, ജയിലോ അതോ ചുടുകാടോ?”

“ജീവനോടെ ഇരുന്നവരെയെല്ലാം വെടിവെച്ചു കൊന്നുകളഞ്ഞു. അവ രുടെ പിണമെങ്കിലും ഞങ്ങൾക്കു വിട്ടുതന്നുകൂടെ?”

നാരായണന്റെ ഈ അലർച്ച കേട്ട് അവിടെ കൂടിനിന്നവർ

“പിണം വിട്ടുതരണം. പിണം വിട്ടുതരണം...”

എന്ന് വിളിച്ചുപറയാൻ തുടങ്ങി.

"ഇനിയും ഇവിടെ കൂടിനിന്ന്, ബഹളം വെച്ചാൽ വീണ്ടും വെടിവയ്ക്കേണ്ടി വരും!"

ഭീഷണി മുഴക്കിയ പൊലീസുകാരൻ ഇതും കൂടി പറഞ്ഞു.

"പരിക്കുപറ്റിയവരെയെല്ലാം സർക്കാരാശുപത്രിയിൽ പ്രവേശിപ്പിച്ചിട്ടുണ്ട്. അക്കൂട്ടത്തിൽ നിങ്ങളുടെ സ്വന്തക്കാർ ആരെങ്കിലുമുണ്ടോയെന്ന് അവിടെച്ചെന്ന് നോക്കൂ..."

പൊലീസുകാരൻ തിരിഞ്ഞു നടന്നു. ജനക്കൂട്ടത്തിന് ആകെയൊരു ആശയക്കുഴപ്പം. "ഇനി എന്തുചെയ്യണം?"

എന്തോ ചിന്തിച്ചുറപ്പിച്ചതുപോലെ നാരായണൻ ഓടി. അണച്ചണച്ച് നിർത്താതെയുള്ള ഓട്ടം! അത് ആശുപത്രിയിൽ അവസാനിച്ചു. കുറേ നേരത്തേക്ക് ദീർഘനിശ്വാസം. നേരെ സ്ത്രീകളുടെ വാർഡിലേക്ക് നടന്നു.

ദുഃഖസാന്ദ്രമായ ആ അന്തരീക്ഷത്തെ തണുപ്പിക്കുംവിധം സുഖകരമായ ഒരു വാർത്ത രാജമ്മ അയാൾക്കു നല്കി.

"നിങ്ങളുടെ അനിയൻ മരിച്ചിട്ടില്ല..."

"ഇതാ നോക്കൂ... ജീവനോടെ തിരിച്ചുവന്നിരിക്കുന്നു. സൂക്ഷിച്ചു നോക്ക്!"

കുഞ്ഞിനെ അയാളുടെ കൈകളിലേക്ക് വച്ചുകൊടുത്തു. ചെറുപ്പത്തിൽ ഉത്തമലിംഗം എങ്ങനെയായിരുന്നോ അതേ മുഖം കുഞ്ഞിനും...

'സ്വഭാവഗുണവും അവനെപ്പോലെ തന്നെയായിരിക്കട്ടെ' എന്ന് മനസ്സിൽ പ്രാർത്ഥിച്ചുകൊണ്ട് നാരായണൻ ചോദിച്ചു.

"കൃഷ്ണമ്മയെവിടെ..?"

"അവൾക്കിതുവരെ മയക്കം തെളിഞ്ഞിട്ടില്ല."

"ഉടൻതന്നെ ശരിയാകുമെന്നാണ് ഡോക്ടർ പറഞ്ഞിരിക്കുന്നത്."

രാജമ്മ പറഞ്ഞു.

കുഞ്ഞിനെ കൈയിലെടുത്ത് ഒരുമ്മപോലും നല്കാതെ നേരെ പുരുഷന്മാരുടെ വാർഡിലേക്ക് നാരായണൻ നടന്നു. ചുവന്നതൊപ്പിയും കൈയിൽ തോക്കുമായി ചുറ്റിനടക്കുന്ന പൊലീസുകാരെ മാത്രമേ അവിടെ കാണാനുണ്ടായിരുന്നുള്ളൂ. ദേഹമാസകലം മുറിവേറ്റ് ബാൻഡേജുകളുമായി നൂറുകണക്കിനു പേർ ഉള്ളിലും വരാന്തയിലുമായി കിടന്നിരുന്നു. നാരായണൻ വാർഡിൽ ചുറ്റിനടന്നു.

പെട്ടെന്ന് 'അണ്ണാ... അണ്ണാ' എന്ന വിളികേട്ട് നാരായണൻ കോരിത്തരിച്ചു നിന്നു.

അവർണ്ണനീയമായ ആ സ്നേഹനാദം മുഴങ്ങിക്കേട്ട ദിക്കിലേക്ക് നാരായണൻ മുഖം തിരിച്ചു..!

# 2

# മരുന്ന്

എത്ര വിളിച്ചിട്ടും തിരിഞ്ഞുനോക്കാതെ തന്റെ മകൾ കലയരശി ഓടിക്കളഞ്ഞ സംഭവം ഇന്നും ചീരങ്കന്റെ മനസ്സിൽ കത്തിപോലെ കുത്തിക്കയറിക്കൊണ്ടിരുന്നു. എങ്കിലും അതൊന്നും പുറത്തുകാട്ടാതെ അയാൾ വീടിനുള്ളിലേക്ക് കടന്നു. വാതില്ക്കൽ റേഷനരിയിൽനിന്നും കല്ലുകൾ നീക്കിക്കൊണ്ടിരുന്ന ഭാര്യ വിജയ മൂക്കു ചുളിച്ചു. വാതിൽ കടന്നു ഉള്ളിൽക്കയറിയ അയാളോട് അവൾ ചോദിച്ചു.

"കുളിച്ചില്ലേ?"

"നല്ലതുപോലെ സോപ്പുതേച്ചു കുളിച്ചിട്ടാണു വരുന്നത്."

മറുപടി പറഞ്ഞശേഷം കൈയിലുണ്ടായിരുന്ന നീളൻപിടിയുള്ള മൺവെട്ടി ഭിത്തിയിൽ ചാരിവച്ചു.

"പിന്നെന്താ ഈ നാറ്റം?"

മൂക്കുപൊത്തി പുരികങ്ങളുയർത്തി അവൾ ചോദിച്ചു.

മൂക്കുപൊത്തിപ്പിടിച്ചുകൊണ്ടുതന്നെ അരി പടപടായെന്ന് വാരിയെടുത്ത് അടുപ്പിലിരുന്ന കലത്തിലേക്കിട്ട് തിരിച്ചുവന്നു. അവൾ ഭർത്താവിന്റെ കൈപിടിച്ച് കുളിക്കാനിട്ടിരുന്ന കല്ലിലിരുത്തി. തലവഴി വെള്ളമൊഴിച്ച് ദേഹമാസകലം സോപ്പുതേച്ച് പീച്ചിങ്ങാനാരുകൊണ്ട് കീഴ് മേലായി നല്ലതുപോലെ തേച്ചു കുളിപ്പിച്ചു.

"നീ എങ്ങനെ കുളിപ്പിച്ചാലും രണ്ടു മൂന്നു ദിവസത്തേക്ക് ഈ നാറ്റം മാറാൻ പോകുന്നില്ല," ചീരങ്കൻ പിറുപിറുത്തു. കാൽമുട്ടുകൾക്ക് മേലേക്ക് അവളുടെ കൈകൾ നീങ്ങിയപ്പോൾ പെട്ടെന്ന് അയാൾ തടഞ്ഞു.

"ജീവൻ പോകുന്നപോലെ നോവുന്നു പെണ്ണേ..."

അയാൾ പറഞ്ഞു.

"എത്രനാളുകൊണ്ടുപറയുന്നു... ഒരു ഡോക്ടറെ പോയിക്കാണാൻ... ആരു കേൾക്കാനാ?"

അയാൾ തലകുനിച്ച് മൗനമായിരുന്നു. ഒരു തോർത്ത് അയാൾക്ക് കൊടുത്തിട്ട് അവൾ അടുക്കളപ്പണിയിൽ മുഴുകി.

വസ്ത്രം മാറ്റിവച്ച് ചീരങ്കൻ ഊണു കഴിക്കാനിരുന്നു. പുസ്തകസഞ്ചിയുമായി ഓടിമറഞ്ഞ മകളുടെ ചിത്രം അയാളുടെ മനസ്സിൽ മിന്നിമറഞ്ഞുകൊണ്ടിരുന്നു.

മുന്നിലിരിക്കുന്ന ചോറിലും മുരിങ്ങയ്ക്കാ സാമ്പാറിലും അയാൾ നോക്കി. ചോറു കഴിച്ചുകൊണ്ടിരിക്കെ അടിവയറ്റിൽനിന്നും മേലേക്ക് എന്തോ പൊങ്ങി വരുന്നതുപോലെ അയാളുടെ ശരീരം വിറച്ചു. കുഴയ്ക്കുന്നത് ചോറുതന്നെയോ? അതോ... ഒരേ കുഴപ്പം. ചോറുരുട്ടി വായ്ക്കടുത്തേക്ക് കൊണ്ടുവന്നപ്പോൾ ദുസ്സഹമായ ആ ദുർഗ്ഗന്ധം മൂക്കിലേക്ക് അടിച്ചുകയറുന്നതുപോലെ.... പാതി മയക്കത്തിൽ പാത്രത്തിലിരിക്കുന്നതു മനുഷ്യവിസർജ്ജ്യമാണെന്ന ഒരു തോന്നൽ...! മുരിങ്ങയ്ക്കാ കഷണങ്ങൾ മലക്കട്ടികളായി അയാൾക്ക് തോന്നി. പെട്ടെന്ന് മനം പുരട്ടി. 'കുപ്ക്' എന്ന ശബ്ദത്തോടെ ഛർദ്ദി. രാവിലെ കഴിച്ച ഇഡ്ഡലിയുടെയും ചായയുടെയും അംശങ്ങൾ ചോറിരുന്ന പാത്രത്തിൽ വീണു ചിതറിത്തെറിച്ചു. എങ്ങും ദുശിച്ചനാറ്റം... വീണ്ടും വീണ്ടും ഓക്കാനം... ഛർദ്ദി.

വിജയ ഓടി വന്നു.

"തീരെ സുഖമില്ലേ ചേട്ടാ..." എന്ന് സ്നേഹപൂർവ്വം ചോദിച്ചുകൊണ്ട് അയാളുടെ തൊണ്ട മുതൽ വയറുവരെ തടവിക്കൊടുത്തു. മുഖം കഴുകിത്തുടച്ചു. അവശനായി ചീരങ്കൻ അവിടെത്തന്നെ ചുരുണ്ടുകൂടിക്കിടന്നു. തറയും പാത്രങ്ങളും അവൾ വൃത്തിയാക്കി.

അരമണിക്കൂർ കഴിഞ്ഞുകാണും. അയാളുടെ ശരീരം കിടുകിടെ വിറയ്ക്കാൻ തുടങ്ങി. അവൾ തൊട്ടു നോക്കി. കൈകൾ തീ പോലെ ചുട്ടു പൊള്ളുന്നു.

"എഴുന്നേല്ക്ക്.... ആശുപത്രിയിൽ പോകാം..."

"വേണ്ടാ... ബായിയുടെ കടയിൽനിന്നും രണ്ടു കാൽപോൾ ഗുളിക വാങ്ങിക്കൊണ്ടു വാ... അതു കഴിച്ചാ എല്ലാം ശരിയാകും."

കാൽപോൾ കഴിച്ചാൽ പനി കുറഞ്ഞേക്കാം. പക്ഷേ, മേലാസകലമുള്ള ആ വേദന സൂചിവയ്ക്കാതെ കുറയുമോ എന്നു പറയണമെന്ന് അവൾക്ക് തോന്നി. ഏതായാലും ആറുമണി കഴിഞ്ഞേ ഡോക്ടറെ കാണാൻ കഴിയൂ എന്ന് അവൾ തന്നെത്താൻ സമാധാനിപ്പിച്ചുകൊണ്ട് ഒരു പുതപ്പെടുത്ത് അയാളെ പുതപ്പിച്ച് ഗുളിക വാങ്ങാൻ പോയി.

ചീരങ്കന്റെ ഇടതു വൃഷണം വീങ്ങിയിരുന്നു. അവിടെ നിന്നാരംഭിച്ച് വേദന വിദ്യുത്പ്രവാഹം പോലെ ഞരമ്പുകളിലേക്ക് പടർന്നു. അടിവയറ്റിൽ അമർത്തിപ്പിടിച്ചുകൊണ്ട് അയാൾ ചുവരിൽ ചാരിയിരുന്നു.

ചീരങ്കന്റെ അച്ഛനും ഇതേപോലുള്ള വേദന ഉണ്ടായിരുന്നു. ഇടയ്ക്കിടെ പച്ചമരുന്നുകൾ ദേഹമാസകലം പുരട്ടുമായിരുന്നു. ഒരു കോടാങ്കി പറഞ്ഞത് കേട്ട് ചെവിയുടെ നടുക്ക് ഒരു വലിയ തുളയുണ്ടാക്കിയിരുന്നു. തങ്ങളുടെ കുലദൈവമായ കമ്പത്തെയ്യൻ കടകളമ്പൻ വീര

മാത്തിക്ക് ആട്, പന്നി, കോഴി എന്നിവയെ ബലികൊടുത്ത് പലതരം പൂജകളും ചെയ്തുനോക്കി. കൈയിലിരുന്ന കാശുപോയതല്ലാതെ രോഗത്തിൽ നിന്ന് ഒരു മോചനവും ലഭിച്ചില്ല. നാളുകൾ കടന്നുപോകുന്തോറും വീക്കം അധികമായിക്കൊണ്ടിരുന്നു.

അവസാനം സർക്കാരാശുപത്രിയിൽ അഭയം തേടി.

ഓപ്പറേഷൻ വേണം. പിന്നീട് ഒരു ജോലിക്കും പോകാൻ പാടില്ല. സമയാസമയങ്ങളിൽ മരുന്നും നല്ല ആഹാരവും കഴിച്ച് നല്ലതുപോലെ വിശ്രമിക്കണം.

ഡോക്ടർ ഉപദേശിച്ചു.

പ്രായപൂർത്തിയായ രണ്ടു പെൺമക്കളുടെയും സ്കൂളിൽ പോകുന്ന മകന്റേയും ചിത്രം അയാളുടെ മനസ്സിൽ ഓടിയെത്തി.

ആപ്പറേഷനും വേണ്ട, മരുന്നുംവേണ്ട - അയാൾ വീട്ടിൽ തിരിച്ചെത്തി. നേരം പുലരും മുമ്പേ നീളൻ മമ്മട്ടിയുമായി ജോലിക്കുപോകും. ഓടകളിൽ കെട്ടിക്കിടക്കുന്ന മലവും കുപ്പകളും നീക്കി അടിയിലുള്ള കറുത്ത ചെളിക്കട്ടി തോണ്ടിയെടുത്തു കരയിലിടും. ആരെങ്കിലും സെപ്ടിക് ടാങ്ക് വൃത്തിയാക്കാൻ വിളിച്ചാൽ നൂറോ ഇരുന്നൂറോ കിട്ടുമല്ലോ എന്നോർത്ത് തൊട്ടിയും മമ്മട്ടിയുമായി പോകും. രാത്രിയാകുമ്പോഴേക്ക് അയാളുടെ ശരീരവും മമ്മട്ടിയും ഒരുപോലെ അഴുക്കുകൊണ്ട് മൂടി തിരിച്ചറിയാൻ പറ്റാത്ത വിധമായിത്തീരും.

ശരീരവേദനകളെയും ദുർഗ്ഗന്ധത്തെയും അകറ്റാനുള്ള ഒരേയൊരു ഒറ്റമൂലി പട്ടച്ചാരായം തന്നെ! യാതൊരു നിയന്ത്രണവുമില്ലാതെ കുടിക്കും. കാൽ തറയിലുറപ്പിക്കാൻ കഴിയാറില്ല. ഇങ്ങനെ രാപകൽ കഷ്ടപ്പെട്ട് കുറേ പണവും സമ്പാദിച്ചു. പെട്ടെന്നൊരുനാൾ റോഡരുകിൽ ശവമായിക്കിടക്കാനായിരുന്നു അയാളുടെ വിധി.

തന്റെ ഭർത്താവിനും ഇതേ ഗതി വരാതിരിക്കാൻ വിജയ പ്രത്യേകം ശ്രദ്ധിച്ചിരുന്നു. അവൾ കൊണ്ടുവന്ന ഗുളിക കഴിച്ച് ചീരങ്കൻ കിടന്നു. അല്പസമയത്തിനുശേഷം ശരീരം വിയർക്കുകയും പനി വിട്ടുമാറുകയും ചെയ്തു.

സമയം നാലഞ്ചുമണിയായിക്കാണും. “കല വന്നില്ലേ?” അയാൾ ചോദിച്ചു. “വരാനുള്ള നേരമായല്ലോ?”

വിജയ വെളിയിലേക്ക് എത്തിനോക്കി. എല്ലാ ജാതിമതത്തിലും പെട്ട കുട്ടികൾ സ്കൂൾ വിട്ട് ശൂരമംഗലം ലക്ഷ്മിതിയേറ്റർവരെ ഒന്നിച്ചാണ് വരികപതിവ്. പിന്നെ അടുത്തവീട്ടിലെ കുട്ടിയുടെ കൂടെ കലയരശി വരും. അന്ന് ആ കുട്ടി മാത്രം തനിയേയാണ് വന്നത്. കലയെ കാണാനില്ല. വിജയ ആ കുട്ടിയോട് കാര്യം തിരക്കി.

“മണിയടിച്ച ഉടനെ ഞാൻ അവളെ വിളിച്ചു. നീ പോ... ഞാൻ വരുന്നില്ലെന്നു പറഞ്ഞ് അവൾ മിണ്ടാതിരുന്നു. പിന്നൊന്നും പറയാതെ ഞാൻ തനിയെ പോന്നു.”

സ്കൂളിനടുത്താണ് ചീരങ്കന്റെ അനിയൻ കരുമലയുടെ വീട്.

അയാളെ കാണുന്നതേ കലയരശിക്ക് ഇഷ്ടമല്ല. കഴിഞ്ഞ കൊല്ലം അഞ്ചാം ക്ലാസിൽ അവൾ എല്ലാ വിഷയത്തിനും തോറ്റു. ഇതറിഞ്ഞ് കരുമല അവളെ കണ്ടമാനം വഴക്കുപറഞ്ഞു. കവിളത്തും തലയിലും നല്ല അടിയും കൊടുത്തു. അതിനുശേഷം അവൾ അയാളെ കാണാൻ പോകാറേയില്ല. അയാളുടെ വീട്ടിൽ പോകുന്ന പതിവും നിർത്തി. കഴിഞ്ഞ ദീപാവലിക്ക് അവളെ വിളിച്ചിട്ടും ഒരേ വാശിയിൽ പോകാൻ കൂട്ടാക്കിയില്ല. ഏതായാലും അവിടെയൊന്നുപോയി നോക്കിയിട്ടു വരാം. വിജയ വസ്ത്രം മാറാൻ തുടങ്ങി.

വെളിയിൽ നടന്ന സംഭാഷണം ചീരങ്കന്റെ ചെവിയിലും വീണിരുന്നു. ഭാര്യയെപ്പോലെ അയാൾക്ക് നെഞ്ചിടിപ്പ് കൂടിയില്ല. മകൾക്കു തന്നോടു വെറുപ്പായിരിക്കുമോ? അയാൾ ചിന്തിച്ചു.

ചെറുപ്പത്തിലേ തന്റെ ചേച്ചിമാരുടെ കല്യാണം നടത്തേണ്ട ബാദ്ധ്യത അയാൾക്ക് ഏറ്റെടുക്കേണ്ടിവന്നു. അതിനാൽ ആണായാലും പെണ്ണായാലും തനിക്ക് ഒരു കുട്ടി മാത്രം മതിയെന്ന് അന്നേ ശപഥം ചെയ്തിരുന്നു. അതിനാൽ തന്റെ ഞരമ്പുകളിലും മനസ്സിലും ഊറിക്കൂടിയിരുന്ന എല്ലാ സ്നേഹവും മകളുടെ മേൽ കണക്കില്ലാതെ അയാൾ കോരിച്ചൊരിഞ്ഞു. സ്കൂൾ വിട്ടുവന്നാലുടനെ താൻ വാങ്ങിക്കൊണ്ടുവരുന്ന വാഴയ്ക്കാബജ്ജി അവൾ രുചിയോടെ തിന്നുന്നതു നോക്കിയിരിക്കും. വിശേഷദിവസങ്ങളിലും പിറന്നാളിനും അവൾ എന്തു ചോദിച്ചാലും അതെല്ലാം വാങ്ങിക്കൊടുത്തിട്ടുണ്ട്. ഈ കഷ്ടപ്പാടുകളൊക്കെ ഉണ്ടായിരുന്നിട്ടും അവൾ ആവശ്യപ്പെട്ടപ്പോൾ ഒരു ജിമിക്കി വാങ്ങിക്കൊടുത്തു. എന്നെ കെട്ടിപ്പിടിച്ചാണ് അവൾ എന്നും ഉറങ്ങാറുള്ളത്. അമ്മ അടുത്തിരിക്കുമ്പോൾ പോലും ആരെങ്കിലും നീ അച്ഛന്റെ മോളോ, അതോ അമ്മയുടെ മോളോ എന്നു ചോദിച്ചാൽ ഒരു മടിയും കൂടാതെ അച്ഛന്റെ മോളാണ് എന്ന് പറഞ്ഞ് ഓടി വന്ന് എന്റെ മടിയിൽ കയറിയിരിക്കും. എന്റെ പൊന്നുമോൾ... എന്റെ ജീവന്റെ ജീവൻ... അവൾ എന്നേ വെറുത്തുകഴിഞ്ഞോ? ആ പിതൃമനസ്സ് ഇങ്ങനെ ചിന്തിച്ച് വേദനിക്കാൻ തുടങ്ങി.

വിജയ പുറപ്പെടാൻ തുടങ്ങിയതും കരുമല ബൈക്കിൽ വന്നിറങ്ങിയതും ഒന്നിച്ചായിരുന്നു.

“വാ... വാ... നിന്റെ വീട്ടിലേക്ക് വരാൻ ഇറങ്ങുകയായിരുന്നു. അകത്തു വരൂ...”

“വേണ്ടാ ചേട്ടത്തീ, ഒന്നിങ്ങോട്ടുവാ...”

കൈയിൽ പിടിച്ചു മാറ്റിനിർത്തി പറഞ്ഞു.

“കല എന്റെ വീട്ടിലുണ്ട്”

“കൈയോടെ കൂട്ടിക്കൊണ്ടു വരാമായിരുന്നില്ലേ...”

“അവൾ ഇനി നിങ്ങളുടെ വീട്ടിലേക്ക് വരുന്നില്ല എന്ന് പറയുന്നു.”

“അതെന്താ?”

ഒന്നും മനസ്സിലാകാതെ അവൾ ആകെ പരിഭ്രാന്തയായി.

“രാവിലെ... കൂട്ടുകാരുമൊത്ത് അവൾ സ്കൂളിൽ പോകുന്ന വഴി....

അണ്ണൻ സെപ്ടിക് ടാങ്ക് ക്ലീൻ ചെയ്തുകൊണ്ടിരുന്നു. കലയുടെ കൂടെ പോകുന്ന ആ മേൽജാതിക്കാരിപ്പെണ്ണ് ലാവണ്യ... അതാ നോക്കെടീ... നിന്റച്ഛൻ തീട്ടം കോരുന്നു എന്ന് പറഞ്ഞ് ഒക്കെ ചൂണ്ടിക്കാണിച്ചു. കലനോക്കുമ്പോൾ വെറും ജട്ടി മാത്രമിട്ട്... മൂക്കിൽ തുണി ചുറ്റിക്കെട്ടി നില്ക്കുന്നു... ശരീരമാസകലം കക്കൂസ് മാലിന്യം ഒഴുകുന്നുണ്ടായിരുന്നു. അതു നിന്റച്ഛൻ തന്നെടീ... തീട്ടം കോരുന്ന അച്ഛൻ... അയ്യേ... ഛീ... തീട്ടം കോരുന്ന അച്ഛൻ..! പിന്നെന്തൊക്കെയോ പറഞ്ഞ് അവളെ പരിഹസിച്ചു. അപ്പോൾ അണ്ണൻ അവളെ നോക്കി കലാ... കലാ എന്ന് വിളിച്ചത്രേ."

'നിങ്ങളെന്റച്ഛനല്ല... അച്ഛനല്ല... എന്ന് വിങ്ങിപ്പൊട്ടിക്കരഞ്ഞുകൊണ്ട് ഓടിപ്പോയി. ഞാൻ വൈകിട്ട് മോളേ കൂട്ടിക്കൊണ്ടുവരാൻ സ്കൂളിൽ ചെന്നപ്പോൾ കരഞ്ഞുകൊണ്ട് അവൾ എന്റടുത്തുവന്നു.

'എന്നെക്കൂടി നിങ്ങടെകൂടെ കൊണ്ടുപോ ചിറ്റപ്പാ. ഞാനവിടെനിന്ന് പഠിച്ചോളാം,' നിർത്താതെ കരഞ്ഞുകൊണ്ടേയിരുന്നു. "അവളെ ഞാൻ വീട്ടിലേക്ക് കൊണ്ടുപോയി."

അയാൾ പറഞ്ഞതുകേട്ട് വിജയയുടെ മുഖം ചുളിഞ്ഞുപോയി. കണ്ണുകൾ നിറഞ്ഞൊഴുകി. കുനിഞ്ഞുപോയ തല ഇടതുകൈകൊണ്ട് താങ്ങിപ്പിടിച്ചു. ഇതെങ്ങാനും ചീരങ്കന്റെ കാതിൽ വീണാൽ... എന്തുണ്ടാകുമോ എന്ന് ഭയന്നു വിറച്ചുപോയി. അവരെ തമ്മിൽ വേർതിരിക്കുന്നത് ഒരു ഭിത്തി മാത്രം. അയാൾ കേൾക്കാതിരിക്കുമോ?

അയാൾ രാവിലെ ചെയ്ത ജോലി ഇത്രമാത്രം. പണിതീർത്ത് വളരെ നാളുകളായ ഒരു സെപ്റ്റിക് ടാങ്ക്. മുകളിൽ സ്ലാബുകളിട്ട് മൂടിയിരുന്നു. ഗോവിന്ദൻ മേസ്ത്രിയുടെ നിർദ്ദേശപ്രകാരം ചീരങ്കൻ കമ്പിപ്പാരയെടുത്തു. എല്ലാവരും തുണികൊണ്ട് മൂക്ക് മൂടിക്കെട്ടിയിരുന്നു. കൈയുറകൾ, ഷൂസ്, മാസ്ക് മുതലായവയെല്ലാം കോർപ്പറേഷൻ ആഫീസിൽ സൂക്ഷിച്ചിട്ടുണ്ട്. അതൊന്നും ഇവർക്ക് ഇതുവരെ നല്കിയിട്ടില്ല. യാതൊരു സംരക്ഷണ ഉപകരണങ്ങളുമില്ലാതെ അവർ ജോലി ആരംഭിച്ചു.

ചീരങ്കൻ സ്ലാബിനടിയിൽ കമ്പിപ്പാര കടത്തി പൊക്കിമാറ്റി.

ആയിരം തലയുള്ള ആദിശേഷനെപ്പോലെ നാലുപാടും വിഷം ചീറ്റിയ ദുർനാറ്റം! മൂക്കു മൂടിക്കെട്ടിയ തുണി തുളച്ചുകൊണ്ട് കൂടിനിന്നവരുടെ ശ്വാസനാളങ്ങളെ ഞെരുക്കി വീർപ്പുമുട്ടിച്ചു. എല്ലാവരും ഒരു ചുവടു പിന്നോട്ടു മാറി. ചീരങ്കനു മയക്കം വരുംപോലെ തോന്നി. കമ്പിപ്പാര നിലത്തിട്ട് അയാൾ കുറേ ദൂരേക്ക് മാറി നിന്നു. മറ്റുള്ളവർ മൂക്കുപൊത്തി അങ്ങുമിങ്ങും ചുറ്റിത്തിരിഞ്ഞു. പത്തുനിമിഷംകൊണ്ട് പരിസരം സാധാരണ നിലയിലായി.

എട്ടുസ്ലാബുകളുണ്ടായിരുന്നു. ചീരങ്കൻ അവയെ ഈ രണ്ടുവീതം ഇരുവശങ്ങളിലുമായി തള്ളിമാറ്റിയിട്ടു നിറഞ്ഞു കവിഞ്ഞിരുന്ന ടാങ്കുകളിൽനിന്നും മലം കലർന്ന വെള്ളക്കുമിളുകൾ മുകളിൽവന്ന് പൊട്ടിച്ചിതറി. ടാങ്കിന്റെ വശങ്ങളിലും സ്ലാബുകളിലും മലം ഒട്ടിച്ചേർന്ന് കറുപ്പ് നിറത്തിൽ ചില കഷണങ്ങൾ വെള്ളത്തിൽ പൊങ്ങിക്കിടന്നു. രക്തം കട്ടപി

ടിച്ചതുപോലെ ചുവപ്പുനിറത്തിലുള്ള പാടകൾ അങ്ങിങ്ങായി ഒഴുകി നടന്നിരുന്നു.

റോഡിൽ നിർത്തിയിട്ടിരുന്ന ലോറിയിൽനിന്നും പച്ചനിറമുള്ള പ്ലാസ്റ്റിക് പൈപ്പ് വലിച്ചുകൊണ്ടുവന്നു. അതിന്റെ ഒരറ്റം ചീരങ്കൻ ടാങ്കിനുള്ളിലേക്ക് ഇറക്കിവച്ചു. വണ്ടിയിലുള്ള മോട്ടോർപമ്പ് ഓടിത്തുടങ്ങി. ടാങ്കിലുള്ള വെള്ളം കുറഞ്ഞുകൊണ്ടിരുന്നു. ടാങ്കിനോടു ചേർന്ന് പത്തു കക്കൂസുമുറികൾ, ചീരങ്കൻ അകത്തുപോയി നോക്കി. ക്ലോസറ്റുകളിൽ നിറഞ്ഞിരുന്ന മലം കലർന്ന വെള്ളം ടാങ്കിലേക്ക് വാർന്നു പൊയ്ക്കൊണ്ടിരുന്നു.

വെള്ളം കെട്ടിക്കിടക്കുന്ന ഭാഗം വരെ മാത്രമേ പമ്പു ചെയ്തു നീക്കാൻ കഴിയൂ. കട്ടിപിടിച്ചുകിടക്കുന്ന വണ്ടൽമണ്ണ് മാറ്റാൻ പമ്പിനു കഴിയില്ല. ഇപ്പോൾ വെറും കാറ്റു മാത്രമേ പൈപ്പിൽനിന്നും പുറത്തു വരുന്നുള്ളൂ.

“മതി... മതി... ഇനിയുള്ളതു കട്ടിയാണ്. ചീരങ്കാ... ഏണിവച്ച് താഴെയിറങ്ങ്”

മേസ്തിരി കല്പിച്ചു.

ഇറങ്ങാൻ പാകത്തിൽ ചീരങ്കൻ ഏണി താഴെയിറക്കി. കാക്കിയുടുപ്പും പാന്റും അഴിച്ചുവെച്ച് വെറും ജട്ടി മാത്രമിട്ട് അയാൾ ടാങ്കിലിറങ്ങി. ചെളിയിൽ കാൽപുതഞ്ഞയുടൻ ഞരമ്പുകൾ വഴി ശരീരമാസകലം ഒരു പുല്ലരിപ്പ് അയാൾക്ക് അനുഭവപ്പെട്ടു. ഓരോ രോമവും ചണൽച്ചരടുപോലെ ഉയർന്നുനിന്നു. കറുത്ത മലക്കുഴമ്പ് കാൽമുട്ടുകളെ മൂടി. താഴോട്ട് നോക്കിയാൽ മുട്ടു വരെ ഇരുൾ മൂടിക്കിടക്കുന്നതുപോലെ തോന്നി.

കരയിൽ നിന്നവർ ഒരു ഇരുമ്പുതൊട്ടി കയർ കെട്ടി താഴെയിറക്കി. ചീരങ്കൻ മമ്മട്ടികൊണ്ട് ചെളിക്കട്ടകൾ വെട്ടിയെടുത്ത് ബക്കറ്റിൽ നിറച്ചുകൊണ്ടിരുന്നു.

“ടേയ്, ബക്കറ്റുവാങ്ങി മണ്ണ് വെളിയിലിടൂ... കുറച്ചു തോർന്നശേഷം അരിയ കൗണ്ടർപ്പട്ടി ശ്മശാനത്തിൽ കൊണ്ടുതള്ളാം.” മേസ്തിരി പറഞ്ഞു. ജോലി ഉഷാറായി നടന്നുകൊണ്ടിരുന്നു.

നൂൽക്കഷണം തുണ്ടുകളാക്കി മുറിച്ചിട്ടതുപോലെ വെള്ള നിറപ്പുഴുക്കൾ. ചീരങ്കന്റെ കാലുകളിലൂടെ അവ മേലോട്ടു ഇഴഞ്ഞുകയറി. കൊതുകു കടിക്കുന്നതുപോലെയുള്ള വേദന. കൂടെക്കൂടെ ഇവയെ തുടച്ചുമാറ്റുകയും അടിച്ചുകൊല്ലുകയും അയാൾ ചെയ്തുകൊണ്ടിരുന്നു. ടാങ്കിന്റെ ഉൾഭിത്തിയിൽ ഉപ്പുകഷണങ്ങൾ ഒട്ടിപ്പിടിച്ചിരുന്നു.

“ചീരങ്കാ നാലുവശവും നല്ലതുപോലെ തൂത്തു വൃത്തിയാക്കണം.”

മേസ്തിരിയുടെ കല്പന.

ഇരുമ്പുമുറം കൊണ്ട് ചുവരുകൾ നാലുപാടും അയാൾ തൂത്തുവാരിയെടുത്തു. ചെളിമണ്ണും ഒരളവുവരെ കരയ്ക്കുകയറ്റി. ഓരോ ബക്കറ്റും മുകളിലേക്ക് ഉയർത്തുമ്പോൾ അതിൽനിന്നും വെള്ളത്തുള്ളികളും മലത്തിന്റെ തുണ്ടുകളും ചീരങ്കന്റെ മേൽ വീണ് താഴേക്ക് ഒഴുകിയിറങ്ങാൻ

തുടങ്ങിയിരുന്നു.

ഈ മലാഭിഷേകം ചെയ്തു നില്ക്കുന്ന ചീരങ്കനെ കണ്ടാണ് കലയരശി നിലവിളിച്ചുകൊണ്ട് ഓടിപ്പോയത്.

എന്റെ പൊന്നുമോൾ ഇനി എന്നെ തൊടാൻ പോലും മടിക്കും.

അച്ഛാ എന്നു വിളിച്ച് ഓടിവന്ന് എന്നെ കെട്ടിപ്പിടിക്കണമെങ്കിൽ ഞാനീ തൊഴിൽ ഉപേക്ഷിക്കണം.

ഈ തീരുമാനത്തിൽ അയാൾ എത്തിച്ചേർന്നു. ഈയവസരത്തിൽ എല്ലാം നഷ്ടപ്പെട്ടവളെപ്പോലെ വിജയ അയാളുടെ മുന്നിൽ നിന്നിരുന്നു.

അവരുടെ കല്യാണം നടക്കുന്ന സമയത്ത് കക്കൂസ് കഴുകൽ, റോഡു തൂത്തുവാരൽ, ഓടകളിൽനിന്നും കോരി കരയ്ക്കിട്ടിരിക്കുന്ന കുപ്പകളും, മണ്ണും, കുപ്പത്തൊട്ടികളിലുള്ള മാലിന്യങ്ങളും വണ്ടിയിൽ കയറ്റിവയ്ക്കൽ ഇതൊക്കെയായിരുന്നു അവളുടെ ജോലി. മഞ്ഞുകാലത്തും വേനൽക്കാലത്തും അവളുടെ ജനനേന്ദ്രിയത്തിനു ചുറ്റും തടിച്ചുവീർത്തുവരും. തുടയിടുക്കുകളിലും പൊക്കിളിനുചുറ്റും കുമിളകുമിളയായി പൊങ്ങും. രാത്രിയിൽ ചൊറിച്ചിൽ സഹിക്കവയ്യാതെ ഒരു ഭ്രാന്തിയെപ്പോലെ ഉറങ്ങാതെ കിടക്കും. എല്ലായ്പ്പോഴും ദേഹം മുഴുവൻ ചോരയും നീരും പൊട്ടിയൊലിച്ചുകൊണ്ടിരിക്കും. ഉടുത്തിരിക്കുന്ന തുണികൾ ഒരിക്കലും ഉണങ്ങാതെ എപ്പോഴും ദുർഗ്ഗന്ധം വമിക്കും. അവളുടെ അടുത്തു കിടക്കാൻ കഴിയാതെ മനംനൊന്താണ് ചീരങ്കൻ കഴിഞ്ഞിരുന്നത്. ഡോക്ടറുടെ നിർദ്ദേശപ്രകാരം വിജയ ആ തൊഴിൽ ഉപേക്ഷിച്ചു.

ഇപ്പോൾ എല്ലാ പിടുത്തവും കഴിഞ്ഞുകിട്ടുന്ന മൂവായിരം രൂപ കൊണ്ടു വേണം ചെലവുകൾ മൊത്തം നടത്തേണ്ടത്. ഞാൻ കൂടി ഈ ജോലി വേണ്ടെന്ന് വച്ചാൽ വേറെ എന്തു പണി കിട്ടാനാണ്? ചീരങ്കൻ ആലോചിച്ചു.

പത്താംക്ലാസ്സുവരെയെങ്കിലും പഠിച്ചിരുന്നെങ്കിൽ അനിയനെപ്പോലെ ഒരു ക്ലാർക്കിന്റെയോ അല്ലെങ്കിലൊരു പ്യൂണിന്റെയോ ജോലി കിട്ടുമായിരുന്നു. അച്ഛൻ എന്റെ തലയ്ക്കടിച്ച് ഇരുത്തിക്കളഞ്ഞു. അന്ന് ഈ മരത്തലയിൽ ഒന്നും കടക്കുമായിരുന്നില്ല. അഞ്ചാം ക്ലാസ്സിൽ പഠിത്തം നിർത്തി. ഇപ്പോൾ ഈ സുഖക്കേടും വച്ചുകൊണ്ട് എത്രനാൾ ജോലി ചെയ്യാൻ കഴിയും? അഥവാ ചെയ്താലും എന്തു സമ്പാദിക്കാനാവും? വായും വയറും മുറുക്കിയെടുത്ത് തന്റെ ചേച്ചിയുടെ കല്യാണത്തിന് വാങ്ങിയ കടം കുറേശ്ശെയായി അടച്ചു തീർത്തുകൊണ്ടിരിക്കുകയാണ്. കൂലിപ്പണിക്ക് പോയാൽ അതിനു കഴിയുമോ? ഈ ജി ആർ ജി കോളനിയിലെ വീടുകളുടെ കാര്യം പറയാനുണ്ടോ? പണി തീർന്നിട്ട് നാല്പതു വർഷമെങ്കിലും ആയിക്കാണും. കഴുക്കോലുകൾ ചിതലരിച്ചും ഓടുകൾ പൊട്ടിച്ചിതറിയും കിടക്കുന്നു. ചുവരുകൾ ഇടിഞ്ഞുപൊളിഞ്ഞ് നിലം പൊത്താറായി. നല്ലൊരു മഴ പെയ്താൽ എല്ലാം തകർന്നുവീഴും. വീട് എങ്ങനെയായിരുന്നാലെന്താ? മാസാമാസം വാടക, കറണ്ടുബില്ല് എന്നു പറഞ്ഞ് ശമ്പളത്തിൽനിന്നും പിടിക്കും. പട്ടയം ആവശ്യപ്പെട്ട് മന്ത്രിക്കും കളക്ടർക്കും മേയർക്കും എത്ര

അപേക്ഷകളാണ് കൊടുത്തിട്ടുള്ളത്. ജാഥയ്ക്കും മറ്റും പോയി തൊണ്ട യിലെ വെള്ളം വറ്റിച്ചതു മിച്ചം. ഒന്നും നടക്കുമെന്ന് തോന്നുന്നില്ല. പെട്ടെന്ന് വീടൊഴിയണമെന്ന് നാലഞ്ചുപേർ. അങ്ങുദൂരെ കാടിനുള്ളിൽ അഞ്ചും പത്തും സെന്റ് വിലയ്ക്കുവാങ്ങിയിട്ടുണ്ട്. എന്നെക്കൊണ്ട് അതിനും കഴിയില്ല. എങ്ങനെ പെഴയ്ക്കുമോ എന്തോ?

ഇങ്ങനെയുള്ള വ്യാകുല ചിന്തകളിൽ അയാളുടെ ഉള്ളം പുകഞ്ഞു കൊണ്ടിരുന്നു. ആ പുകയ്ക്കടിയിൽ മറഞ്ഞുകിടന്ന കനൽ ഇതാ കണ്ണു കളെ എരിക്കാൻ തുടങ്ങിയിരിക്കുന്നു.

സമ്പാദ്യം... എന്തോന്നു സമ്പാദ്യം... എന്റെ സമ്പാദ്യമെല്ലാം എന്റെ മകൾ കലയരശിയായിരുന്നു. അവൾ മുന്നിൽ വന്നുനിന്ന് അച്ഛാ എന്നൊന്നു വിളിച്ചാൽ മാത്രം മതി അപ്പോൾത്തന്നെ എല്ലാ സുഖങ്ങളും വന്നുചേരും. വേണ്ടാ വേണ്ടാ.... എനിക്കീ ജോലിയേ വേണ്ടാ. വിടണം.. വിട്ടുകളയണം. എനിക്ക് എന്റെ കൺമണിയെ വേണം... എന്റെ ജീവൻ എനിക്കു തിരിച്ചുകിട്ടണം. ചീരങ്കൻ അലറിക്കരഞ്ഞു.

ഈ അലർച്ച കേട്ട് വെളിയിൽ നിന്നവർ കാര്യമറിയാതെ ഉള്ളിലേക്ക് ഓടിച്ചെന്നു. അയാൾ പുതപ്പ് വലിച്ചെറിഞ്ഞ് ചാടിയെഴുന്നേറ്റു.

“അയ്യോ അമ്മേ...” നിലവിളി. ഉഗ്രമായ നിലവിളി. നൂറു കമ്പിപ്പാര കൾ വൃഷണത്തിൽ കുത്തിക്കയറ്റുന്നതുപോലെ അസഹ്യമായ വേദന. ഇരുകൈകൾകൊണ്ടും അടിവയർ പൊത്തിപ്പിടിച്ച് അയാൾ ഞെളിപിരി കൊണ്ടു. നിവർന്നു നില്ക്കാനോ ഇരിക്കാനോ അയാൾക്കു കഴിഞ്ഞില്ല. കാലുകൾ നിലത്തുറയ്ക്കുന്നില്ല. ശരീരം തളർന്നു ബോധരഹിതനായി ഭിത്തിയിലേക്ക് ചാഞ്ഞു. പരിഭ്രമിച്ചുപോയ വിജയവും കരുമലയും കൂടി അയാളെ കാലുകൾ അല്പം അകത്തിവെച്ച് പുതപ്പുകൊണ്ട് മൂടി. “കലേ... കലേ” എന്ന വിറയാർന്ന ചുണ്ടുകൾ ഇടയ്ക്കിടെ പുലമ്പിക്കൊണ്ടിരുന്നു.

ഭർത്താവിന്റെ തല താങ്ങിപ്പിടിച്ച് മടിയിൽ കിടത്തി വിജയ വിങ്ങി പ്പൊട്ടി. മനോവ്യഥയോടെ കരുമല പറഞ്ഞു.

“ആശുപത്രിയിൽ പോകാം. ചേട്ടത്തീ!” വേണ്ടാ... അങ്ങേർക്ക് ഇപ്പോൾ ആശുപത്രി. “ഡോക്ടർ മരുന്ന് എല്ലാം കല തന്നെയാണ്.”

“അവളു വരത്തില്ലെന്നല്ലെ പറയുന്നത്. ആ തീട്ടമെല്ലാം നിന്റേയോ നിൻ്റച്ഛനമ്മമാരുടേതോ അല്ലെടീ.... ആ ലാവണ്യ... അവളുടെ അച്ഛനുമ മ്മയും ഈ നാട്ടുകാരുടേതെല്ലാമാണ്. അവരാണ് ഈ ഓടകളും കക്കൂ സുകളും ഈ നാടുമുഴുവനും നാറ്റിക്കുന്നത്. അവരു തിന്നുന്നതെല്ലാം അവരുടെ വയറ്റിൽ തന്നെ സൂക്ഷിച്ചു വെയ്ക്കാൻ പറ. അല്ലെങ്കിൽ ഇതെല്ലാം വാരി വൃത്തിയാക്കാൻ അവരോട് പറ. അവർക്കു പോലും സഹി ക്കാൻ കഴിയാത്ത അവരുടെ ദുർഗ്ഗന്ധത്തെ സഹിച്ചുകൊണ്ട് നമ്മൾ കോരി മാറ്റണം. വൃത്തികേടാക്കുന്നവരാണോ മോശക്കാർ, അതോ വൃത്തിയാ ക്കുന്നവരോ?”

അല്പനേരത്തെ മൗനത്തിനുശേഷം വീണ്ടും തുടർന്നു.

“നമ്മൾ വയറ്റുപ്പിഴപ്പിനുവേണ്ടി മറ്റുള്ളവർക്ക് ഉപകരിക്കത്തക്കവിധം

ചില ജോലികൾ ചെയ്ത് കൂലിയോ ശമ്പളമോ വാങ്ങുന്നതിന്റെ പേര് തോട്ടിപ്പണി! അതാടീ നിന്റച്ഛൻ ചെയ്യുന്നത്. നിന്റച്ഛൻ ചെയ്യുന്നതു കെട്ട പണിയാണെങ്കിൽ ഡോക്ടർ പണി, കളക്ടർ പണി എല്ലാം മോശപ്പെട്ട ജോലികൾ തന്നെയാണ്. തോട്ടിപ്പണിയും മോശം തന്നെ! നിന്റച്ഛൻ ചെയ്യുന്ന ജോലി ഒന്നു പരിഷ്കരിച്ച് പതിനായിരമോ, ഇരുപതിനായിരമോ ശമ്പളം കൊടുക്കാമെന്നു പറഞ്ഞു നോക്ക് മത്സരിച്ച് മത്സരിച്ച് മേൽജാതിക്കാർ ക്യൂവിൽ വന്ന് നില്ക്കും."

കരുമല കലയരശിയോട് പറഞ്ഞ കാര്യങ്ങൾ ഇവരോടും പറഞ്ഞു നിർത്തി.

ഭർത്താവിനെയും മകളെയും ഓർത്തോർത്ത് വിജയ വാവിട്ടു കരഞ്ഞുകൊണ്ടേയിരുന്നു. തന്റെ നിലവിളി അയൽപക്കക്കാർ തെറ്റിദ്ധരിച്ചേക്കുമോ എന്ന് ഭയന്ന് സാരിത്തുമ്പുകൊണ്ട് അവൾ വായ് മൂടി.

ചിറ്റപ്പന്റെ വീട്ടിലിരുന്ന കലയുടെ മനസ്സിൽ രാവിലെ നടന്ന സംഭവങ്ങൾ. കൺമുമ്പിൽ കണ്ട കാഴ്ച... ലാവണ്യ തന്നെ അപമാനിച്ചത്. ചിറ്റപ്പന്റെ വാക്കുകൾ. എല്ലാം തികട്ടി വന്നുകൊണ്ടിരുന്നു.

അവിടെ നിന്നും ഒരു സിംഹക്കുട്ടിയെപ്പോലെ അവൾ സടകുടഞ്ഞെഴുന്നേറ്റ് പുറത്തേക്കോടി. നടന്ന സംഭവങ്ങൾ വീണ്ടും വീണ്ടും മനസ്സിലേക്ക് ഓടിക്കയറവേ, അവളുടെ നടത്തത്തിന്റെ വേഗതയും കൂടിക്കൂടി വന്നു. അന്തരീക്ഷ വായുവിനെ ശക്തിയായി തന്റെ ഉള്ളിലേക്കാവാഹിച്ച്.

"പഠിക്കണം, ഇനിയും നല്ലതുപോലെ പഠിക്കണം. പഠിച്ച് പഠിച്ച് വലിയ ഒരാളാകണം. മറ്റുള്ളവരേക്കാൾ നന്നായി പഠിക്കണം." അവൾ ശ്വാസമടക്കിപ്പിടിച്ച് വീർപ്പുമുട്ടി നിന്നു. പാവാടയുടെ വലതുവശം ഉയർത്തി ഇടതുവശത്തെ ഇടുപ്പിൽച്ചൊരുകി.

ആ വീടിന്റെ മുന്നിൽ വന്നു നിന്നു.

ലാവണ്യാ... അവൾ അട്ടഹസിച്ചു. ആ ശബ്ദത്തിന്റെ കാഠിന്യം ലാവണ്യയുടെ വീട്ടുകാരെ വിറപ്പിച്ചു. പിന്നീട് അതിന്റെ ധ്വനി വൈദ്യുത തരംഗങ്ങൾ പോലെ വളയങ്ങളായി കാറ്റിൽപ്പറന്നു.

നിമിഷങ്ങൾക്കുള്ളിൽ അതൊരു മാന്ത്രിക ഔഷധം പോലെ ചീരങ്കന്റെ വീടിനുള്ളിൽ കടന്നു. ഉള്ളങ്കാൽ വഴി അത് അയാളുടെ മൂർദ്ധാവിൽ എത്തിച്ചേർന്നു.

# 3

# വിശ്വാസം രക്ഷിക്കട്ടെ!

**മേ**രി ബസിൽ കയറിയിരുന്നു. ഹൃദയം സന്തോഷത്താൽ പൂത്തുലഞ്ഞു നിന്നു. ആ സന്തോഷം മൂടിവെച്ചിരുന്ന ചുണ്ടുകൾക്കിടയിൽ ഒരു വെള്ളിത്തുണ്ടുപോലെ കാണപ്പെട്ടു. മടിയിലിരുന്ന വാനിറ്റി ബാഗിന്റെ സിബ്ബ് തുറന്ന് സാവധാനം കൈകൾ ഉള്ളിൽക്കടത്തി. ആ പേപ്പർ കവർ കൈയിൽപ്പെട്ടു. വെളിയിലെടുത്ത് എണ്ണിനോക്കിയാലോ? ഛേ... ഛേ... വല്ല കള്ളന്മാരുടെയും കണ്ണിൽപ്പെട്ടാലോ? സാവകാശം കൈ പുറത്തെടുത്ത് സിബ്ബ് വലിച്ചടച്ചു.

ജൂൺ, ജൂലൈ, ആഗസ്ത്, സെപ്തംബർ... നാലു മാസത്തെ ശമ്പളം എൺപതിനായിരത്തിനു മുകളിൽ കാണും. വീട്ടിൽച്ചെന്ന് എണ്ണിനോക്കാം. ഊ....ഹും. സ്റ്റീഫൻ വന്നിട്ട് രണ്ടുപേരും ചേർന്ന് എണ്ണി നോക്കാം. തള്ളി വന്ന ആവേശം മേരി അടക്കിനിർത്തി.

ഹെഡ്മിസ്ട്രസ് സിസ്റ്റർ മാർട്ടിനാ വിളിച്ചിരുന്നു. ഒപ്പിട്ടുകൊടുത്തു. അവർ തടിച്ച ഒരു കവർ നീട്ടി. നന്ദിയോടുകൂടി തലകുനിച്ച് കവർ ഏറ്റുവാങ്ങി.

“ഗോഡ് ബ്ലസ് യു! കുട്ടികളോടും കുടുംബത്തോടുമൊപ്പം സന്തോഷമായിരിക്കട്ടെ.”

സിസ്റ്ററിന്റെ ആശംസ മേരിയുടെ മനസ്സിൽ കുളിരുകോരിയിട്ടു.

ഉണ്ണിയേശു പള്ളിക്ക് അയ്യായിരം നേർച്ച. പള്ളിയിൽപ്പോകുന്ന വഴിക്ക് കുഷ്ഠരോഗം പിടിപെട്ട് കീറത്തുണി പുതച്ചുകിടക്കുന്ന ദമ്പതിമാർക്ക് തുണികൾ. താമസിക്കുന്ന വാടകവീടിന്റെ പൊട്ടിപ്പൊളിഞ്ഞ കുളിമുറി നന്നാക്കൽ.

നല്ലവെള്ളം കിട്ടാൻ പൊതുപൈപ്പിൽ വരി നില്ക്കണം. വാടക രണ്ടായിരമോ മൂവായിരമോ ആയാലും സാരമില്ല. എല്ലാ സൗകര്യങ്ങളുമുള്ള

ഒരു ടെറസ് വീടെടുക്കണം. എനിക്കൊരു സെൽഫോൺ. പാവം സ്റ്റീഫൻ. നടപ്പുതന്നെ ശരണം. അദ്ദേഹത്തിനൊരു റ്റി വി എസ് ഫിഫ്റ്റി ഇങ്ങനെ ഓരോന്നു കണക്കുകൂട്ടിയിരിക്കുമ്പോൾ ബസ് ശാരദാ സ്റ്റോപ്പിൽ വന്നു നിന്നു. മേരി ഇറങ്ങി നടന്നു.

മേരി വീട്ടിലെത്തി അര മണിക്കൂറിനുള്ളിൽ സ്റ്റീഫൻ വന്നു. ഒരു മരുന്നു കടയിലാണ് അയാൾക്കു ജോലി. എന്നും ഒൻപതു മണിക്കാണ് ജോലി കഴിഞ്ഞെത്തുന്നത്. അന്ന് മുവേന്ദർ ഹാളിൽ നടന്ന മനുഷ്യാവ കാശ സെമിനാറിൽ അവധിയെടുത്ത് പങ്കെടുക്കുകയായിരുന്നു. ബി കോം പാസായ ഉടനെ നിയമം പഠിക്കണമെന്നായിരുന്നു അയാളുടെ ആശ. കുടുംബസാഹചര്യം ആ ആഗ്രഹത്തിന് തടയിട്ടു. മനുഷ്യാവകാശങ്ങൾ, തൊഴിലാളിക്ഷേമം മുതലായ വിഷയങ്ങളിൽ നടക്കുന്ന സമ്മേളനങ്ങളിൽ പങ്കെടുക്കാൻ അയാൾക്ക് പ്രത്യേക താല്പര്യം തന്നെ ഉണ്ടായിരുന്നു.

ഹൈസ്കൂളദ്ധ്യാപികയായ ഭാര്യയുടെ ശമ്പളം എണ്ണുന്നതിൽ സ്റ്റീഫന് സന്തോഷവും അഭിമാനവും തോന്നി. ആ തുക എങ്ങനെയെല്ലാം ചെലവഴിക്കണമെന്നുള്ള പട്ടിക അയാളെ ഏല്പിച്ചപ്പോൾ അയാളുടെ സന്തോഷം ഇരട്ടിച്ചു. ഇതൊക്കെയാണെങ്കിലും അയാളുടെ ഉള്ളിന്റെയു ള്ളിൽ ഒരു ഇറുത്തൽ. തന്നെക്കൊണ്ട് ഇതുവരെ മൂവായിരം രൂപയ്ക്കു മേൽ സമ്പാദിക്കാൻ കഴിഞ്ഞിട്ടില്ലല്ലോ എന്ന സങ്കടം. ബാങ്കുകൾ, റയിൽവേ, ഇൻഷുറൻസ് കമ്പനികൾ എന്നിവിടങ്ങളിൽ ജോലിക്കായി പല ടെസ്റ്റുകളും സ്റ്റീഫൻ എഴുതിയിരുന്നു. എന്നാൽ ഇതുവരെ ഒന്നും തരപ്പെട്ടില്ല. അയാളുടെ മനസ്സുവായിച്ചെടുത്തപോലെ മേരി പറഞ്ഞു.

"എന്തിനാ സങ്കടപ്പെടുന്നത്? നല്ലതുപോലെ പരിശ്രമിക്കൂ. അടുത്ത ബാങ്ക് എക്സാമിൽ തീർച്ചയായും കിട്ടും. ഞാൻ കണ്ട സ്വപ്നങ്ങളെല്ലാം സഫലമാകും. എനിക്ക് അഞ്ചുപവന്റെ ഒരു മാല. പിന്നെ ലോണെടുത്തു ഒരു വീടോ സ്ഥലമോ വാങ്ങണം. ചുറ്റുമതിലും പലതരം ചെടികളും വേണം. ക്രോട്ടൺസ് വളർത്തണം. പോർട്ടിക്കോവിലൊരു കാർ. പൂർത്തീ കരിക്കുന്നതിനു മുമ്പു തന്നെ പുതിയ പുതിയ ആശകൾ,... സ്വപ്നങ്ങൾ. നമ്മുടെ ആശകളെപ്പോലെ എപ്പോഴും മേലോട്ട് ഉയർന്നുയർന്ന് പറന്നു കൊണ്ടിരിക്കും. ഒരിക്കലും അതു നമ്മുടെ സങ്കടങ്ങളെ വെളിപ്പെടുത്തു കയില്ല. സ്റ്റീഫൻ തന്നത്താൻ സമാധാനിപ്പിക്കാൻ ശ്രമിച്ചു. അന്നുരാത്രി ഇരുവരും ആഘോഷപൂർവ്വം കൊണ്ടാടി.

അടുത്ത ദിവസം കൈയിൽ കേക്കുകൾ നിറച്ച കുറേ കടലാസുപെ ട്ടികളുമായാണ് സ്കൂളിൽ പോയത്. ഒന്ന് പ്രധാനാദ്ധ്യാപികയ്ക്ക് മറ്റൊന്ന് ഗേൾസ് ഹോസ്റ്റലിലെ മദറിന്, മറ്റുള്ളത് സഹപ്രവർത്തകർക്ക്. മേരിയുടെ സന്തോഷം സഹാദ്ധ്യാപികമാരുടെ വായിൽ തേനൂറുന്ന മധുരം പകർന്നു നല്കി.

ജനുവരി മാസത്തിൽ ഒരു സംശയം! രണ്ടുപേരും കൂടി ഡോക്ടറെ കണ്ടു. മേരി ഗർഭിണിയാണെന്നു സ്ഥിരീകരിക്കപ്പെട്ടു. സിസ്റ്റർ മാർട്ടിനാ

യുടെ ആശീർവാദം കൊണ്ടാണ് താൻ ഗർഭിണിയായതെന്നു വിശ്വസിച്ച് മേരി, ഈ സന്തോഷവാർത്ത ആദ്യം അവരോടുതന്നെയാണ് പറഞ്ഞത്. തുടർന്ന് മേരിക്കു സുഖകരമായ ചില ആലസ്യങ്ങൾ.

ഛർദ്ദി, മയക്കം, ക്ഷീണം.

മാർച്ചിൽ വാർഷിക പരീക്ഷ. ഏപ്രിൽ പതിനഞ്ചിനു മുൻപ് പരീക്ഷ പേപ്പറുകൾ തിരുത്തി പ്രമോഷൻ ലിസ്റ്റും തയ്യാറാക്കിക്കൊടുത്തു. ഇനി പത്തും പന്ത്രണ്ടും ക്ലാസുകളിലെ സ്പെഷ്യൽ ക്ലാസുകളെടുക്കുന്ന അദ്ധ്യാപികമാർ മാത്രം വന്നാൽ മതി. മേരിക്ക് അവധിയായി.

ഏപ്രിൽ മുപ്പത് ശമ്പളദിനം. അന്ന് സ്റ്റാഫ് മീറ്റിങ്. അതിൽ അപ്രതീക്ഷിതമായ ഒരു സംഭവം മേരിക്കുണ്ടായി. ഇപ്പോഴത്തെ ഹെഡ്മിസ്ട്രസ് സിസ്റ്റർ മാർട്ടിനയ്ക്ക് മധുരയിലേക്ക് സ്ഥലം മാറ്റം. പകരം സിസ്റ്റർ അമല ഹെഡ്മിസ്ട്രസ് ആയി ചുമതലയേറ്റു. ഗേൾസ് ഹോസ്റ്റലിലെ മദറാണ് ഈ വിവരം യോഗത്തിൽ അറിയിച്ചത്. വാർത്ത കേട്ട് മേരി വിതുമ്പിക്കരഞ്ഞു. ഒരു നന്ദി പറയാനുള്ള അവസരം പോലും കിട്ടിയില്ലല്ലോ എന്ന് അവൾ സങ്കടപ്പെട്ടു. അടുത്തിരുന്ന അദ്ധ്യാപികമാർ അവളെ ശ്രദ്ധിക്കുന്നതുപോലെ തോന്നി. മുഖം തുടച്ച് സാധാരണപോലെ മേരി പെരുമാറി. അതിനിടയിൽ പൂച്ചെണ്ടുകൊടുത്ത്, ഷാൾ പുതപ്പിച്ച് പുതിയ സിസ്റ്ററിന് വരവേല്പും നല്കി.

ലഘുഭക്ഷണത്തിനുശേഷം ശമ്പളക്കവറുകളും വാങ്ങി എല്ലാവരും പുറപ്പെട്ടു. മേരി ശമ്പളം വാങ്ങിയ ഉടൻ.

"അല്പം വെയ്റ്റ് ചെയ്യൂ." സിസ്റ്റർ അമല പറഞ്ഞു. എന്തിനായിരിക്കും എന്നോടുമാത്രം നില്ക്കാൻ പറഞ്ഞത്? മാനേജ്മെന്റ് പറയുന്ന ജോലികളെല്ലാം ഏറ്റെടുക്കുന്നവളാണല്ലോ താൻ. എന്തെങ്കിലും ജോലി കാണും. മേരി കാത്തിരുന്നു.

ഒരു പുഞ്ചിരിയോടുകൂടി സിസ്റ്റർ അമല മുറിയിലേക്ക് കടന്നുവന്നു. കസേരയിലിരുന്ന് കാളിങ് ബെല്ലടിച്ചു. കൈയിലൊരു കവറുമായി ഓഫീസ് ജോലികൾ ചെയ്യുന്ന സിസ്റ്റർ വന്നു. അതു വാങ്ങി മേരിക്ക് കൊടുത്തിട്ട്.

"ഇതിൽ ഒരു സൈൻ ചെയ്യൂ."

സിസ്റ്റർ അമല പറഞ്ഞു. മാനേജ്മെന്റ് നല്കുന്ന ഏതു കടലാസിലും വായിച്ചുപോലും നോക്കാതെ ഒപ്പിട്ടുകൊടുക്കുന്നവളാണ് മേരി. എങ്കിലും കൈയിൽ കിട്ടിയ കടലാസ് ഒന്നോടിച്ചുനോക്കി.

താങ്കൾ ഇക്കൊല്ലം താങ്കളുടെ ജോലികൾ കൃത്യമായും കാര്യക്ഷമമായും ചെയ്തുതീർത്തിട്ടുണ്ട്. താങ്കൾ പഠിപ്പിച്ച കുട്ടികൾ നല്ല മാർക്കു വാങ്ങി വിജയിച്ചിട്ടുണ്ട്. തനിക്കു കിട്ടിയ അഭിനന്ദനത്തിൽ സന്തോഷിച്ച മേരിയെ, തുടർന്നുവന്ന വാചകങ്ങൾ തളർത്തിക്കളഞ്ഞു. ശരീരമാസകലം വിയർപ്പിൽ കുളിച്ചു. കാലുകൾ നിലത്തുറയ്ക്കാതെ വഴുതിപ്പോകുന്നതുപോലെ തോന്നി. പെട്ടെന്ന് 'മാതാവേ' എന്ന ദയനീയമായ നിലവിളി

യോടെ ഇടതുവശത്തേക്ക് ചരിഞ്ഞു വീഴാൻ തുടങ്ങി. അടുത്തുനിന്ന സിസ്റ്റർ താങ്ങിപ്പിടിച്ച് മേരിയെ ഒരു കസേരയിലിരുത്തി.

"എന്താ ടീച്ചർ സുഖമില്ലേ?"

സിസ്റ്റർ അമല ചോദിച്ചു.

വായിൽ നിറഞ്ഞ ഉമിനീർ വിഴുങ്ങാൻപോലും കഴിയാതെ മേരി തന്റെ വലതുകൈ മേശപ്പുറത്തിരിക്കുന്ന കവറിലേക്ക് ചൂണ്ടി.

"ഇത്... ഇത്...

ഇതിലെന്താണ്?"

'ഒരു വർഷത്തേക്ക് നിങ്ങളെ ടെമ്പററിയായിട്ടാണ് നിയമിച്ചിരുന്നത്. അതുകൊണ്ടാണ് ഇപ്പോൾ പിരിച്ചുവിടാനുള്ള ഉത്തരവ് തന്നിരിക്കുന്നത്.'

സിസ്റ്റർ അമല.

കണ്ണുനീർ ന്യൂനമർദ്ദനത്തെത്തുടർന്ന് നിർത്താതെ പെയ്യുന്ന മഴപോലെ അവളുടെ കണ്ണുനീർ ധാരധാരയായി ഒഴുകി. ഉപ്പുരസമുള്ള വിറയാർന്ന ചുണ്ടുകളോടെ മേരി.

"അല്ല സിസ്റ്റർ, മദറും പ്രോവിൻഷ്യലും പെർമനന്റ് പോസ്റ്റിങ് ആണെന്നാണ് പറഞ്ഞിട്ടുള്ളത്."

'അതെല്ലാം അവരോട് പോയി ചോദിക്കണം. ഇപ്പോൾ സൈൻ ചെയ്യൂ.'

സിസ്റ്ററിന്റെ തലയിൽ അധികാരത്തിന്റെ കൊമ്പുകൾ മുളച്ചു പൊന്തി നിന്നിരുന്നു.

"വളരെ ടയേഡായിരിക്കുന്നു സിസ്റ്റർ.

നാളെ വന്ന് സൈൻ ചെയ്തു തരാം."

"അതെന്താ നാളത്തേക്ക്? ഇപ്പോൾത്തന്നെ സൈൻ ചെയ്യണം. എനിക്ക് വേറെ ധാരാളം ജോലികളുണ്ട്."

മര്യാദയുടെ സീമകൾ ലംഘിച്ച് ധാർഷ്ട്യത്തോടെ സിസ്റ്റർ അമല പറഞ്ഞു.

മേരിക്കു വീണ്ടും ശരീരം തളരുന്നതുപോലെ... പേനയെടുക്കാൻ ശ്രമിച്ചു. വിരലുകൾ കിടുകിടാ വിറയ്ക്കുന്നു.

"എനിക്ക് ഒരു ദിവസത്തെ  സാവകാശം തരണം, സിസ്റ്റർ"

"ഒരു സെക്കന്റുപോലും തരാൻ പറ്റില്ല. സിസ്റ്റർ കതകടയ്ക്കൂ."

കതകുകൾ അടഞ്ഞു. കഴുത്ത് അറുത്തിട്ടതുപോലെ മേരിയുടെ തല ഒടിഞ്ഞുതൂങ്ങി. വേദനയുടെ കാഠിന്യത്തിൽ തിളച്ച ശരീരത്തിൽ നിന്നും ഉടുവസ്ത്രങ്ങളിൽനിന്നും ആവി പറക്കുന്നതുപോലെ തോന്നി. മേരി സാവകാശം തലയുയർത്തി ഉച്ചിമുതൽ പാദം വരെ മൂടിയിരുന്ന വെള്ളക്കുപ്പായത്തെ കീഴ്മേൽ സൂക്ഷിച്ചുനോക്കി.

ഈ വെള്ളക്കുപ്പായത്തോടുള്ള ബഹുമാനം കൊണ്ടാണ് ഈ സ്കൂളിൽ ജോലിക്ക് ചേർന്നത്. രാവിലെ എട്ടര മുതൽ വൈകിട്ട് ആറു വരെ കഠിനമായി ജോലി ചെയ്തു. എന്റെ കുട്ടികളുടെ ഹോംവർക്കുകൾ

മാത്രമല്ല. മറ്റു രണ്ടു സിസ്റ്റർമാരുടെ ഇംഗ്ലീഷ് കോമ്പസിഷൻ ബുക്കുകളും ആയിരക്കണക്കിനു പരീക്ഷ പേപ്പറുകളും ഞാൻ തിരുത്തിക്കൊടുത്തിട്ടുണ്ട്. പാട്ട്, പ്രസംഗം, ഉപന്യാസം, നാടകം, നൃത്തം മുതലായ മത്സരങ്ങൾക്ക് കുട്ടികളെ കൂട്ടിക്കൊണ്ടുപോയി. എല്ലാം കഴിഞ്ഞ് സ്കൂളിൽ കൊണ്ടുവിട്ട് രാത്രി പത്തുമണിക്കുശേഷം എത്രയോ ദിവസങ്ങളിൽ വീട്ടിൽ പോയിട്ടുണ്ട്. എന്റെ ശബ്ദം കുറേ നന്നായിരിക്കുന്നതിനാൽ ആഘോഷദിവസങ്ങളിലും മേലധികാരികൾ എത്തുമ്പോഴും എന്നെക്കൊണ്ട് നിർബ്ബന്ധിച്ച് പാട്ടുപാടിക്കാറുണ്ട്. കഴിഞ്ഞ ആറുവർഷത്തിനിടയിൽ ഞാൻ എപ്പോഴെങ്കിലും ലീവെടുത്തിട്ടുണ്ടോ? ഓ... ആ കാണുന്ന ഈട്ടിത്തടികൊണ്ടുള്ള ബ്യൂറോ നീക്കിവച്ചപ്പോൾ അതിനിടയിൽപ്പെട്ട് എന്റെ കാൽവിരലുകൾ ചതഞ്ഞരഞ്ഞു. ആ മുറിവു വച്ചുകെട്ടിയ പാദങ്ങളോടെ ക്ലാസുകൾ നടത്തിയിട്ടുണ്ട്. ഒന്നും മറക്കാൻ കഴിയില്ല.

ഈ ഞൊണ്ടിക്കാലും വച്ചുകൊണ്ടാണ് അവളീ പള്ളിക്കൂടത്തെ താങ്ങി നിർത്തുന്നത്. ചിലർ പരിഹസിച്ചു. എന്നിട്ട് എനിക്കു തന്ന ശമ്പളമോ? മാസം ആയിരത്തിയഞ്ഞൂറ് രൂപ! അങ്ങനെ രണ്ടു വർഷങ്ങൾ പിന്നീട് രണ്ടായിരം രൂപ വീതം മൂന്നു വർഷങ്ങൾ.

കഴിഞ്ഞ വർഷം സ്ഥിരപ്പെടുത്തും. സർക്കാർ ശമ്പളവും കിട്ടും എന്നെല്ലാം പ്രതീക്ഷകളായിരുന്നു. സ്വർഗ്ഗലോകത്തിലേക്ക് ഏണി വച്ചു കയറി. പക്ഷേ, പാമ്പിന്റെ വായിൽ അകപ്പെട്ട് പാതാളത്തിന്റെ പടുകുഴിയിലേക്ക് വലിച്ചെറിയപ്പെട്ടു.

ചിന്തകൾ വിട്ടുണർന്ന മേരി, തന്റെ ഈ വേദനകളിൽ നിന്നുണ്ടാകുന്ന കൊടുംവിഷം വയറ്റിൽ വളരുന്ന കുഞ്ഞിന്റെ ആത്മാവിനെ പ്രതികൂലമായി ബാധിക്കാതിരിക്കട്ടെ എന്ന ധാരണയിൽ അടിവയറുതടവി, ഒരു പേനയ്ക്കായി പരതി. നീട്ടിയ കടലാസുകളിൽ ഒപ്പിട്ടുകൊടുത്തു. ഒരുകോപ്പി നീലക്കവറിലാക്കി മേരിയുടെ കൈയിലേല്പിച്ചു.

വീട്ടിലെത്തിയ ഉടനെ ഒരു പായിലേക്ക് വീണു. കാലുകൾ മടക്കി വച്ചു കിടന്നു. തനിക്കു പറ്റിയ വഞ്ചനയേക്കാൾ, അവളെ അലട്ടിയത് എങ്ങനെ സ്റ്റീഫന്റെ മുഖത്തുനോക്കും എന്ന ചിന്തയാണ്.

നാലുമാസത്തെ ശമ്പളം ഒന്നിച്ചുകിട്ടിയതിന്റെ പത്താംനാൾ പബ്ലിക് സർവ്വീസ് കമീഷനിൽനിന്നും ഒരു കത്ത് മേരിക്കു കിട്ടിയിരുന്നു. ഗവൺമെന്റ് ജോലിക്കുള്ള ഇന്റർവ്യൂവിന് ഹാജരാകാനുള്ള അറിയിപ്പായിരുന്നു അത്. ആറുമാസങ്ങൾക്കു മുമ്പേ മേരി ടെസ്റ്റ് എഴുതിയിരുന്നു. ഈ കത്തു വായിച്ച സ്റ്റീഫൻ അവളെ ഉപദേശിച്ചു.

മേരീ, സർക്കാർ ജോലി സുരക്ഷിതമാണ്. ഇങ്ങനെ രാപ്പകൽ അദ്ധ്വാനിക്കേണ്ട കാര്യവുമില്ല. നീ എം എയും പാസായിട്ടുണ്ട്. പ്രമോഷൻ കിട്ടാനുള്ള ചാൻസ് ഉണ്ട്. ചിലപ്പോൾ ഡി ഇ ഒ ആകാനും കഴിഞ്ഞേക്കും. നീ നല്ലതുപോലെ ആലോചിച്ച് ഒരു തീരുമാനമെടുക്കണം.

മേരി സിസ്റ്റർ മാർട്ടിനയെ ആ കത്ത് കാണിച്ചിരുന്നു.

'നിങ്ങളെ ഞങ്ങൾക്കു വേണം ടീച്ചർ' എന്നു പറഞ്ഞ് സിസ്റ്റർ ആ കത്ത് ചുരുട്ടിക്കൂട്ടി ചവറ്റുകുട്ടയിൽ എറിഞ്ഞുകളഞ്ഞു. ഈ വിവരമ മറിഞ്ഞ സ്റ്റീഫന് കഠിനമായ മനോവ്യഥയുണ്ടായി.

'ഇതു കേൾക്കൂ മേരി, സിസ്റ്റർമാർ എല്ലാവരും ഒരുപോലെയായിരി ക്കുകയില്ല. എന്തെങ്കിലും പ്രശ്നങ്ങളുണ്ടായാൽ അവർ കൈമലർത്തി ക്കളയും. പിന്നീട് കഷ്ടപ്പെടേണ്ട ഗതി വരും. നോക്കിക്കോ.'

സ്റ്റീഫൻ മുന്നറിയിപ്പു തന്നിരുന്നതാണ്.

സ്റ്റീഫൻ പറഞ്ഞതു സത്യമായിത്തീർന്നല്ലോ. മേരി പരിതപിച്ചു. ഇമ കൾ മൂടിയിരുന്നെങ്കിലും കൺമണികൾ ഉരുണ്ടുകളിച്ചുകൊണ്ടിരുന്നു.

സ്റ്റീഫൻ വന്നു. മേരീ... മേരീ... പലവട്ടം വിളിച്ചിട്ടും അനക്കമില്ല.

"എന്താ, സുഖമില്ലേ?" എന്നിട്ടും മറുപടിയില്ല. പനിപിടിച്ചു കിടപ്പാ യിരിക്കുമോ? നെറ്റിയിൽ കൈവച്ചു നോക്കി. അപ്പോഴാണ് നീലക്കവർ കണ്ണിൽപ്പെട്ടത്. തുറന്നുവച്ചു. അയാൾ സ്തബ്ധനായി ഒരു നിമിഷം നിന്നുപോയി.

"വല്ലതും പറഞ്ഞാൽ കേട്ടാലല്ലേ...?" തികട്ടിവന്ന കോപത്തെ പുറത്തുകാട്ടി വീണ്ടും ഭാര്യയെ ദുഃഖിപ്പിക്കാൻ ഇഷ്ടപ്പെടാതെ അയാൾ ചിന്തകളിൽ മുഴുകി നിശ്ശബ്ദനായിരുന്നു.

പെട്ടെന്ന് ഒരു മിന്നൽപ്പിണരുപോലെ സേവ്യറുടെ മുഖം അയാളുടെ മനസ്സിൽ തെളിഞ്ഞു വന്നു. അദ്ദേഹം ഒരു വക്കീലാണ്. മനുഷ്യാവകാശ പ്രവർത്തനങ്ങളുമായി ബന്ധപ്പെട്ട മീറ്റിങ്ങുകളിൽ പല പ്രാവശ്യം കണ്ട് പരിചയപ്പെട്ടിട്ടുണ്ട്. സേലം വിജയരാഘവാചാര്യർ ലൈബ്രറിക്കടുത്താണ് വീട്. സ്റ്റീഫനെ കാണുമ്പോഴൊക്കെ എന്തെങ്കിലും സഹായം ആവശ്യമു ണ്ടെങ്കിൽ വരണം എന്നു പറയാറുണ്ട്. ഇപ്പോൾ അദ്ദേഹത്തിന്റെ സഹായം ഏറ്റവും അത്യാവശ്യമായി വന്നിരിക്കുകയാണ്.

സ്റ്റീഫനും സേവ്യറും അരമണിക്കൂറോളം കൂടിയാലോചനകൾ നടത്തി അവസാനം സേവ്യർ പറഞ്ഞു.

"എല്ലാ സിസ്റ്റർമാരും നമ്മളെപ്പോലെ സാധാരണ കുടുംബങ്ങളിൽ നിന്നും വരുന്നതാണ്. എന്റെ ചേച്ചിയും ഒരു കന്യാസ്ത്രീയാണ്. വീട്ടിൽ വന്നാൽ... ആ കുട്ടികളെ പഠിപ്പിക്കണം. ഈ രോഗികൾക്ക് ചികിത്സ ചെയ്യണം' എന്നെല്ലാം പറഞ്ഞ് അയ്യായിരവും  പതിനായിരവും പിടിച്ചു പറിച്ചു കൊണ്ടല്ലാതെ തിരികെ പോകാറില്ല. ഇവിടെ സിസ്റ്റർ അമല അന്യാ യമായ ഒരു നോട്ടീസ് നിങ്ങൾക്കു നല്കിയിരിക്കുകയാണ്. ഏതായാലും നിങ്ങൾ രണ്ടുപേരും കൂടിപ്പോയി അവരെ കണ്ടു സംസാരിച്ചു നോക്ക്!"

"താങ്കളും കൂടി വന്നാൽ നന്നായിരുന്നു." സ്റ്റീഫൻ.

"അഡ്വക്കേറ്റാണ് എന്നറിഞ്ഞാൽ കാര്യങ്ങൾ ആകെ കുഴപ്പമാകും. സിസ്റ്റർ അമല എന്തോ ഗൂഢ ലക്ഷ്യത്തോടെയാണ് ഇതു ചെയ്തിട്ടുള്ളത്. അവർ എന്തു പറഞ്ഞാലും ക്ഷമയോടെ കേൾക്കണം. ഒരു വാക്കുതർക്ക ത്തിനും ഇടയാക്കരുത്. ഒന്നിലും ഒപ്പിട്ടുകൊടുക്കാൻ പാടില്ല. പുതിയ

നിയമനത്തെ സംബന്ധിച്ച് എന്തെങ്കിലും വിവരം കിട്ടുമോയെന്ന് നോക്കണം.”

സേവ്യർ പറഞ്ഞ വ്യവസ്ഥകളെല്ലാം അംഗീകരിച്ച് സ്റ്റീഫൻ യാത്ര യായി.

അടുത്ത ദിവസം തന്നെ ഭാര്യയും ഭർത്താവും കൂടി സ്കൂളിലെത്തി. രണ്ടുപേരെയും അമല സന്തോഷപൂർവ്വം സ്വീകരിച്ചു.

“ഞാൻ നിങ്ങളെ ഇങ്ങോട്ടു വിളിപ്പിക്കണമെന്ന് കരുതിയിരിക്കുക യായിരുന്നു. ഏതായാലും നിങ്ങൾതന്നെ വന്നത് നന്നായി. ഇരിക്കൂ!” രണ്ടു പേരും കസേരകളിൽ ഇരുന്നു. ഇതേ സ്ഥലത്തു രണ്ടു ദിവസം മുമ്പ്, തന്നെ ഒരു വിചാരണത്തടവുകാരിയെപ്പോലെ കരുതി ഒപ്പിടുവിച്ചു വാങ്ങിയ സംഭവം ഓർത്തപ്പോൾ മേരിയുടെ ശരീരം കിടുകിടെ വിറച്ചു.

ആവി പറക്കുന്ന ചായക്കപ്പുകളുമായി പരിചാരിക എത്തി. ഓരോ ന്നെടുത്ത് മേശപ്പുറത്തു വച്ചു.

“ചായ കുടിക്കൂ.” അമല പറഞ്ഞു ചായ കുടിച്ചു തീരുന്നതിന് മുമ്പ് ഒരു ഫയലുമായി മറ്റൊരു സിസ്റ്റർ വന്നു. അത് ഇരുവരുടെയും മുന്നിൽവെച്ച് ഇതിൽ ഒപ്പിട്ടുതരണം എന്ന് അവർ പറഞ്ഞു.

“കുടുംബപരമായ കാരണങ്ങളാൽ തുടർന്ന് സ്കൂളിൽ വരാൻ കഴി യില്ലെന്നും, അതിനാൽ ജോലിയിൽനിന്നും തന്നെ വിടുവിക്കണമെന്നും മേരി അപേക്ഷിക്കുന്നതായി അതിൽ എഴുതിയിരുന്നു. മേരിയുടെ നെഞ്ചി ടിപ്പ് വർദ്ധിച്ചു.

“സിസ്റ്റർ...” മേരി പറയാൻ തുടങ്ങുന്നതിന് മുമ്പ് സ്റ്റീഫൻ അവളുടെ കാലിൽ ചവുട്ടി നിശ്ശബ്ദയാക്കി. തന്നെ പിരിച്ചുവിട്ടുകൊണ്ട് തന്ന കത്തിലെ തീയതിക്ക് രണ്ടു ദിവസം മുമ്പുള്ള തീയതിയാണ് മേരിയുടേതായി തയ്യാ റാക്കിയ കത്തിൽ രേഖപ്പെടുത്തിയിരുന്നത്.

മേരി സ്വമനസ്സാലെ രാജിക്കത്തുകൊടുത്തെന്നും അതനുസരിച്ച് മാനേജ്മെന്റ് അവരെ ജോലിയിൽനിന്നും വിടുവിച്ചുവെന്നുമുള്ള രേഖ കളാണ് തയ്യാറാക്കിയിരുന്നത്. അമലയുടെ വക്രബുദ്ധി ഇരുവരിലും ഞെട്ട ലുളവാക്കി.

“നീയെല്ലാമൊരു...” തെറിയഭിഷേകം ചെയ്യാനാണ് സ്റ്റീഫനു തോന്നി യത്. പ്രകോപനമൊന്നും ഉണ്ടാക്കരുതെന്നുള്ള വക്കീലിന്റെ വാക്കുകൾ സ്റ്റീഫനെ പിന്തിരിപ്പിച്ചു. അടുത്ത പേജുകൾ അയാൾ മറിച്ചുനോക്കി. അതി ലെഴുതിയിരിക്കുന്ന വാക്കുകൾ സ്റ്റീഫന്റെ അമ്പരപ്പ് ഇരട്ടിയാക്കി.

“മഹാപാപി...” താനറിയാതെ പറയാൻ തുടങ്ങിയ വാക്കുകൾ വായി ലൂറിയ ഉമിനീരിനോടൊപ്പം അയാൾ വിഴുങ്ങി.

“അതെല്ലാം എന്തിനു നോക്കണം. ഇതാ, ഇതിൽ മാത്രം ഒരൊപ്പി ട്ടാൽ മതി.”

ഒപ്പിടാനുള്ള പേപ്പറെടുത്ത് അമല മേരിയുടെ മുന്നിൽവച്ചു. ഊമയെപ്പോലിരുന്ന ഭാര്യക്കു വേണ്ടി സ്റ്റീഫൻ വായ് തുറന്നു.

“സിസ്റ്റർ ഞങ്ങൾ വളരെ കഷ്ടത്തിലാണ്. ഞങ്ങളോട് ദയ കാണിക്കണം. നിങ്ങൾ മനസ്സുവെച്ചാൽ ഞങ്ങൾ എങ്ങനെയെങ്കിലും പിഴച്ചുകൊള്ളും. പ്ലീസ് മേരിക്കു ജോലി കൊടുക്കണം.”

“പറ്റില്ലെന്നു പറഞ്ഞില്ലേ?”

“മാനേജ്മെന്റ് സ്റ്റാഫായി ജോലി നോക്കിക്കോ. മാസം രണ്ടായിരം രൂപാ കിട്ടും. ജീവിച്ചു പൊയ്ക്കോ!”

സ്റ്റീഫൻ വീണ്ടും യാചിച്ചു. അപേക്ഷിക്കുന്തോറും അമലയുടെ മുഖം കോപം കൊണ്ട് കൂടുതൽ കൂടുതൽ ചുവന്നുതുടുത്തു. ഇനിയും പറഞ്ഞിട്ടു കാര്യമില്ലെന്ന് മനസ്സിലായ സ്റ്റീഫൻ മേരിയുടെ കൈയുംപിടിച്ച് വേഗത്തിൽ പുറത്തിറങ്ങി.

എന്തോ നഷ്ടപ്പെട്ടുപോയതുപോലെ അമല “മേരി... മേരീ” എന്നു വിളിക്കാൻ തുടങ്ങി. ഒന്നും കേൾക്കാത്ത മട്ടിൽ അവർ അവിടെനിന്നും അപ്രത്യക്ഷരായി.

തന്നെ അത്ഭുതപ്പെടുത്തിയ സംഭവങ്ങൾ സ്റ്റീഫൻ സേവ്യർക്ക് വിവരിച്ചുകൊടുത്തു. അതിന്റെ സാരം ഇതാണ്.

“എയിഡഡ് സ്കൂളുകളിൽ സ്ഥിരം നിയമനത്തിനുള്ള ഫോം എഫ് അനുസരിച്ചാണ് മാനേജ്മെന്റ് മേരിക്ക് ജോലി നല്കിയിരിക്കുന്നത്. താല്ക്കാലിക നിയമനങ്ങൾക്ക് ഫോം ഏഴ് ബി അനുസരിച്ചാണ് നിയമനം നല്കേണ്ടതെന്ന് തിരിച്ചറിഞ്ഞ സേവ്യർ ബന്ധപ്പെട്ടവർക്കു സമർപ്പിക്കാനുള്ള പരാതികൾ തയ്യാറാക്കി. അതിനുമുമ്പ് തന്നെ സഹായിച്ചിരുന്ന സിസ്റ്റർ മാർട്ടിനയെ വിളിച്ച് മേരി വസ്തുതകൾ സ്ഥിരീകരിക്കുകയും ചെയ്തു.

പ്രൊവിൻഷ്യലിനും മദറിനും രജിസ്റ്റർ നോട്ടീസുകളയച്ചു. ചീഫ് എജ്യൂക്കേഷണൽ ഓഫീസർ ഇല്ലാതിരുന്നതിനാൽ അദ്ദേഹത്തിന്റെ പി എ യെ കണ്ട് പരാതി കൊടുത്തു. ഡി ഇ ഒ പരാതി വാങ്ങി വേണ്ട മേൽനടപടികൾ എടുക്കാമെന്ന് ഉറപ്പും നല്കി. അതവർക്ക് വളരെ ആശ്വാസകരമായിത്തീർന്നു. തന്റെ പ്രവർത്തനങ്ങൾക്ക് ഫലം കണ്ടുതുടങ്ങിയതിൽ സേവ്യറിന് അഭിമാനം തോന്നി.

ജൂൺ രണ്ടിന് സ്കൂൾ തുറന്നു. പതിവുപോലെ മേരി ഹെഡ്മിസ്ട്രസിന്റെ മുറിയിലേക്ക് കയറി. ഹാജർ ബുക്കിൽ ഒപ്പിടാൻ ശ്രമിച്ചു.

“ഗെറ്റൗട്ട്!” ആക്രോശിച്ചുകൊണ്ട് അമല കസേരയിൽ നിന്നും ചാടിയെഴുന്നേറ്റു. “നിന്നെ പിരിച്ചുവിട്ടു. നിനക്കിവിടെ ജോലിയില്ല. പോ... പോ...” ഒരു പേപ്പട്ടിയെ തുരത്തിയോടിക്കുന്നതുപോലെയുള്ള ആവേശം. മേരിക്ക് ഒരു ഭയവും തോന്നിയില്ല. ഡി ഇ ഒ ഒരു നടപടിയും എടുത്തില്ലേ എന്ന സംശയം മാത്രം ബാക്കിയായി.

അതിനിടെ, “കംപ്ലയിന്റ് കൊടുത്താൽ ജോലി കിട്ടുമെന്ന് കരുതിയോ? ഈ സ്കൂളിന്റെ ഹെഡ്മിസ്ട്രസും ഞാൻ തന്നെ. കറസ്പോണ്ടന്റും ഞാൻ തന്നെ! അതു മാത്രമല്ലെടീ... ഡി ഇ ഒ യും സി ഇ ഒ യും

എല്ലാം ഞാൻ തന്നെ. ഓർത്തോ!"

അവർ ഞാൻ തന്നെ, ഞാൻ തന്നെ എന്ന് ഊന്നിപ്പറഞ്ഞതിൽനിന്നും അവരുടെ അഹങ്കാരത്തിന്റെ പാരമ്യം വെളിവായി.

"ചുമ്മാ ചെലയ്ക്കാതെ... ബഹളം വച്ചതുകൊണ്ട് നിങ്ങളുടെ ചതി പ്രയോഗങ്ങളൊന്നും നടക്കാൻ പോകുന്നില്ല" പിറുപിറുത്തുകൊണ്ട് മേരി സ്റ്റാഫ് റൂമിലെത്തി.

ഒരു ടീച്ചർ പുതിയ ചില വിവരങ്ങൾ മേരിക്കു നല്കി.

"നിനക്കു പകരം വേറൊരാളിനെ നിയമിച്ചുകഴിഞ്ഞു. ബി എഡിന്റെ റിസൾട്ട് പോലും അറിയാത്ത ഒരാളിനെ. സിസ്റ്റർ അമലയുടെ ചേട്ടത്തി യുടെ മകളാണെന്നാണ് അറിയുന്നത്.!"

"ഓ.... ചേട്ടത്തിയുടെ മകളോ? അപ്പോൾ അവൾക്കുവേണ്ടിയായി രുന്നു ഈ റൗഡിത്തരമെല്ലാം കാണിച്ചത്?"

മേരി അത്ഭുതപ്പെട്ടു. മറ്റൊരു അദ്ധ്യാപിക വേറെയും ചില കാര്യ ങ്ങൾ വെളിപ്പെടുത്തി.

ഓഫീസ് ജീവനക്കാരിയായ സിസ്റ്റർ വന്നു പറഞ്ഞു. "ടീച്ചർ, നിങ്ങൾ സ്കൂൾ കാമ്പസിൽ തങ്ങാൻ പാടില്ലെന്നു പറഞ്ഞയച്ചിരിക്കുന്നു."

മേരിക്കു വളരെ സങ്കടം തോന്നി. ഒന്നും മിണ്ടാതെ വീട്ടിലേക്ക് നടന്നു.

കേസ് കോടതിയിലെത്തി. മേരിക്കു വേണ്ടി സേവ്യർ കേസ് വാദിച്ചു. പുതിയ നിയമനം സ്റ്റേ ചെയ്തുകൊണ്ടും മേരിക്ക് ജോലി കൊടുക്കാൻ ഉത്തരവിട്ടുകൊണ്ടും കോടതി വിധി പ്രഖ്യാപിച്ചു.

വിധിയുടെ പകർപ്പുമായി മേരി വീണ്ടും സ്കൂളിലെത്തി. മുറിയിൽ ഹെഡ്മിസ്ട്രസ് ഇല്ലായിരുന്നു. രജിസ്റ്ററിൽ തന്റെ പേരുണ്ടായിരുന്നു. ഒപ്പിട്ടു ഒന്നോ രണ്ടോ പേരൊഴികെ മറ്റു ടീച്ചർമാർ ആരും തന്നെ മേരി യോട് സംസാരിക്കുവാൻ പോലും തയ്യാറായില്ല. അതു മേരിക്കു താങ്ങാൻ കഴിയുന്നതിനപ്പുറമായിരുന്നു. ഒരേ മുറിയിൽ സ്നേഹപൂർവ്വം പെരുമാ റിയിരുന്നവർ, ഉച്ചഭക്ഷണ സമയത്ത് വിഭവങ്ങൾ പരസ്പരം കൈമാറി യിരുന്നവർ, പുതിയ സാരിവാങ്ങിയാൽ ചോക്ലേറ്റ് വാങ്ങിക്കൊടുത്ത് ആഘോഷിച്ചവർ. മേരിയെക്കൊണ്ട് പാട്ടുപാടി രസിച്ചവർ, ഇപ്പോൾ എല്ലാ വരും മുഖം തിരിച്ച് തന്നെ നേരിടാതെ ഒഴിഞ്ഞുമാറുന്നു. ഇതിനെല്ലാം ഒറ്റക്കാരണമേ ഉള്ളൂ എന്നവൾ ഊഹിച്ചു. തന്നോടു സംസാരിച്ചാൽ അമ ലയുടെ കോപത്തിനും ശിക്ഷയ്ക്കും ഇടയാകുമോ എന്ന ഭയം! അവ രൊക്കെ ഭയപ്പെട്ട് അവരുടെ സ്ഥാനമാനങ്ങൾ സംരക്ഷിച്ചുകൊള്ളട്ടെ! സ്വയം പറഞ്ഞുകൊണ്ട് മേരി ഒഴിഞ്ഞുമാറി.

മേരിക്ക് ടൈംടേബിൾ നല്കിയില്ല. ടീച്ചേഴ്സ് റൂമിൽ ഇരിക്കാനുള്ള അവസരവും നിഷേധിച്ചു. അവൾക്കായി ഒരു തനിമുറി. അതിൽ പൊട്ടി പ്പൊളിഞ്ഞ ബഞ്ചുകളും ഡസ്കുകളും പഴയ പേപ്പർ കെട്ടുകളും ചില ന്തിവലയും പൊടിയും നിറഞ്ഞിരുന്നു. കുടിക്കാൻ വെള്ളമില്ല. ഫാനില്ല. ഇരിക്കാൻ ഒരു സ്റ്റൂൾ മാത്രം! ആറുമാസം ഗർഭിണിയായ ഒരു സ്ത്രീക്ക്

മാനേജ്മെന്റ് നല്കിയത് ഗോഡൗൺ ജയിൽ!

സമയം തള്ളിനീക്കാൻ ഒരു വഴിയുമില്ല. വിയർപ്പിലും പൊടിയിലും മുങ്ങി ശരീരം നാറാൻ തുടങ്ങി. ഉച്ചയ്ക്കുശേഷം വയറും താങ്ങിപ്പിടിച്ച് അടുത്തുള്ള ലൂർദ്ദുമാതാവിന്റെ കുരിശടിയിലെത്തി. ചെറിയ പാറക്കല്ലുകളടുക്കി ഒരു കുന്നിന്റെ രൂപത്തിൽ തയ്യാറാക്കപ്പെട്ട കുരിശടി, അതിനു മുകളിലുള്ള കണ്ണാടിക്കൂട്ടിൽ മാതാവിന്റെ തിരുരൂപം. മുന്നിൽ കൈകൂപ്പി മുട്ടുകുത്തി നില്ക്കുന്ന ഒരു പെൺകുട്ടിയുടെ പ്രതിമ. ആ പെൺകുട്ടിയായി മേരി സ്വയം മാറി.

"ജോലി തരൂ! മാതാവേ, എനിക്ക് ജോലി തരൂ!" അവൾ കേണപേക്ഷിച്ചു. പ്രാർത്ഥനയുടെ അന്ത്യത്തിൽ അവളുടെ ചിന്താഗതിയിൽ ആകപ്പാടെ ഒരു മാറ്റം. അനാഥർ, മനോരോഗികൾ, അഗതികൾ, വൃദ്ധർ തുടങ്ങി എത്രയോ പേർക്ക് സഹായഹസ്തവുമായി എത്തുന്നതാണ് കന്യാസ്ത്രീകൾ. അമലയുടെ പേരിൽ ഞാൻ നടത്തുന്ന പോരാട്ടങ്ങൾ മറ്റു സിസ്റ്റർമാരുടെ സേവനങ്ങളെ മലിനപ്പെടുത്തുകയില്ലേ? അതുകൊണ്ട് അമലയ്ക്കെതിരെയുള്ള എല്ലാ പരാതികളും പിൻവലിച്ചാലോ?

"നിന്റെ സ്ഥാനത്ത്, ഒരു കന്യാസ്ത്രീ-അല്ലെങ്കിൽ നിർദ്ധനയായ ഒരു പെൺകുട്ടിയാണ് നിയമിക്കപ്പെട്ടതെങ്കിൽ ക്ഷമിക്കാമായിരുന്നു. ഇവിടെ നിയമിക്കപ്പെട്ടതോ അമലയുടെ സഹോദരീപുത്രി! അവളുടെ രക്ഷിതാക്കളോ, തങ്ങളുടെ മകൾക്ക് ഇഷ്ടപ്പെട്ട ഒരു വരനെ കിട്ടിയാൽ നൂറ്റൻപതു പവൻ സ്വർണ്ണം, കാർ, കൂടാതെ ഇരുപതോ ഇരുപത്തഞ്ചോ ലക്ഷം റൊക്കം പണം, ഇവ കൊടുക്കാൻ തയ്യാറാക്കിയിരുന്നവർ! അങ്ങനെയുള്ള ഒരുത്തിക്കുവേണ്ടി നീ സ്വയം ബലിയാടാകേണ്ട കാര്യമുണ്ടോ? എതിർവാദം ഹൃദയത്തിൽ മുഴങ്ങി.

"ന്യായം എന്നോടൊപ്പമാണ് സിസ്റ്റർ അമല എന്നെ ഒരു പിശാചായിക്കാണുന്നു. ഞാനവരെ എന്റെ ശത്രുവായിക്കരുതുന്നു. സഹാദ്ധ്യാപികമാരിൽ നിന്നും ഒറ്റപ്പെട്ട്, തന്റെ വിദ്യാർത്ഥിനികളിൽനിന്നും അകറ്റി, ഒരു തടവുപുള്ളിയെപ്പോലെ എങ്ങനെ കാലം കഴിക്കും? ശത്രുതാമനോഭാവവും മാനസിക സംഘർഷവും അധികമായിക്കൊണ്ടിരിക്കും. മനസ്സമാധാനത്തോടെ എന്റെ കുഞ്ഞിനെ പ്രസവിച്ചു വളർത്താൻ എനിക്ക് കഴിയില്ല. വേണ്ടാ... ഈ ജോലി എനിക്ക് വേണ്ടാ... കേസുകൾ എല്ലാം പിൻവലിക്കണം എന്ന തീരുമാനത്തിൽ മേരി എത്തിച്ചേർന്നു. എങ്കിലും തന്റെ ജീവിതം തകർന്നുപോകുമെന്ന ഭയവും ഭാവിയെപ്പറ്റിയുള്ള ഉൽക്കണ്ഠയും മേരിയെ ചിന്താക്കുഴപ്പത്തിലെത്തിച്ചു. സംഘർഷഭരിതമായ മനസ്സും കുനിഞ്ഞ ശിരസ്സുമായി തന്റെ മുറിയിലേക്ക് മേരി നടന്നു.

ചെരുപ്പണിഞ്ഞ പാദങ്ങളും, വെള്ളക്കുപ്പായത്തിന്റെ കീഴ് പകുതിയും കണ്ണിൽപ്പെട്ട മേരി തലയയുയർത്തി നോക്കി.

വെറിപിടിച്ച നോട്ടത്തോടും മുഖഭാവത്തോടും കൂടി അമല മുന്നിൽ! വലതുകൈ നീട്ടി ചൂണ്ടുവിരൽ വിറപ്പിട്ട് അവൾ അലറി!

“കേസു കൊടുത്തിട്ടു വന്നിരിക്കുന്നു. കേസ്... എന്റെ കൈയിൽ പണമുണ്ടെടീ പണം. സുപ്രീം കോടതി വരെ പോകും. നിന്റെ സമ്പാദ്യമെല്ലാം കേസിനു ചെലവാക്കി. നീ തെരുവിലിറങ്ങി തെണ്ടേണ്ടിവരും.. തെണ്ടുമെടീ... തെണ്ടും!”

അവരുടെ ശാപവചനങ്ങൾ! എവിടുന്നു കിട്ടിയോ തനിക്ക് ഈ ശക്തി? ഈ ധൈര്യം?

“എന്നെ ശപിക്കുന്നോ? ഹൃദയത്തിൽ പരിശുദ്ധി ഇല്ലാത്തവരുടെ ശാപം... ശപിച്ചവരെത്തന്നെ തിരിച്ചടിക്കും. ഓർത്തോ... വിടില്ല... ഭിക്ഷയെടുക്കേണ്ടി വന്നാലും വെറുതെ വിടില്ല. കേസു നടത്തും. കേസു നടത്തി ജയിച്ചു കാണിക്കും.”

മേരി വെല്ലുവിളിച്ചു. ഇതുവരെ മനസ്സിലുണ്ടായിരുന്ന എല്ലാ കുഴപ്പങ്ങളും അവളെ വിട്ടുപിരിഞ്ഞുകഴിഞ്ഞിരുന്നു.

# 4

# ഇരുട്ടിൽത്തപ്പുന്നവർ

**ആ**രും പ്രതീക്ഷിക്കാത്ത ഒരു തീരുമാനമാണ് സേലം കോർപ്പറേഷൻ കൈക്കൊണ്ടത്. ഇപ്പോഴുള്ള ബസ് സ്റ്റേഷൻ ടൗൺ ബസ് സ്റ്റാന്റാക്കി മാറ്റുകയും, മാങ്കുപ്പത്തടാകം നികത്തിയെടുത്ത് പുതിയൊരു ബസ് സ്റ്റേഷൻ നിർമ്മിക്കുകയും ചെയ്യുക.

ഈ തീരുമാനമെടുത്തതിന്റെ പിന്നിൽ കോർപ്പറേഷനല്ല വലമ്പുരിയാരാണ് അയാളുടെ മൂളയിലുദിച്ച ചാണകൃതന്ത്രമാണിത് എന്നാണ് രാഷ്ട്രീയ വൃത്തങ്ങളിൽ അടക്കം പറയുന്നത്.

തൊഴിലുകളെ ബാധിക്കും. ഗതാഗത തടസ്സങ്ങളുണ്ടാകും. പാഴ്ചെലവും കാലതാമസവും നേരിടും. ജനങ്ങൾക്ക് ബുദ്ധിമുട്ടുണ്ടാകും. തുടങ്ങിയ കാരണങ്ങൾ ചൂണ്ടിക്കാണിച്ച് ഇതു തടയാൻ ചില പ്രമാണികൾ ശ്രമിച്ചുനോക്കി. ഭരണകക്ഷി നേതാവായ വലമ്പുരിയാർ എല്ലാ ശ്രമങ്ങളെയും പരാജയപ്പെടുത്തി.

നിലങ്ങൾ, പുരയിടങ്ങൾ തോട്ടങ്ങൾ തുടങ്ങി കണ്ണിൽപ്പെടുന്നതെന്തും ഇഷ്ടപ്പെട്ടുപോയാൽ അത് കൈവശപ്പെടുത്തിയാലേ അയാൾ അടങ്ങുകയുള്ളൂ. ഭീഷണി, കൈയേറ്റം, തട്ടിക്കൊണ്ടുപോകൽ, എന്തിന് കൊലപാതകംവരെ ചെയ്യാനുള്ള അടിയാളുകൾ അയാൾക്കുണ്ടായിരുന്നു. തടാകത്തിനു ചുറ്റുമുള്ള സ്ഥലങ്ങൾ കൈവശപ്പെടുത്താൻ തന്റെ മുതലവായ് തുറന്നു കാത്തിരിക്കുകയാണ് വലമ്പൂരിയാർ.

ലോറികളും ബുൾഡോസറുകളും ത്വരിതഗതിയിൽ പ്രവർത്തിച്ചു തുടങ്ങി. കല്ലും മണ്ണുമിട്ട് തടാകം മൂടാനാരംഭിച്ചു. തടാകത്തെ ചുറ്റിയുള്ള പ്രദേശങ്ങൾ വാങ്ങിക്കൂട്ടാൻ ബ്രോക്കർമാരുമായി വ്യവസായികളും, ബിസിനസ്കാരും ചുറ്റിത്തിരിഞ്ഞു. രാവിലെ വിലയുറപ്പിച്ച് അഡ്വാൻസ് കൊടുത്ത ഭൂമിക്ക് നേരം വൈകുമ്പോഴേക്കും ചതുരയടിക്ക് നൂറും ഇരു

നൂറും അധികം കൊടുത്ത് വാങ്ങാൻ ആളുകൾ തള്ളിക്കയറിക്കൊണ്ടിരുന്നു. ആരു വാങ്ങിയാലും വിറ്റാലും പത്തുശതമാനം കമീഷൻ തനിക്കു കിട്ടാനുള്ള എല്ലാ ഏർപ്പാടുകളും വലമ്പൂരിയാർ ചെയ്തുവച്ചിരുന്നു. ഇവിടെയുള്ള താമസക്കാർക്ക് ഭൂമി വില്ക്കാനും കഴിയില്ല, താമസിക്കാനും കഴിയില്ല. എന്ന ദുരവസ്ഥയിൽപ്പെട്ട് നട്ടം തിരിയാൻ തുടങ്ങി.

മാങ്കുപ്പത്തടാകത്തിനു പടിഞ്ഞാറ് സേലം - ബാംഗ്ലൂർ ഹൈവേയോടു ചേർന്ന് കാടുപിടിച്ചുകിടന്നിരുന്ന കുറേ സ്ഥലം വലമ്പൂരിയാരുടെ കണ്ണിൽപ്പെട്ടിട്ടു കുറെ നാളുകളായി. അത് ആറേഴേക്കർ വരും. ഇവിടെ ചില ആളുകൾ കൈയേറി കുടിലുകെട്ടി വിനായക നഗർ എന്ന ബോർഡും സ്ഥാപിച്ചിരിക്കുന്നു. ആ പ്രദേശം കൈവശപ്പെടുത്താൻ ആഗ്രഹിച്ചപ്പോൾ തന്നെ ഒരു പത്തു കോടി രൂപാ തന്റെ പെട്ടിയിൽ വന്നു വീണുകഴിഞ്ഞതുപോലെയായി വലമ്പുരിയാർക്ക്.

അയാളുടെ സഹായികളുടെ സെൽഫോണുകൾ പ്രവർത്തിക്കാൻ തുടങ്ങി. സർക്കാർ വാഹനങ്ങൾ ചീറിപ്പാഞ്ഞെത്തി. റവന്യൂ ഇൻസ്പെക്ടർ, വില്ലേജോഫീസ് ജീവനക്കാർ, തഹസീൽദാർ, സബ്-രജിസ്ട്രാർ തുടങ്ങിയവരെല്ലാം വലമ്പുരിയാരുടെ മുന്നിൽ കൈ കെട്ടി നിന്നു. ഒരു മണിക്കൂറിനുള്ളിൽ ആ ഏഴേക്കർ ഭൂമിയും വലമ്പുരിയാരുടെ ഭാര്യയുടെ പേരിൽ രജിസ്റ്റർ ചെയ്യപ്പെടുകയും കൈവശാവകാശ രേഖകളും പട്ടയവും അപ്പോൾത്തന്നെ നല്കുകയും ചെയ്തു.

അന്നൊരു വൈകുന്നേരം നാലുമണി സമയം, വിനായകർ നഗറിലെ കുടിലുകളെല്ലാം അടഞ്ഞുകിടന്നു. അരിയപുത്രൻ, മാതു, അമ്മാശി എന്നിവർ അവരുടെ കുടിലിനു മുന്നിൽ വിശ്രമിച്ചു കൊണ്ടിരുന്നു. പെട്ടെന്ന് ഒരു ലോറി വന്നു നിന്നു. അതിൽനിന്നും കുറേപ്പേർ ചാടിയിറങ്ങി. കൈകളിൽ കമ്പിപ്പാരകളും, കുറുവടികളും, അവർ കുടിലുകൾ പൊളിച്ചെറിയാൻ തുടങ്ങി.

“ഹേയ്, ഹേയ്” എന്നു പറഞ്ഞുകൊണ്ട് മൂവരും അക്രമികളുടെ നേരെ തിരിഞ്ഞു.

“നിങ്ങളൊക്കെ ആരാണ്? എന്തിനാ ഞങ്ങളുടെ വീടുകൾ നശിപ്പിക്കുന്നത്?” അരിയപുത്രൻ ചോദിച്ചു.

“വീടൊഴിപ്പിക്കാൻ അണ്ണൻ പറഞ്ഞയച്ചതാണ്.” കൂട്ടത്തിലുണ്ടായിരുന്ന ഒരു തടിയൻ പറഞ്ഞു.

“അണ്ണനോ?”

അരിയപുത്രൻ സംശയത്തോടുകൂടി അയാളെ സൂക്ഷിച്ചുനോക്കി. അവർ ഉടുത്തിരുന്ന വേഷ്ടികളിലും മേൽമുണ്ടുകളിലുമുള്ള കരയുടെ നിറങ്ങൾ അവർ ആരെന്നു സ്വയം വെളിപ്പെടുത്തുന്നവയായിരുന്നു.

“ഇതു ചെട്ടിയാരുടെ ഭൂമിയാണ് ഇപ്പോൾ ഞങ്ങൾക്കു വാടകയ്ക്കു തന്നിരിക്കുകയാണ്” തടിയൻ ശാന്തമായി പറഞ്ഞു.

“ചെട്ടിയാരോ? ആരെടാ അവൻ?”

“ടേയ്, ഇതു അണ്ണന്റെ ഭൂമി. ഇവിടം മുതൽ തടാകം വരെ അണ്ണന്റെ

ഭാര്യയുടെ പേരിലാണ്. ഉള്ളിൽ വല്ല തുണിമണികളോ മറ്റോ ഉണ്ടെങ്കിൽ കെട്ടിപ്പെറുക്കിയെടുത്തു വേഗം സ്ഥലം വിട്ടോ"

തടിയൻ ഭീഷണിപ്പെടുത്തി.

ഭയന്നുവിറച്ചുപോയ മൂവരും അവരുടെ വീടുകളിലുണ്ടായിരുന്ന സാധനങ്ങൾ ഭാണ്ഡക്കെട്ടുകളാക്കി വെളിയിൽ കൊണ്ടുവെച്ചു.

ഇതിനിടെ മറ്റു റൗഡികൾ പൊളിച്ചിട്ട ഓലക്കീറുകളും മരക്കമ്പുകളും ലോറിയിൽ കയറ്റാൻ തുടങ്ങി. മാതുവിനു കോപം ഇരച്ചുകയറി.

"ഞങ്ങൾ വില കൊടുത്തു വാങ്ങിയതാണ്. നിങ്ങടിഷ്ടത്തിന് എടുത്തോണ്ടുപോകുന്നോ? വേണ്ടാ... അതവിടെ ഇട്ടേക്കൂ..."

ആക്രമികളിൽ ഒരുത്തന്റെ കൈയിൽ പിടിച്ചുനിർത്തി.

"എന്റെ മേൽ കൈവയ്ക്കുന്നോടാ നായേ.."

മാതുവിന്റെ കവിളത്ത് അയാളുടെ കൈ ആഞ്ഞുപതിച്ചു.

"ടേയ്.... ടേയ്" എന്നു പറഞ്ഞുകൊണ്ട് അരിയപുത്രനും അമ്മാശിയും അക്രമിയുടെ നേരെ പാഞ്ഞടുത്തു. കണ്ണടച്ചുതുറക്കുന്നതിനിടയിൽ ഇടിക്കട്ടയും കുറുവടികളും അവരുടെ മേൽ പതിച്ചു. മൂവരുടെയും ദേഹം മുഴുവൻ മുറിവുകളും ചതവുകളും വന്നു വീങ്ങി. ഭയവും വേദനയും കാരണം അവർ തളർന്നുപോയി. അക്രമികൾ കമ്പിപ്പാര ഉയർത്തിപ്പിടിച്ച് അവരെ ഭീഷണിപ്പെടുത്തി.

"കൊന്നു തള്ളിക്കളയും."

മൂന്നുപേരും പിന്തിരിഞ്ഞു.

ഈ കൊടും വേദനയ്ക്കിടയിലും അവർക്കൊരു സംശയം. "ഭൂമി ചെട്ടിയാരുടേതു തന്നെയോ? അതോ വലംപുരിയാരുടേതോ?"

ആമ്മാശി ചോദിച്ചു.

"ആരുടേതായാലെന്താ? അതുകൊണ്ട് നമുക്കെന്താ പ്രയോജനം? അടിവാങ്ങിയതു മിച്ചം. മിണ്ടാതെ ഒഴിഞ്ഞുപോകുന്നതാണ് നല്ലത്."

മാതു മറുപടി പറഞ്ഞു.

അരിയപുത്രൻ മൗനിയായി ഇരുന്നു. താൻ കാരണമാണല്ലോ ഇവർക്കു കൂടി ഈ ഗതി വന്നത് എന്നോർത്ത് അയാൾക്ക് പശ്ചാത്താപം തോന്നി.

അയാളാണ് അവിടെ ആദ്യം കുടിൽ കെട്ടിയത്. അന്നവിടെ വലിയ മുള്ളുമരങ്ങൾ, വേപ്പ്, എരിക്കുചെടികൾ, ഞെരിഞ്ഞിൽ മുള്ളുകൾ, പച്ചക്കനകാംബരം തുടങ്ങിയവ പടർന്നു പന്തലിച്ചു നിന്നിരുന്നു. കാടിന്റെ തെക്കുപടിഞ്ഞാറുഭാഗം വെട്ടിത്തെളിച്ചാണ് ആദ്യത്തെ കുടിൽ കെട്ടിയത്. അന്നുതന്നെ അയാളും ഭാര്യ ദേവകിയും അവിടെ താമസം തുടങ്ങി.

അതിനുശേഷമാണ് പുതൂരിൽ നിന്നും അയാളുടെ ചില ബന്ധുക്കൾ വന്നു കുടിയേറിയത്. അതു പുറംപോക്കാണെന്നു മനസ്സിലാക്കിയ ചന്തയിലെ ചുമട്ടുകാരും ആട്ടോക്കാരും പാവപ്പെട്ടവരുമായ ഇരുപത്തിയഞ്ചിലധികം പേർ അവിടെ കുടിൽകെട്ടി താമസം തുടങ്ങി.

പ്രാർത്ഥിക്കാനൊരിടം വേണമെന്ന് അവിടുള്ള സ്ത്രീകൾ ആവശ്യ

പ്പെട്ടു. അരിയപുത്രനാണ് വിനായകരുടെ ഒരു പ്രതിമ വാങ്ങിക്കൊണ്ടു വന്നത്. അന്ന് പുതൂരിൽനിന്നും അയാളുടെ അപ്പൂപ്പനും വന്നിരുന്നു. എഴുപതു വയസ്സുകാണും, നഗരത്തിൽ ആർക്കൊക്കെ എവിടെയെല്ലാം വസ്തുക്കളുണ്ടെന്ന് കൃത്യമായി അയാൾക്കറിയാമായിരുന്നു. അരിയപുത്രൻ ചോദിച്ചു.

"എന്നാ അപ്പൂപ്പാ, ഇതുവഴിയൊക്കെ?"

പുതിയ വീടുകെട്ടിയെന്നു കേട്ടല്ലോ?

അതൊക്കെയൊന്നു കണ്ടിട്ടുപോകാമെന്നു കരുതി, അയാൾ തല ചൊറിഞ്ഞുകൊണ്ട്, ആരെങ്കിലും ശ്രദ്ധിക്കുന്നുണ്ടോ, എന്ന് ചുറ്റും നോക്കി പറഞ്ഞു.

"ടേയ് ഇതു പുറംപോക്കല്ലേടാ... ചൊവ്വാപ്പേട്ടയിൽ ഇരുമ്പു വ്യാപാരം നടത്തുന്ന ഒരു ചെട്ടിയാരുടെ ഭൂമിയാണിത്. അയാളുടെ അച്ഛന്റെ കാലത്തേ വാങ്ങിയിട്ടതാണ്,"

അരിയപുത്രന് ആകെയൊരു കുഴപ്പം.

അപ്പോൾ എല്ലാം കെട്ടിപ്പെറുക്കി പോകേണ്ടിവരുമോ?

കേട്ടുകൊണ്ടുനിന്ന മാതുവിന് സംശയം.

"അതെല്ലാം പിന്നെ നോക്കാം. ആദ്യം ആ ചെട്ടിയാരെപ്പോയൊന്നു കാണൂ. അദ്ദേഹം നല്ല മനുഷ്യനാ. അമ്പലങ്ങൾക്കും പള്ളിക്കൂടങ്ങൾക്കും ഒരുപാട് സഹായങ്ങൾ ചെയ്യുന്ന ആളാണ്. നിങ്ങളുടെ കഷ്ടപ്പാടുകൾ അയാളോടു പറയുക. ചിലപ്പോൾ സഹായിച്ചേക്കും."

അവരെ വിശ്വസിപ്പിക്കുന്ന തരത്തിൽ അപ്പൂപ്പൻ പറഞ്ഞു നിർത്തി.

നേരം പുലരുന്നതിനുമുമ്പുതന്നെ എല്ലാവരും ചെട്ടിയാരുടെ വീട്ടുപടിക്കലെത്തി. ചെട്ടിയാർ വാതിൽ തുറന്നു വെളിയിൽ വന്നു. തന്റെ സ്ഥലത്തു കുടിലുകൾ കെട്ടിയ വിവരം ചെട്ടിയാർ നേരത്തേ അറിഞ്ഞിരുന്നു. എങ്കിലും ഒന്നുമറിയാത്ത മട്ടിൽ അവരുടെ തൊഴിൽ, മറ്റു വിവരങ്ങളെല്ലാം ചെട്ടിയാർ ചോദിച്ചു മനസ്സിലാക്കി.

"എന്റെ സ്ഥലത്ത് എന്നോട് ചോദിക്കാതെ കുടിലുകെട്ടിയതെന്തിന്?"

ചെട്ടിയാർ നേരിയ കോപത്തോടെ ചോദിച്ചു. "ചെയ്തതു തെറ്റുതന്നെ സ്വാമീ... ഞങ്ങൾ പട്ടിണിപ്പാവങ്ങളാ സ്വാമീ... ഞങ്ങൾക്ക് ഒരു തുണ്ടു ഭൂമി പോലുമില്ല സ്വാമീ.... പുറംപോക്കാണെന്നു വിചാരിച്ചാ കുടിലുകെട്ടിയത്. അങ്ങേക്ക് ഇഷ്ടമില്ലെങ്കി... ഇപ്പോത്തന്നെ പൊളിച്ചു കളഞ്ഞേക്കാം. ഞങ്ങളോട് ദയ കാട്ടണം."

ചെട്ടിയാരെ സമാധാനിപ്പിക്കാനായി ദേവകി പറഞ്ഞു.

"എന്തോന്നു ദയ? കാശുകൊടുത്തു ഞാൻ വാങ്ങിയ സ്ഥലം ദാനം ചെയ്യണമെന്നാണോ?"

ചെട്ടിയാർ ചോദിച്ചു.

"ദാനം വേണ്ടാ സ്വാമീ... ആറുമാസം സമയം തന്നാൽ മതി. അതിനിടയിൽ വേറെവിടെയെങ്കിലും സ്ഥലം കണ്ടുപിടിച്ച് ഞങ്ങൾ മാറിക്കൊള്ളാം."

“ശരി, ഒരു വർഷത്തേക്കു താമസിച്ചുകൊള്ളൂ. പക്ഷേ, ഒരു കണ്ടീഷൻ...ആറു മാസം കൊണ്ട് എന്റെ സ്ഥലം മുഴുവൻ വൃത്തിയാക്കിത്തരണം.”

“മതി മതി! നിങ്ങൾ ആയിരം കൊല്ലം ജീവിച്ചിരിക്കണം. സാമീ...”

ദേവകി ഇങ്ങനെ ചെട്ടിയാരെ വാഴ്ത്തിയ ശേഷം എല്ലാവരും നമസ്കരിച്ച് യാത്രയായി, വിനായകരുടെ അനുഗ്രഹം കൊണ്ടാണ് ചെട്ടിയാരുടെ മനസ്സു മാറിയതെന്ന് ആ പാവങ്ങൾ വിശ്വസിച്ചു. അങ്ങനെയാണ് ആ സ്ഥലത്തിന് വിനായകനഗർ എന്ന് പേര് വച്ചത്.

ആ സ്ഥലത്തുനിന്നാണ് ഞങ്ങളെ ഇപ്പോൾ വിരട്ടിയോടിക്കുന്നത്. എന്തു ചെയ്യും? പൊലീസിൽ പരാതിപ്പെട്ടാൽ എന്തെങ്കിലും നടപടികൾ ഉണ്ടാകുമോ? കോടതിയിൽ പോയാൽ എന്തെങ്കിലും ഫലം ഉണ്ടാകുമോ? അരിയപുത്രൻ ആലോചിച്ചു. ഏതായാലും ചെട്ടിയാരെ ഒന്നു കണ്ടിട്ട് വേണ്ടതു ചെയ്യാമെന്ന തീരുമാനത്തിൽ എത്തിച്ചേർന്നു.

അടുത്ത ദിവസം മൂവരും ഒരു വക്കീലിനേയും കൂട്ടി ചെട്ടിയാരുടെ വീട്ടിലെത്തി. അരിയപുത്രൻ നടന്ന സംഭവങ്ങൾ വിവരിച്ചുകൊടുത്തു. ചെട്ടിയാർക്ക് വളരെ സങ്കടം ഉണ്ടായതുപോലെ തോന്നി. അദ്ദേഹം വീടിനുള്ളിൽപ്പോയി ഒരു സഞ്ചിയുമായി വന്നു. പണമായിരിക്കുമെന്നാണ് വക്കീൽ ആദ്യം വിചാരിച്ചത്. പക്ഷേ, സഞ്ചിയുടെ വലിപ്പം കണ്ടപ്പോൾ അതിലെന്തോ കടലാസുകളായിരിക്കുമെന്ന് ഊഹിച്ചു. അതു വാങ്ങി സാവധാനം വായിക്കാൻ തുടങ്ങി.

“ആ വിനായകരല്ല നിങ്ങളുടെ ദൈവം ഇദ്ദേഹമാണ് നിങ്ങളുടെ ദൈവം നമസ്കരിക്കൂ.” എന്നായി വക്കീൽ. ഒന്നും മനസ്സിലാകാതെ മൂവരും മിഴിച്ചു നിന്നു.

“അതേയതേ... നിങ്ങൾ ഓരോരുത്തർക്കും രണ്ടു സെന്റുവീതം ഇരുപത്തഞ്ചുപേർക്ക് അൻപതു സെന്റ് സ്ഥലം ഇവിടെ ബസ് സ്റ്റാൻഡ് വരുമെന്ന് അറിഞ്ഞയുടനേ ചെട്ടിയാർ എഴുതിവെച്ചു.

അതോടൊപ്പം വിനായകർകോവിൽ കെട്ടാൻ അൻപതുസെന്റ് വേറെയും അങ്ങനെ ഒരേക്കൽ സ്ഥലം നിങ്ങൾക്കു ദാനമായി തന്നിരിക്കുന്നു. അതിനുള്ള പ്രമാണങ്ങളാണ് ഇതെല്ലാം.”

മൂന്നുപേരും ചെട്ടിയാരുടെ കാലിൽ വീണു നമസ്കരിച്ചു.

“ശ്ശേ... എന്തായിതെല്ലാം?”

സ്നേഹപൂർവ്വം ചെട്ടിയാർ അവരെ പിടിച്ചെഴുന്നേല്പിച്ചു.

“അത് ഇനിമേൽ നിങ്ങളുടെ സ്വത്താണ്. അതു സംരക്ഷിക്കേണ്ടതും നിങ്ങളുടെ ഉത്തരവാദിത്വമാണ്. ഇനി ഒന്നിനും എന്നെ ബുദ്ധിമുട്ടിക്കരുത്. പൊയ്ക്കോളൂ. പോയി സന്തോഷമായി ജീവിച്ചോ.” ചെട്ടിയാർ അവരെ യാത്രയാക്കി.

വലമ്പുരിയാരിൽനിന്ന് തന്റെ ഭൂമി സംരക്ഷിക്കാനുള്ള ഏർപ്പാടാണോ ചെട്ടിയാർ ചെയ്തിരിക്കുന്നത്?

വക്കീലിന്റെ മനസ്സിൽ സംശയത്തിന്റെ ഒരു തീപ്പൊരി മിന്നി. അയാ

ളുടെ ഉദ്ദേശ്യം എന്തുമായിക്കൊള്ളട്ടെ. ഇവർക്ക് ആവശ്യമായ രേഖകൾ കിട്ടിയല്ലോ. അതുമതി! ഇതുവെച്ച് ഒരു കൈ നോക്കുക തന്നെ."

വക്കീൽ നടപടികൾ ആരംഭിച്ചു. കുടിലുകൾ പൊളിക്കൽ, വധശ്രമം, അന്യായമായി വസ്തു കൈവശപ്പെടുത്തൽ എന്നീ വകുപ്പുകൾ പ്രകാരം വലമ്പുരിയാരുടെ മേൽ പൊലീസിൽ പരാതി നല്കി. കോടതിയിലും കേസുകൾ ഫയൽ ചെയ്തു.

ആദ്യ വിചാരണയിൽ തന്നെ വലമ്പുരിയാർ നിലം അപഹരിച്ചതാണെന്ന വാദം സ്ഥിരീകരിക്കപ്പെട്ടു.

"വലമ്പുരിയാരുടെ നിലാപഹരണം, കള്ളരേഖകളുണ്ടാക്കി ഭാര്യയുടെ പേരിൽ ഭൂമി കൈവശപ്പെടുത്താൻ ശ്രമം."

പത്രങ്ങൾ വലിയ തലക്കെട്ടുകൾ നല്കി.

ഇതുപോലെ എത്ര കേസുകൾ നേരിട്ടുള്ളവനാണ് വലമ്പുരിയാർ! ഈ ഓലപ്പാമ്പുകണ്ട് അയാൾ ഭയപ്പെടുമോ? അടിയാളുകളിൽ ഒരാളെപ്പോലും അറസ്റ്റു ചെയ്യാതിരിക്കാൻ അയാൾക്കു കഴിഞ്ഞു.

പായാനുള്ള തയ്യാറെടുപ്പിനെന്നപോലെ അയാൾ പതുങ്ങിനടന്നു.

കേസു നടന്നുകൊണ്ടിരിക്കുമ്പോൾത്തന്നെ ചെട്ടിയാർ ബാക്കിയുള്ള ആറേക്കർ വേലികെട്ടിത്തിരിച്ച് ഷോപ്പിങ് കോംപ്ലക്സിനുള്ള പണിയും ആരംഭിച്ചു.

രണ്ടുഭാഗത്തെയും വാദം കേട്ട കോടതി അവസാനം വിധി പ്രഖ്യാപിച്ചു.

വിനായകനഗറിൽ താമസിക്കുന്ന ഇരുപത്തഞ്ചു പേർക്കും അവരുടെ ഭൂമിയിൽ സർവ്വ അവകാശങ്ങളുണ്ടെന്നും അവർ വീടുകെട്ടാൻ തയ്യാറായാൽ ആവശ്യമായ സംരക്ഷണം പൊലീസ് നല്കണമെന്നും വിധിന്യായത്തിൽ വ്യക്തമാക്കിയിരുന്നു.

കിട്ടാവുന്ന കടവും മറ്റും വാങ്ങി ചിലർ കോൺക്രീറ്റ് വീടുകളും മറ്റു ചിലർ ചെറിയ വീടുകളും കെട്ടാൻ തുടങ്ങി. തീരെ നിവൃത്തിയില്ലാത്തവർ പഴയതുപോലെ കുടിലുകൾകെട്ടി. വിനായകർക്ക് ഒരു ചെറിയ ക്ഷേത്രവും പണി കഴിപ്പിച്ചു. ഇതിനെല്ലാം പൊലീസ് സംരക്ഷണവും ഉണ്ടായിരുന്നു. ചെട്ടിയാരുടെ ഷോപ്പിങ് കോംപ്ലക്സും ഇതോടൊപ്പം ഉയർന്നുകൊണ്ടിരുന്നു.

വിനായക നഗറിൽ ഇരുപത്തഞ്ചു വീടുകൾക്കും ഒരേനാൾ ഗൃഹപ്രവേശം, വീടുകളെല്ലാം മാലകൾകൊണ്ടും തോരണങ്ങൾകൊണ്ടും അലങ്കരിച്ചു. ബന്ധുക്കളും സുഹൃത്തുക്കളുമായി നൂറുകണക്കിനാളുകൾ വന്നെത്തി. ചെട്ടിയാർ കാറിൽ നിന്നിറങ്ങുന്നതിനുമുമ്പുതന്നെ ആളുകൾ ചുറ്റും കൂടുകയും ഒരു മന്ത്രിയെ വരവേല്ക്കുന്നതുപോലെ മാലയിട്ട് സ്വീകരിച്ച് ആനയിക്കുകയും ചെയ്തു. അദ്ദേഹം ഓരോ വീട്ടുകാരെയും ആശീർവദിച്ചു. ഉച്ചയ്ക്ക് സദ്യയും വൈകിട്ട് കാപ്പികുടിയും കഴിഞ്ഞവർ തിരികെ പൊയ്ക്കൊണ്ടിരുന്നു.

പാതിരാത്രി, കൂരിരുട്ടിനെ കീറിമുറിച്ച് പ്രകാശം പരത്തിക്കൊണ്ട്

ബസുകളും ലോറികളും ചീറിപ്പാഞ്ഞുകൊണ്ടിരുന്നു. ഹൈവേയിൽ നിന്നും ഒരു ദിനോസറിനെപ്പോലെ ഒരു ബുൾഡോസർ ഇറങ്ങി. വിനായകനഗറിൽ പ്രവേശിച്ചു. ഒരു വൻ ശബ്ദത്തോടെ ഒന്നാമത്തെ വീടിന്റെ ഭിത്തികൾ നിലംപൊത്തി.

"അയ്യോ, അമ്മേ..." അലറിവിളിച്ചുകൊണ്ട് വീടിനുള്ളിലുണ്ടായിരുന്നവർ വെളിയിൽ വന്നു. മാതുവും അമ്മാശിയും ദൂരേക്ക് നോക്കിയപ്പോൾ ബുൾഡോസറിന്റെ പിന്നിൽ രണ്ടു ടാറ്റാസുമോ കാറുകൾ. ശക്തിയായി ടോർച്ചുലൈറ്റുകൾ തെളിച്ചുകൊണ്ട് ഒരു കൂട്ടം ആളുകൾ അവർക്കുനേരെ പാഞ്ഞടുത്തു.

കൈയിൽ കമ്പിപ്പാരയുമായി ഒരാൾ വീടിനെ ചുറ്റിവന്നു. ഒരേ ഒരു വീടുമാത്രമേ പൂട്ടിക്കിടന്നിരുന്നുള്ളൂ. കമ്പിപ്പാരകൊണ്ട് കതകിലിടിച്ച് അയാൾ അലറി.

"ടേയ്, ആരെടാ ഉള്ളിൽ? ഇറങ്ങി വാടാ..."

അരിയപുത്രനും ദേവകിയും പുറത്തുവന്നു.

"എന്താടാ, പെണ്ണുമ്പിള്ളയുടെ കൂടെക്കിടന്നാൽ പിന്നെ എഴുന്നേല്ക്കാനിത്ര മടി?"

എന്ന് ചോദിച്ചുകൊണ്ട് ഒരു തടിയൻ ടോർച്ചടിച്ചു. ആ വെളിച്ചത്തിൽ ദേവകിയുടെ മുഖം തിളങ്ങി. അടുത്തുനിന്ന ഒരു കഷണ്ടിക്കാരൻ.

"ഇവളെത്ര സുന്ദരയായിരിക്കുന്നു"

എന്നു പറഞ്ഞുകൊണ്ട് അവളുടെ ഇരുചെവികളും പിൻകഴുത്തും ചേർത്ത് ഇറക്കിപ്പിടിച്ചു. ദേവകി ഇരുവശങ്ങളിലേക്കും തലയാട്ടി കുതറിമാറാൻ ശ്രമിച്ചുകൊണ്ടിരിക്കേ അവൻ അവളുടെ കവിളിൽ ചുംബിച്ചു.

"ടേയ് ടേയ്" കൂടിനിന്നവർ ബഹളം വെച്ചു. ഒരു കല്ലെടുത്ത് അവന്റെ നേരെ എറിയാൻ അരിയപുത്രൻ ശ്രമിച്ചു. പത്തോളം പേർ അരിയപുത്രനു ചുറ്റും കൂടി. അവരുടെ കൈയിലുള്ള വെട്ടുകത്തികൾ കെട്ടിയ കൂട്ടിനുള്ളിൽ അയാൾ അകപ്പെട്ടുപോയി.

"ഇവനാടാ... ഈ തേവിടിയാന്മാരെയെല്ലാം ഇവിടെ കൂട്ടിക്കൊണ്ടുവന്നത്. കെട്ടിയിടെടാ ഇവനെ!"

ഒരു തടിയൻ ഉത്തരവിട്ടു.

അവരെല്ലാം ചേർന്ന് അരിയപുത്രനെ ഒരു വേപ്പുമരത്തിൽ കെട്ടിയിട്ടു. കമ്പിളിപ്പുഴു വീണതുപോലെ ദേവകി കവിളുകൾ തടവിക്കൊണ്ടിരുന്നു.

അക്രമികൾ കമ്പിപ്പാരകൊണ്ട് ദീർഘചതുരത്തിൽ ഒരു കളം വരച്ചു. കൂടിനിന്നവരെയെല്ലാം ആ കളത്തിൽ കയറ്റിയിരുത്തി. സ്ത്രീകളെല്ലാം മുൻവരിയിൽ പുരുഷന്മാർ പിന്നിലും.

"ഒരുത്തരും ഉറങ്ങാൻ പാടില്ല. വെള്ളം കൊണ്ടുവന്നൊഴിക്കെടാ.."

തടിയൻ വിളിച്ചു പറഞ്ഞു. അക്രമികൾ വീടുകൾക്കുള്ളിൽ കുടങ്ങളിൽ സൂക്ഷിച്ചിരുന്ന വെള്ളം എടുത്തുകൊണ്ടു വന്ന് ചതുരക്കളത്തിലൊഴിച്ചു. മണ്ണും വെള്ളവും ചേർന്ന് ചതുരക്കളം ഒരു ചെളിക്കുഴിയായി മാറി.

ചേറിനുള്ളിൽ നിന്നും ആരും പുറത്തുപോകാതിരിക്കാനായി അക്രമികൾ കമ്പിപ്പാരയുമായി കളത്തിനുചുറ്റും വട്ടമിട്ടു നടന്നു.

ബുൾഡോസറിന്റെ കഠിനമായ ഉരുക്കുപല്ലുകൾ ആ വീടുകളെയെല്ലാം കടിച്ചുതുപ്പി. സ്വന്തം കുട്ടികളെ മരണത്തിലേക്ക് തള്ളിവിടുംപോലെയുള്ള പ്രാണവേദനയിൽ അവിടെ കൂടി നിന്ന സ്ത്രീകൾ അലമുറയിട്ടു കരഞ്ഞു.

“കടം വാങ്ങിക്കെട്ടിയ വീടാണേ... നശിപ്പിക്കല്ലേ.. അയ്യോ.. വേണ്ടാ.. വേണ്ടാ..”

എന്ന് പുരുഷന്മാർ അക്രമികളോട് കെഞ്ചി. എന്നാൽ അക്രമികളും യന്ത്രവും ഏകോദരസഹോദരങ്ങളെപ്പോലെ വീടുകൾ ഇടിച്ചുനിരത്തിക്കൊണ്ടിരുന്നു.

മാതുവിന്റെ വൃദ്ധനായ അച്ഛൻ ഉറക്കംതൂങ്ങിക്കൊണ്ട് ചെളിയില്ലാത്ത ഒരിടം നോക്കി ചുരുണ്ടുകൂടി. ഒരുത്തൻ പാരയുമായി പാഞ്ഞെത്തി. ചത്തപട്ടിയെ കുത്തിനീക്കുന്നതുപോലെ കമ്പിപ്പാരകൊണ്ട് അയാളെ കോരിനീക്കി.

“ഉറങ്ങിയാൽ ഒറ്റക്കുത്തിന്... തൊലച്ചുകളയും...” പാരയുടെ കൂർത്ത മുന അയാളുടെ നെഞ്ചിനുനേരെ ഓങ്ങി. മരണഭയം ആ വൃദ്ധന്റെ ഉറക്കം കെടുത്തി. മാതു കോപം കൊണ്ട് ജ്വലിച്ചു. എന്നാൽ ആ കോപം പുറത്തു കാട്ടാൻ കഴിയാതെ മനസ്സിനുള്ളിൽ അടക്കിവയ്ക്കുവാൻ മാത്രമേ അയാൾക്കു കഴിയുമായിരുന്നുള്ളൂ.

അമ്മാശിയുടെ കുഞ്ഞ് അതിന്റമ്മയുടെ കൈയിലിരുന്നു നിർത്താതെ കരയാൻ തുടങ്ങി. അതിനെ ആശ്വസിപ്പിക്കുവാൻ അമ്മ ആവുന്നത്ര ശ്രമിച്ചു നോക്കി. കുഞ്ഞിനു പാൽ കുടിക്കേണ്ട നേരമായിരുന്നു. ഗത്യന്തരമില്ലാതെ മാറിടത്തിൽനിന്നും തുണി നീക്കി. കുട്ടിക്കു പാൽ കൊടുക്കാൻ തുടങ്ങി. കഷണ്ടിക്കാരന്റെ ടോർച്ചിന്റെ പ്രകാശം അമ്പുപോലെ അവളുടെ നെഞ്ചിൽ പതിച്ചു. സാരിത്തുമ്പുകൊണ്ട് അവൾ മാറിടം ബലമായി മൂടിപ്പുതച്ചു.

“മാറ്റെടീ തുണി” അല്ലെങ്കിൽ നിന്റെ രണ്ടും അറുത്തെടുത്തുകളയും. അടുത്തുവന്ന കഷണ്ടിക്കാരൻ അലറി. വിമ്മിവിമ്മിക്കരഞ്ഞുകൊണ്ട് അമ്മാശിയുടെ ഭാര്യ അടുത്തിരുന്ന സ്ത്രീയുടെ തോളിലേക്ക് ചാഞ്ഞു.

അമ്മാശിയുടെ പൗരുഷം സടകുടഞ്ഞെഴുന്നേറ്റു. “ടേയ്” എന്നലറിക്കൊണ്ട് അയാൾ മുന്നോട്ടു കുതിച്ചു. ഇതിനിടെ പാരമുനകളിൽഒന്ന് അയാളുടെ വായിലും മറ്റൊന്ന് നെഞ്ചിലും ഉരസി നിന്നു. അയാളുടെ വീരഞരമ്പുകൾ തളർന്നുപോയി. കണ്ണുകളടച്ച് ചുരുണ്ടുകൂടി ചേറിലേക്ക് അയാൾ കുഴഞ്ഞുവീണു.

ഈ ദുശ്ശാസനന്റെ കൈകൾ തങ്ങളുടെ മേലും വന്നുപെടുമോ എന്ന ഭയത്താൽ അവിടെ കൂടിയിരുന്ന സ്ത്രീകൾ ജ്വരബാധിതരെപ്പോലെ അവരുടെ സാരിത്തുമ്പുകൾ ശരീരത്തിൽ ഇറുക്കിച്ചുറ്റിപ്പിടിച്ചു. ശ്രീലങ്കയിലെ മുള്ളിവായ്ക്കാലിൽ സിംഹളസൈന്യത്തിന്റെ പിടിയിലകപ്പെട്ട തമിഴ് അഗ

തികളെപ്പോലെയായി ഈ പാവങ്ങൾ.

എല്ലാം നിലംപരിശായി. വിനായകക്ഷേത്രം മാത്രം അവശേഷിച്ചു. കുടിലുകൾ പൊളിച്ച ഓലയും കമ്പുകളും കൂട്ടിയിട്ടു കത്തിച്ചു. തീ ആളിപ്പടർന്നു. ആ പ്രകാശപ്രഭയിൽ എണ്ണയിൽ ചാലിച്ചെടുത്ത വിഭൂതി പൂശിയതു പോലെയായി ആ പാവങ്ങളുടെ മുഖങ്ങൾ.

"അഴിച്ചുവിടെടാ ഇവനെ"

തടിയൻ കല്പിച്ചു. ദേവകി എഴുന്നേറ്റ് അരിയപുത്രന്റെ കെട്ടുകളഴിച്ചു.

"ഈ സ്ഥലം അണ്ണന്റെ സ്വന്തം! ഏവനെങ്കിലും ഇവിടെ വീടുകെട്ടാൻ ശ്രമിച്ചാൽ... ജീവനോടെ വച്ചേക്കില്ല. എഴുന്നേല്ക്കിനെടാ... പോ... പോ.. എല്ലാരും പൊയ്ക്കോ."

ഭീഷണി മുഴക്കി തടിയൻ എല്ലാവരേയും വിരട്ടിയോടിച്ചു. ഈ ക്രൂരതകളെല്ലാം കണ്ട് വിനായകൻ മൗനമായിരുന്നു.

"ഇപ്പോ നിങ്ങടെ ആയുധബലവും അധികാരവും ജയിച്ചെടാ.. ഞങ്ങൾക്കു കോടതിയുണ്ട്. പിന്നിൽ ആളുകളുമുണ്ട്. ഇനിയും ഞങ്ങൾ ശക്തിയായി തിരിച്ചുവരും. അപ്പോൾ കാണാം."

മനസ്സിൽ പറഞ്ഞു കൊണ്ട് അരിയപുത്രൻ മുന്നിൽ നടന്നു.

ഇരുട്ടിൽത്തപ്പിക്കൊണ്ട് നേരം പുലരും മുമ്പേ പുരുഷന്മാരും സ്ത്രീകളും കുട്ടികളുമടങ്ങുന്ന സംഘം ആ നഗരം ഉപേക്ഷിച്ച് അയാളുടെ പിന്നിൽ വരിവരിയായി കിഴക്കുദിക്കിലേക്ക് നടന്നുനീങ്ങിക്കൊണ്ടിരുന്നു.

# 5

## വിചാരണക്കൂട്

**യാ**തൊരാവശ്യവുമില്ലാത്ത ഒരിടത്താണ് നീയും ഞാനും ഇപ്പോൾ ഇരിക്കുന്നത്. നിന്റച്ഛനും എന്റച്ഛനും വന്നിട്ടുണ്ട്. ഏതായാലും നിന്റമ്മ വരാതിരുന്നതു നന്നായി. വന്നിരുന്നെങ്കിൽ ശ്രീലങ്കൻ തമിഴരെപ്പോലെ നമ്മുടെ ജീവിതം അവസാനിക്കാത്ത യുദ്ധക്കളമായി മാറുമായിരുന്നു. "മാത്രമല്ല, നിനക്കു നിന്റെ ഭാര്യയെ വേണം" എന്ന സ്വബോധം ഉണ്ടാകുമായിരുന്നില്ല.

നമ്മൾ രണ്ടുപേരും സംസാരിച്ചുതീർക്കാവുന്ന പ്രശ്നങ്ങളെ ഉണ്ടായിരുന്നുള്ളൂ. നമുക്ക് കഴിയാത്ത കാര്യങ്ങൾ ഈ മൂന്നംഗ പഞ്ചായത്തിനു തീർത്തുതരാൻ പറ്റുമോ? ഏകപക്ഷീയമായ തീരുമാനം ആണെങ്കിൽപ്പോലും ഒരു മൂന്നാമസ്ഥൻ പറഞ്ഞാൽ അതംഗീകരിക്കുന്നത് ഒരു നാട്ടുനടപ്പായി മാറിക്കഴിഞ്ഞിരിക്കുന്നു. ഈ പഞ്ചായത്തുകൊണ്ട് ഒന്നുകിൽ നമ്മൾ യോജിക്കും. അല്ലെങ്കിൽ താല്ക്കാലികമായോ സ്ഥിരമായോ നമുക്ക് വേർപിരിയാം.

പയ്യൻ എഞ്ചിനീയർ. ഒരു സ്വകാര്യ കമ്പ്യൂട്ടർ സ്ഥാപനത്തിൽ ജോലി. ഇരുപതിനായിരം രൂപാ ശമ്പളം. സ്വന്തമായി ഒരു ഇരുനിലവീട്. രണ്ട് ആൺകുട്ടികൾ മാത്രമുള്ള കുടുംബം. ഇളയവൻ ജർമ്മനിയിൽ എം ഇയ്ക്ക് പഠിക്കുന്നു. ഇങ്ങനെ എന്തെല്ലാം പറഞ്ഞാണ് എന്നെ പെണ്ണുചോദിച്ചു വന്നത്! അതു വിശ്വസിച്ചാണ് എന്റെ വീട്ടുകാർ സമ്മതിച്ചത്. അങ്ങനെ നമ്മുടെ വിവാഹം നടന്നു.

എന്റെ ശമ്പളക്കവർ നിന്റമ്മ വാങ്ങിയിട്ട് ബസുകൂലിക്കെന്നു പറഞ്ഞ് അഞ്ഞൂറ് രൂപാ എനിക്കു തരും. നമ്മുടെ രണ്ടുപേരുടെയും ശമ്പളം സ്വരുക്കൂട്ടിവെച്ച് ഒരു വീടോ വസ്തുവോ വാങ്ങിത്തരുമായിരിക്കും എന്നാണ് ഞാൻ വിശ്വസിച്ചിരുന്നത്. മൂന്നു മാസങ്ങൾക്കുശേഷം എനിക്ക് കിട്ടിയ വിവരങ്ങൾ എന്നെ അദ്ഭുതപ്പെടുത്തി. ഒരു കമ്പ്യൂട്ടർ സ്ഥാപനത്തിൽ

ജോലിചെയ്യുന്ന ചിലർക്ക് നിന്റമ്മ പലിശയ്ക്ക് പണം കടം കൊടുത്തിട്ടുണ്ട്. അതിന്റെ പലിശപ്പണം പിരിക്കാനും, കൊടുക്കൽ വാങ്ങൽ നടത്താനും വേണ്ടി മാത്രമാണ് നീ ഇടയ്ക്കിടെ അങ്ങോട്ടുപോകുന്നത്. അല്ലാതെ സമയങ്ങളിൽ ടി വി കാണുക, നിന്റമ്മ വച്ചു വിളമ്പിത്തരുന്നത് തിന്നുക, ഉറങ്ങുക, ബൈക്കിൽ അവരെ കയറ്റി ചുറ്റിനടക്കുക ഇതല്ലാതെ വേറൊരു ജോലിയും നിനക്കില്ല, ഇതല്ലേ സത്യം?

എന്തെല്ലാം കള്ളത്തരങ്ങൾ, ഈ വഞ്ചന എന്നെ ആകെ പിടിച്ചു കുലക്കിക്കളഞ്ഞു. ഓർക്കുമ്പോഴെല്ലാം നെഞ്ചിനുള്ളിൽ തിളച്ചുമറിഞ്ഞ് ചുടുനിശ്വാസം പുറത്തേക്ക് പ്രവഹിക്കും. ഇക്കാര്യങ്ങൾ അമ്മ അറിയാനിടയായാൽ അലറിവിളിച്ച് ആളെക്കൂട്ടും. അച്ഛൻ ഈയിടെ പെൻഷനായതേയുള്ളൂ. ഒരിക്കൽ ഹാർട്ടറ്റാക്ക് വന്നതാണ്. ഇക്കാര്യങ്ങൾ അദ്ദേഹത്തിന്റെ കാതിലെത്തിയാൽ എന്താകും ഫലം? പലവിധ ദുഷ്ചിന്തകളും എന്നെ അലട്ടിക്കൊണ്ടിരുന്നു.

ഇക്കാര്യങ്ങൾ അവരറിയുന്നതിനുമുമ്പ് ഒരു പോംവഴി കണ്ടുപിടിക്കണമെന്ന് എനിക്ക് തോന്നി.

എന്തെങ്കിലും ഒരു ജോലി തേടിപ്പിടിക്കണമെന്ന് നിന്നോട് ഞാനെത്ര തവണ ആവശ്യപ്പെട്ടു. അപ്പോഴൊക്കെ നിന്റെ മുഖത്ത് പുച്ഛം. എന്നെ നീ വെറുപ്പോടെ നോക്കി.

നിമിഷങ്ങൾക്കുള്ളിൽ നിന്റച്ഛനും അമ്മയും വന്നു.

''വേണമെങ്കിൽ ഇവിടെക്കഴിയാം. ഇല്ലെങ്കിൽ നിന്റെ വീട്ടിൽ പൊയ്ക്കോ'' നിന്റമ്മ എന്നോട് ആജ്ഞാപിച്ചു. ദാമ്പത്യജീവിതത്തെപ്പറ്റി ഞാൻ കെട്ടിയിരുന്ന മനക്കോട്ടകളിൽ വിള്ളൽ വീണുകഴിഞ്ഞു. സ്വയം സമാധാനിപ്പിക്കാൻ ശ്രമിച്ചുകൊണ്ട് ഞാൻ ബെഡ്റൂമിൽ വന്നു. നീയും പിറകേ വന്നു. ഒരു കുഴിബോംബുപോലെ നീ കട്ടിലിൽ ചുരുണ്ടുകൂടി.

മുഖം ലേശം തിരിച്ച് ഏറുകണ്ണിട്ട് നീ എന്നെ നോക്കിപ്പറഞ്ഞു.

"അമ്മ പറയുന്നതു അനുസരിച്ച് നിന്നാൽ ഈ വീട് എനിക്കു തരാമെന്ന് പറഞ്ഞിട്ടുണ്ട്"

എനിക്ക് അരിശം മൂത്തുവന്നു. നിന്റെ ഈ പൊട്ടബുദ്ധിക്കു നിന്നെ ചെരിപ്പൂരിയടിക്കണം എന്നു പറയാനാണ് എനിക്ക് തോന്നിയത്. നിന്നെ ഞാൻ പിടിച്ചുകുലുക്കി. മറ്റുള്ള കുടുംബങ്ങളിൽ നടക്കുന്ന കാര്യങ്ങൾ നിന്നെ ബോദ്ധ്യപ്പെടുത്താൻ ശ്രമിച്ചു.

"നിന്റമ്മ വിചാരിച്ചാലും ഈ വീടു നിനക്കു തരാൻ കഴിയില്ല. നിന്റെ അനിയൻ പാതിസ്വത്ത് ചോദിച്ചാൽ കൊടുക്കാതിരിക്കാൻ കഴിയുമോ? അങ്ങനെ ഭാഗം പിരിച്ച് ഒന്നോ ഒരു മുറിയോ കിട്ടിയാലോ? അപ്പോഴേക്കും നമ്മൾ വയസ്സരായിത്തീരും. വീടും പഴകി ദ്രവിച്ചുതുടങ്ങിയിരിക്കും. ഒന്നു മാത്രം ഓർത്തോ.

ഈ വീട് നിന്റെ അച്ഛനമ്മമാർക്കുള്ളതാണ്. അവരാണ് കെട്ടിയത്. നിനക്ക് വീടുവേണമെങ്കിൽ നീ തന്നെ കെട്ടണം. ഇതു നിനക്കുതരാമെന്നു പറയുന്നത് നിന്നെ പറ്റിക്കാനാണ്."

ഇതുകേട്ട് നീ പൊട്ടിത്തെറിച്ചു. വൃണിതഹൃദയയായി ഞാൻ തേങ്ങി. മനസ്സു വിങ്ങാൻ തുടങ്ങി. ഇതും നീ പോയി നിന്റമ്മയോടു പറഞ്ഞുകൊടുക്കുമോ? നീയാണോ പറയാതിരിക്കുന്നത്?

അന്ന് ഞാനുണ്ടാക്കിയ സാമ്പാറും ചമ്മന്തിയും നിന്റമ്മ ഓടയിൽ വലിച്ചെറിഞ്ഞു. അതിനുശേഷം അടുക്കളയിൽ കയറാൻ എന്നെ അനുവദിച്ചില്ല. ഞാൻ വരുമ്പോഴും പോകുമ്പോഴുമെല്ലാം അവർ ഓരോരോ പൊങ്ങച്ചം പറഞ്ഞുകൊണ്ടിരിക്കും. കൂട്ടത്തിൽ ശകാരിക്കാനും ശാസിക്കാനും തുടങ്ങി. അമ്മായിയച്ഛന്റേയും അമ്മായിയമ്മയുടെയും അധികാരത്തിന്റെ അഗ്നിജ്വാലയുടെ കൊടുംചൂട് മനസ്സിലാക്കാൻ തുടങ്ങുന്നതേയുണ്ടായിരുന്നുള്ളൂ.

നിന്റച്ഛനമ്മമാർ സോഫായിലിരുന്നിട്ട് എന്നെ തറയിലിരിക്കാൻ നിർബ്ബന്ധിക്കും. ആരെങ്കിലും പലിശപ്പണം കൊടുക്കാൻ വന്നാൽ 'റൂമിലേക്ക് പൊയ്ക്കോ' എന്ന് എന്നെ ആട്ടിയോടിക്കും. ഞാൻ ഓഫീസിൽ പോകുമ്പോഴും വരുമ്പോഴും രഹസ്യമായി എന്നെ പിന്തുടർന്നുകൊണ്ടായിരുന്നു. എന്റെ വീട്ടിൽപ്പോകാൻ എന്നെ അനുവദിച്ചിരുന്നില്ല. എന്റെ അനിയത്തി എന്നെക്കാണാൻ വന്നിട്ട് വാതിലിൽ നിർത്തി വർത്തമാനം പറഞ്ഞ് തിരിച്ചയയ്ക്കുകയാണ് ചെയ്തത്. നിന്റെ ചിറ്റപ്പനും ചിറ്റമ്മയും വന്നപ്പോൾ നിങ്ങളുടെ സാന്നിദ്ധ്യത്തിൽ മാത്രമേ അവരോടു സംസാരിക്കുവാൻ എന്നെ അനുവദിച്ചിരുന്നുള്ളൂ. അതുമാത്രമോ എന്റെ കൂടെ ജോലിചെയ്യുന്ന ഒരു കൂട്ടുകാരി എന്നെ കാണാനെത്തി. ശബ്ദമുണ്ടാക്കാതെ ഞാനവളെ ബെഡ്റൂമിൽ കൊണ്ടുപോയി. വെളിയിൽ തോക്കും പിടിച്ച് കാവല്ക്കാരെപ്പോലെ നിന്റച്ഛനും അമ്മയും തെക്കുവടക്കു നടന്നുകൊണ്ടിരുന്നു. ആ മുറിതന്നെ എനിക്കൊരു ജയിലറയായിട്ടാണ് തോന്നിയത്. ഏകാന്തത, ഏകാന്തതയുടെ കാഠിന്യം നിനക്ക് മനസ്സിലാകില്ല. പല ദിവസങ്ങളിലും ഒരു ഭ്രാന്തിയെപ്പോലെ മുറിക്കുള്ളിൽ ചുറ്റി നടന്നിട്ടുണ്ട്. സാരിത്തുമ്പിൽ കുടുക്കിട്ട് ചത്തുകളഞ്ഞാലോ എന്നുവരെ ഞാൻ ആലോചിച്ചിട്ടുണ്ട്.

നീയാണെങ്കിൽ പകലെല്ലാം ഊരുചുറ്റി ടി വി കണ്ട്, ഇഷ്ടപ്പെട്ട ഭക്ഷണവും കഴിച്ച് രാത്രി പതിനൊന്ന് മണിക്ക് ബെഡ്റൂമിൽ വരും. ആകെയൊരു എരിച്ചിലാണ് അപ്പോഴെനിക്ക് തോന്നുന്നത്. എന്റെ സ്വപ്നങ്ങളെപ്പറ്റിയോ സുഖദുഃഖങ്ങളെപ്പറ്റിയോ സംസാരിക്കാൻ ഒരിക്കലും കഴിയാറില്ല. നിന്നോടു വർത്തമാനം പറയാൻപോലും എനിക്ക് ഭയമാണ്. നീ എന്തുപറഞ്ഞാലും ഉം ഉം എന്നു മൂളി തലയിണയിൽ മുഖമമർത്തിക്കരയാൻ മാത്രമേ എനിക്ക് കഴിയുമായിരുന്നുള്ളൂ. അപ്പോഴെല്ലാം എന്റെ മനസ്സിൽ തെളിഞ്ഞുവരുന്നത് കല്യാണം കഴിഞ്ഞ് മൂന്നാം നാൾ നടന്ന ഒരു സംഭവമാണ്.

അന്നുരാവിലെ ഞാൻ കുറേ നേരത്തെ ഉറക്കമുണർന്നു. നിന്നെക്കാണാനില്ല. വസ്ത്രമൊക്കെ മാറി വെളിയിൽ വന്നുനോക്കി. അടുക്കളയിൽ നീയും അമ്മയും വളരെ സന്തോഷത്തിൽ വർത്തമാനം പറയുന്നു. ആദ്യ

രാത്രിയിൽ നീ എന്നെ ചുംബിച്ചതു മുതൽ എന്റെ ശരീരം പിച്ചിച്ചീന്തി തളർന്നുറങ്ങുന്നതുവരെയുള്ള എല്ലാ കാര്യങ്ങളും വള്ളിപുള്ളി തെറ്റാതെ ഒരു മറയുമില്ലാതെ നീ വിസ്തരിച്ചുകൊണ്ട് നില്ക്കുന്നു..! നിന്റമ്മ "അവ ളെന്തൊക്കെ ചെയ്തെടാ...' പറയെടാ... എന്നു കുത്തിക്കുത്തി ചോദി ക്കുന്നു. അതൊക്കെ അവർക്ക് അറിയാത്ത കാര്യങ്ങളാണോ? ഒന്നും ചെയ്യാഞ്ഞിട്ടാണോ നീയും നിന്റനിയനും ജനിച്ചത്..!

നീയാണെങ്കിലോ ഒരു നാണവുമില്ലാതെ എല്ലാം വിവരിച്ചു പറഞ്ഞി രിക്കുന്നു. എന്തൊരു നാണംകെട്ട കുടുംബം! മനസ്സ് പരിതപിച്ചു. എന്തു രഹസ്യമായാലും നിനക്ക് അമ്മയോടു പറയാതിരിക്കാൻ കഴിയില്ല. അതു പോലെതന്നെ അവർ "വെട്ടെടാ" എന്നു പറഞ്ഞാൽ മറ്റൊന്നും ആലോ ചിക്കാതെ നീ വെട്ടിയിരിക്കും. നിന്റെയീ ബലഹീനതയാണ് നിന്നെ ഒരു പൊലീസ് നായയെപ്പോലെ വളർത്താൻ കാരണമായത്. അതുകൊണ്ട് എന്റെ സങ്കടങ്ങൾക്ക് നിന്നെ ഒരിക്കലും മാറ്റിയെടുക്കാൻ കഴിയില്ല.

ഈ കഠിനതടവിനിടയിലാണ് ഞാൻ ഗർഭിണിയാണെന്ന് അറി യുന്നത്. ഏഴാം മാസത്തിനുള്ള ചടങ്ങുകൾ കഴിഞ്ഞ് ഞാൻ എന്റെ വീട്ടി ലേക്ക് പോയി. ഒരു പെൺകുഞ്ഞ് ജനിച്ചു.

നിങ്ങൾ വന്നു വിളിച്ചപ്പോൾ കൂടെപ്പോരാൻ ഞാൻ തയ്യാറായില്ല. നിങ്ങളുണ്ടാക്കിയിട്ടുള്ള വൈദ്യുതവേലിക്കുള്ളിൽ കഴിയാൻ എന്റെ മനസ്സ് എന്നെ അനുവദിച്ചില്ല. അന്ന് നിങ്ങളുടെ വീടിന്റെ കീഴ്നില ഒഴിഞ്ഞുകി ടക്കുകയായിരുന്നു. നമുക്ക് അവിടെ താമസിക്കാമെന്നു ഞാൻ നിർബ്ബന്ധം പിടിച്ചു. പക്ഷേ, നി എതിർത്തു. നീ എന്റെമ്മയോട് വഴക്കുണ്ടാക്കുക പോലും ചെയ്തു. എന്റെയമ്മ മരുമകനെ സമാധാനിപ്പിക്കുവാൻ ശ്രമിച്ചു നോക്കി. പക്ഷേ, നിങ്ങൾ രണ്ടുപേരും ചവിട്ടിമെതിച്ച് കടന്നുപോയി.

നമുക്ക് രണ്ടുപേർക്കും വേണ്ടി ചില മദ്ധ്യസ്ഥർ ഇടപെട്ടു. ദീർഘ മായ ചർച്ചകൾക്കൊടുവിൽ പ്രത്യേകം താമസം തുടങ്ങണമെന്ന തീരു മാനത്തിൽ എത്തിച്ചേർന്നു.

ഒരു മാസം കഴിഞ്ഞപ്പോൾ നിന്റെയമ്മ മൂവായിരം രൂപ വാടക ആവ ശ്യപ്പെട്ടു. അതും എന്റെ ശമ്പളത്തിൽനിന്നും കൊടുക്കണമത്രേ! ക്രൂര നായ ഒരു യജമാനനെപ്പോലെ നീ എന്റെ കൈയിൽ നിന്നും മൂവായിരം രൂപാ വസൂലിച്ചു. നിന്റെ വീട്ടിൽ ഞാനും എന്റെ കുഞ്ഞും വെറും വാടക ക്കാരായി മാറി.

വീട്ടിലേക്കാവശ്യമായ സാധനങ്ങളും കുഞ്ഞിനുള്ള മരുന്നുകളും നിർബ്ബന്ധമായി എന്നെക്കൊണ്ട് നീ വാങ്ങിപ്പിച്ചു. ഒരു സാരിയോ, ഒരു മുഴം പൂവോ നീ എനിക്കു വാങ്ങിത്തന്നിട്ടില്ല. നിന്റെയമ്മ പല തരത്തിലു ണ്ടാക്കുന്ന ഇറച്ചിയും മീനും നീ തിന്നു. ഒരു ഞായറാഴ്ചയെങ്കിലും അര ക്കിലോ ഇറച്ചി നീ വാങ്ങിക്കൊണ്ടുവന്നിട്ടുണ്ടോ?

രാത്രി പതിനൊന്നുമണിക്കുവന്ന് രാവിലെ എട്ടുമണിക്ക് നീ പോകും. ഈ അപഹാസ്യമായ ജീവിതം എത്രനാൾ ഞാൻ സഹിക്കണം.

ഇക്കാരണങ്ങളാലാണ് നാം ഈ പഞ്ചായത്തിനുമുന്നിൽ ഇരുന്നു

കൊടുക്കേണ്ടിവന്നത്. ഇതൊക്കെ കൂടാതെ എടുത്തുപറയത്തക്ക മറ്റൊരു സംഭവമുണ്ടായിട്ടുണ്ട്.

അന്ന് എന്റെ കൂട്ടുകാരിയുടെ വിവാഹം. ഞാനും കുഞ്ഞും പോകാൻ തയ്യാറായിക്കൊണ്ടിരുന്നു. കുഞ്ഞിന്റെ ചെയിൻ കാണാനില്ല. പലയിടത്തും തിരഞ്ഞുനോക്കി.

"അമ്മയുടെ ബ്യൂറോയിലുണ്ടായിരുന്നു
ഇവിടെത്തപ്പിയാൽ എങ്ങനെ കിട്ടാനാണ്?"

നീ തന്നെയാണ് ഈ ചോദ്യം എന്നോട് ചോദിച്ചത്. ഞാൻ നിന്റമ്മയോട് ചോദിച്ചു.

"ബ്യൂറോ തുറന്നു നോക്ക്."

അവർ പറഞ്ഞു. അതുകേട്ട് ഞാൻ തുറന്നുനോക്കി. ചെയിൻ കിട്ടിയില്ല. നിന്റമ്മയുടെ ആഭരണപ്പെട്ടിയും തുറന്നു. അതിലുമില്ല. സമയം കടന്നുപൊയ്ക്കൊണ്ടിരുന്നു.

പിന്നെ നോക്കാം എന്നു വിചാരിച്ച് ഞാൻ താഴെ വന്നു. കുഞ്ഞിനെ കുളിപ്പിക്കാൻ തുടങ്ങി. പത്തുനിമിഷത്തിനുള്ളിൽ നീ വന്നു.

"എന്തിനാ അമ്മയുടെ ആഭരണപ്പെട്ടി തുറന്നത്?"

നീ ചോദിച്ചു. മുഖം തിരിച്ച് ഞാൻ നിന്നെ സൂക്ഷിച്ചു നോക്കി. കുഞ്ഞിന്റെ കണ്ണിൽ സോപ്പുപത പോയതിനാൽ അതു കരയാൻ തുടങ്ങി. കുഞ്ഞിനെ ആശ്വസിപ്പിക്കുന്നതിൽ ഞാൻ ശ്രദ്ധ ചെലുത്തി.

വീണ്ടും നീ ചോദിച്ചു.

"അമ്മ എടുത്തിട്ടുണ്ടാകുമെന്ന് നീ സംശയിക്കുന്നുണ്ടോ?"

ഞാനാകെ കുഴപ്പത്തിലായി. ഞാൻ മനസ്സിൽപ്പോലും ഓർക്കാത്ത ഒരു കഥ കെട്ടിച്ചമച്ചിരിക്കുന്നു. പല്ലുകടിച്ചു പിടിച്ച് മൗനം പാലിക്കാൻ ഞാൻ ശ്രമിച്ചു. നീ വിടുന്ന ലക്ഷണമില്ല.

"ഇനി ഒരു പ്രാവശ്യം കൂടി അമ്മയെ കള്ളിയാക്കാൻ ശ്രമിച്ചാലുണ്ടല്ലോ."

നീ വിരട്ടാനാരംഭിച്ചു. അന്നുവരെ എനിക്കുണ്ടായ അപമാനം, മാനഹാനി, വേദന ഇവയെല്ലാം എന്റെ നാവിന്റെ ഞരമ്പുകളെ ബലപ്പെടുത്തി. ധൈര്യമായി ഞാൻ ചോദിച്ചു.

"നീ എന്തു ചെയ്യും?"

"വെട്ടിനുറുക്കിക്കളയും."

"വെട്ടിനോക്ക്, അപ്പോക്കാണാം. നീയും നിന്റമ്മച്ചിയും പെടാൻ പോകുന്ന പാട്. പൊലീസ് വരും... പൊലീസ്!"

ഇത്രയേ നടന്നുള്ളൂ. അതുവരെ ഒളിഞ്ഞുനിന്നു കേട്ടുകൊണ്ടിരുന്ന നിന്റമ്മ കുനിഞ്ഞ് കൈകൾ രണ്ടും ഇരുവശത്തേക്കു വിരിച്ചുപിടിച്ച് ആട്ടിക്കൊണ്ട് ഉച്ചത്തിൽ നിലവിളിക്കാനാരംഭിച്ചു. "അയ്യോ, പൊലീസിനെക്കൊണ്ടുവരാൻ പോകുന്നേ... എന്നെ പൊലീസിനു പിടിച്ചുകൊടുക്കാൻ പോകുന്നേ... ഇതു ചോദിക്കാനും പറയാനും ഇവിടാരുമില്ലേ... അയ്യോ.."

ഇതുകണ്ട് നിന്റെ രക്തം തിളച്ചിരിക്കണം. നീ എന്റെനേരെ

കൈയോങ്ങി. പല പ്രാവശ്യം തൊഴിക്കാനായി കാലുയർത്തി. നീ എന്നെ കൈയേറ്റം ചെയ്തിരുന്നെങ്കിൽ തീർച്ചയായും നിന്നെ അഴി എണ്ണിക്കുമായിരുന്നു. നല്ല കാര്യം. വെറും വാക്കുതർക്കത്തിൽ കാര്യങ്ങൾ അവസാനിച്ചു.

"എങ്കിൽ ആ ചെയിൻ എവിടെപ്പോയി?"

ആ കടങ്കഥയുടെ ഉത്തരം ഇതുവരെയും ലഭിച്ചിട്ടില്ല.

നടന്ന കാര്യങ്ങൾ അച്ഛനോടു പറയണോ? അതോ അമ്മയോടു പറയണോ? അല്ലെങ്കിൽ മറ്റാരൊടെങ്കിലും പറഞ്ഞ് ഒരു തീരുമാനമുണ്ടാക്കണോ? ഒരു പിടിയുമില്ലാതെ ഞാൻ വലഞ്ഞു.

വൈകിട്ട് നീ വന്നു.

"കുഞ്ഞിനെ ഒരുക്ക്... നമുക്ക് വെളിയിൽ പോകാം." നീ പറഞ്ഞു. എനിക്കു വിശ്വസിക്കാൻ കഴിഞ്ഞില്ല.

അല്പം ഭയത്തോടാണ് ബൈക്കിന്റെ പിറകിൽ കയറിയത്. തിയേറ്ററിൽപ്പോയി സിനിമ കണ്ടു. ഹോട്ടലിൽ എനിക്കിഷ്ടപ്പെട്ട ഭക്ഷണം ഓർഡർ ചെയ്തു. ഭക്ഷണം കഴിച്ച് വീട്ടിൽ തിരിച്ചെത്തി. നിന്റെ മുഖത്ത് ഒരു സന്തോഷം പ്രകടമായിരുന്നു. എന്റെ മനസ്സിലും അമർത്തിവച്ച ഒരു സന്തോഷം.

കുഞ്ഞുറങ്ങിക്കഴിഞ്ഞു. അതിനെ തൊട്ടിലിൽ കിടത്തി ഞാനും കട്ടിലിൽ വന്നു കിടന്നു. നീ തലയിണമന്ത്രം ഓതാൻ തുടങ്ങി. വേതാളം പിന്നെയും മുരിങ്ങമരത്തിൽ കയറിയോ? ഞാൻ അത്ഭുതപ്പെട്ടു. എങ്കിലും നിന്റിഷ്ടത്തിനെല്ലാം ഞാനും പങ്കാളിയായി. പിന്നെ സാവധാനം നീ കാര്യത്തിലേക്ക് കടന്നു.

"അനിയന് ഇക്കൊല്ലം ഫീസടയ്ക്കണം. നിന്റച്ഛന്റെ കൈയിൽ നിന്നും രണ്ടു ലക്ഷം രൂപാ വാങ്ങിത്താ.."

"അച്ഛന്റെ കൈയിലെവിടുന്നാ പണം?"

'ഗ്രാറ്റുവിറ്റി കിട്ടിക്കാണുമല്ലോ?'

"ങും... നീയോ നിന്റമ്മയോ പോയി ചോദിക്ക്... ഞാൻ വരില്ല."

"നീ ചോദിച്ചാൽ തരാതിരിക്കില്ല." എന്നു പറഞ്ഞ് നീ ഉറക്കം നടിച്ചു കിടന്നു. അച്ഛനു പെൻഷൻതുക കിട്ടിയ വിവരം അറിഞ്ഞുവച്ചിട്ടാണ് ഈ നാടകം അരങ്ങേറിയത്.

അനിയന് ആണ്ടിൽ രണ്ടു ലക്ഷം രൂപാ ചെലവ്. ഇത്ര ചെലവുണ്ടായിട്ടും എന്താ നിന്നെ ജോലിക്ക് വിടാത്തത്? ഒരുകൂലിത്തല്ലുകാരനെപ്പോലെ കൂടെക്കൊണ്ടുനടക്കുന്നു. അതിന്റെയർത്ഥം എത്ര ചിന്തിച്ചിട്ടും എനിക്ക് മനസ്സിലാകുന്നില്ല. അനിയന്റെ പഠിപ്പിനു സഹായിക്കാനുള്ള ബാദ്ധ്യത എനിക്കും ഉള്ളതുതന്നെ. അതിന് അച്ഛനോട് ഞാനെങ്ങനെ പണം ചോദിക്കും?

റിട്ടയർമെന്റ് പണം അനിയത്തിയുടെ കല്യാണത്തിനായി അച്ഛൻ മാറ്റിവച്ചിരിക്കുകയാണ്. ഒരാൾ കല്യാണത്തിനു തയാറായി വന്നിട്ടുണ്ടെന്നും കേൾക്കുന്നു. അത് ഏകദേശം ഉറപ്പിച്ചുകഴിഞ്ഞതാണ്. ഈ

സാഹചര്യത്തിൽ അച്ഛനോട് പണം ചോദിക്കാൻ കഴിയുമോ? അതും നിന്നെപ്പോലൊരുത്തനെ വിശ്വസിച്ച്...!

അടുത്ത ദിവസം ഞായറാഴ്ച. ബൈക്ക് സ്റ്റാർട്ട് ചെയ്ത് നീ എന്നെ ക്ഷണിച്ചു.

"വാ നിന്റെ വീടുവരെ പോയിട്ടുവരാം."

പല പ്രാവശ്യം നീ നിർബ്ബന്ധിച്ചു. ഞാൻ എന്റെ തീരുമാനത്തിൽ ഉറച്ചുനിന്നു. ഉടനെ നീ മുകൾവീട്ടിലേക്ക് പോയി. നിന്റമ്മയ്ക്ക് ശകുനിയുടെ ബുദ്ധിയാണ്. അതു വെറുതേയിരിക്കുകയില്ല.

പത്തുമണിക്ക് നിന്റെ മാമി മുകളിലേക്ക് കയറിപ്പോകുന്നതുകണ്ടു. തുടർന്ന് അയൽക്കാരിൽ ചിലർ. ചിറ്റപ്പൻ, ചിറ്റമ്മ, വാർഡ് കൗൺസിലർ എന്നിങ്ങനെ നാലഞ്ചുപേരും മുകളിലേക്ക് പോയി. എന്റെ നെഞ്ച് പട പടാ അടിക്കാൻ തുടങ്ങി.

അല്പം കഴിഞ്ഞ് നിന്റെ മാമി താഴെ വന്ന് എന്നെ വിളിച്ചു.

"മുകളിലേക്ക് വരാൻ പറഞ്ഞു. വാ..."

"എന്തിന്?" ഞാൻ ചോദിച്ചു.

"എന്തോ സംസാരിക്കുന്നുണ്ടെന്ന്.."

"ഇങ്ങോട്ടുവന്നു സംസാരിക്കാൻ പറയൂ.."

"ഉം..." പരിഹാസരൂപത്തിൽ പല്ലിളിച്ചു കാട്ടിക്കൊണ്ട് അവർ തിരിച്ചുപോയി.

മുകളിൽച്ചെന്നാൽ എന്താണു നടക്കുകയെന്ന് എനിക്ക് നന്നായിട്ടറിയാം. മുമ്പൊരിക്കൽ ഇതുപോലൊരനുഭവം എനിക്കുണ്ടായിട്ടുണ്ട്.

അന്നു നമ്മൾ വേറെ താമസം തുടങ്ങിയിരുന്നു. പകൽ കുഞ്ഞിനെ നിങ്ങൾ നോക്കിയിരുന്നു. രാത്രിയിൽ നമ്മൾ രണ്ടുപേരും. അന്നു ഞാൻ ഓഫീസിൽ നിന്നും വരുമ്പോൾ മുകളിൽ വീടു പൂട്ടിക്കിടക്കുന്നു. നിനക്കു ഫോൺ ചെയ്തു. നിങ്ങൾ മൂന്നുപേരും പോണ്ടിച്ചേരിയിൽ നിങ്ങളുടെ അമ്മാവന്റെ വീട്ടിലാണെന്നു നീ പറഞ്ഞു. രാവിലെ വരാം. വൈകിട്ടു വരാം എന്ന് പറഞ്ഞ് പതിനഞ്ചുദിവസം തള്ളിനീക്കി.

അതിലെ ഏറ്റവും ക്രൂരമായ സത്യം എന്താണെന്നു നിനക്കറിയാമോ? പാലു കുടിക്കുന്ന പരുവത്തിൽ അമ്മയുടെ ചൂടേല്ക്കാതെ ഒരു കുഞ്ഞു വളരുന്നതും, കുഞ്ഞിന്റെ മണമേല്ക്കാതെ ഒരമ്മ ഉറങ്ങുന്നതും. എന്റെ മാറിടം നിറഞ്ഞ് മുള്ളുപോലെ കുത്തിവലിക്കാൻ തുടങ്ങിയിരുന്നു. വാഷ്ബേസിനിലും ബാത്ത്റൂമിലുമായി പിഴിഞ്ഞുകളഞ്ഞ പാലിനു കണക്കില്ല. കുഞ്ഞിന് അവകാശപ്പെട്ട സ്വത്ത് കുടംകണക്കിന് പാഴായിപ്പോയി. മുലപ്പാലിനു പകരം പായ്ക്കറ്റ് പാലും ബിസ്ക്കറ്റും ഇഡ്ഡലിയും നിങ്ങൾ തീറ്റിക്കാണും. ഇതു കുഞ്ഞിന് എന്നോട് വെറുപ്പു തോന്നിപ്പിക്കാനുള്ള തന്ത്രമായിരുന്നിരിക്കണം. ഏതെങ്കിലും ഒരു കാലത്ത് 'അമ്മ വേണ്ടാ' എന്നു കുഞ്ഞു പറയുമോ... എന്റെ നെഞ്ചടിപ്പ് കൂടിക്കൂടി വന്നു.

നിങ്ങൾ ബാംഗ്ലൂരിൽനിന്നും വന്നയുടൻ ഞാൻ മുകളിലേക്കോടി. എന്റെ പൊന്നുമോൾ നിന്റമ്മയുടെ കൈയിലിരിക്കുന്നു. ഓടിച്ചെന്നു

പിടിച്ചുവാങ്ങി ആർത്തിയോടെ ഉമ്മകൾകൊണ്ട് മൂടി. എന്റെ പിഞ്ചോമനയെ നെഞ്ചോടുചേർത്തുപിടിച്ച് ആനന്ദത്തിൽ എന്റെ കണ്ണിൽനിന്നും മുത്തുമണികൾ ഉതിർന്നുകൊണ്ടിരുന്നു.

"എന്റെ കുഞ്ഞിനെത്താടീ... കുഞ്ഞിനെത്താടീ..." എന്നലറിക്കൊണ്ട് എന്നെ വിരട്ടിയോടിച്ചു. ഞാൻ പെട്ടെന്ന് താഴേക്ക് ഇറങ്ങിപ്പോന്നു.

"എടീ ഒരുമ്പെട്ടവളേ..." നിന്റമ്മ അലറി. എനിക്ക് ദേഷ്യം സഹിക്കാൻ കഴിഞ്ഞില്ല. ഞാൻ തിരിഞ്ഞുനിന്ന് ചോദിച്ചു.

"ആര്, ഞാനാണോ ഒരുമ്പെട്ടവൾ?"

"അപ്പോ നീ എന്നെ ഒരുമ്പെട്ടവൾ എന്നു വിളിക്കുന്നോ? അയ്യോ... ഈ അന്യായം ചോദിക്കാനും പറയാനും ഇവിടാരുമില്ലേ?... എടാ ശരവണാ... ഇങ്ങോട്ടുവന്നു ചോദിക്കെടാ... വന്നു ചോദിക്കെടാ..." എന്ന് അലമുറയിട്ട് നിന്നെ നിർബ്ബന്ധിച്ചു. നീയോ വായിൽത്തോന്നിയതെല്ലാം വിളിച്ചു പറഞ്ഞുകൊണ്ട് താഴേക്കിറങ്ങിവന്നു. ഞാൻ സെല്ലിൽ അച്ഛനെ വിളിച്ചു. കാര്യങ്ങൾ പറയുന്നതിനുമുമ്പ് നീ തിരിച്ചുപോയി.

അപ്പോൾ പോയ നീ ഉച്ചഭക്ഷണത്തിനും താഴെയിറങ്ങി വന്നില്ല. കൂടെക്കൂടെ പുറത്തുവന്നു ബൈക്കിൽപ്പോകുന്നതും, ബൈക്കിൽ തിരികെയെത്തി മുകളിലേക്ക് വരുന്നതും ആകെ ഒരു വെപ്രാളത്തിലായിരുന്നു. എന്തോ നടക്കാൻ പോകുന്നുവെന്ന് എന്റെ മനസ്സ് മന്ത്രിച്ചു.

വൈകിട്ട് ആറുമണി സമയം. ഇന്നത്തെപ്പോലെ അന്നും നിന്റെ മാമി വന്ന് എന്നെ വിളിച്ചു.

"വാ കരുണാ..."

ഇതു കേട്ട് ഞാൻ വെളിയിൽ വന്നു.

"പേടിക്കാതെ മുകളിലേക്കു വാ...."

പടിക്കെട്ടിൽ നിന്നുകൊണ്ട് എന്നെ ക്ഷണിച്ചു.

''ഞാൻ ചെല്ലാതിരുന്നാൽ നിങ്ങൾക്കു മാനക്കേടാകുമല്ലോ എന്നോർത്തു ഞാൻ മുകളിലേക്ക് ചെന്നു. നിന്റെ ചിറ്റപ്പൻ, ചിറ്റമ്മ, ചില അയൽക്കാർ, വാർഡു കൗൺസിലർ ഇങ്ങനെ നാലഞ്ചുപേർ അവിടെ ഉണ്ടായിരുന്നു.

"ഞങ്ങളോട് ഒട്ടും ബഹുമാനമില്ല.. ഞങ്ങളുടെ മകനെ ഞങ്ങളിൽ നിന്നും അകറ്റാൻ ശ്രമിക്കുന്നു. ഒരു ചായ പോലും ഉണ്ടാക്കുകയില്ല. കാലിൽമേൽ കാൽ കയറ്റിവെച്ച് ഇരിക്കും. എന്നെ ഒരുമ്പെട്ടവളെ എന്നു വിളിക്കും."

അങ്ങനെ നിന്റമ്മ കുറ്റപത്രം വായിച്ചുകേൾപ്പിച്ചുകൊണ്ടേയിരുന്നു. നിന്റെ മാമിയും ചിറ്റമ്മയും "ഉം... ഉം... ആ..." ഇങ്ങനെ പല്ലവി പാടിക്കൊണ്ടിരുന്നു. വന്നവരിൽ ചിലർ നിന്റമ്മയുടെ ചിട്ടിയിൽ ചേർന്നവരും അത്യാവശ്യത്തിനു പണം കടം വാങ്ങാൻ വരുന്നവരുമായിരുന്നു. അവർക്കു സത്യവും നീതിയുമൊന്നും പ്രശ്നമായിരുന്നില്ല. പിന്നെ നിന്റമ്മയെ ശത്രുവാക്കരുതെന്നു നിർബ്ബന്ധമുള്ളവരായിരുന്നു അവർ.

"എന്താണ് പറയാനുള്ളത്?"

കൗൺസിലർ എന്നോടു ചോദിച്ചു. നിന്റെ വീട്ടിൽ നടന്ന സംഭവങ്ങൾ വള്ളിപുള്ളി തെറ്റാതെ ഞാൻ വിവരിച്ചുകൊടുത്തു.

“അയ്യോ... പച്ചക്കള്ളം... ഇവൾ പറയുന്നതെല്ലാം കള്ളമാണ്.... പെൺമക്കളില്ലാത്തതുകൊണ്ട് സ്വന്തം മകളെപ്പോലെ കരുതിയ ഞങ്ങളുടെ മേലാണല്ലോ ഇല്ലാത്ത നുണകൾ പറഞ്ഞ് ഞങ്ങളെ അപമാനിക്കുന്നത്.”

ഇതു പറഞ്ഞ് നിന്റച്ഛൻ നിലവിളിക്കാൻ തുടങ്ങി. അയാളുടെ കണ്ണുകളിൽനിന്നും ധാരധാരയായി കണ്ണുനീർ ഒഴുകിക്കൊണ്ടിരുന്നു.

“എന്നെ ഒരുമ്പെട്ടവൾ എന്നു നീ വിളിച്ചോ ഇല്ലയോ?”

കണ്ണുകൾ തിരുമ്മിക്കൊണ്ട് നിന്റമ്മ ചോദിച്ചു.

നിന്റച്ഛന്റെയും അമ്മയുടെയും മുതലക്കണ്ണീർ പ്രളയത്തിൽ എന്റെ എല്ലാ ന്യായവാദങ്ങളും മുങ്ങിത്താണുപോയി. ഇതിനെല്ലാം മൂകസാക്ഷിയായി നീ നിന്നു! എനിക്കുവേണ്ടി ഒരു വാക്കുപോലും നീ മിണ്ടിയില്ല. നീ ഒരു കൽത്തൂണുപോലെ നിന്നതേയുള്ളൂ.

“കുടുംബജീവിതത്തിൽ ഇതെല്ലാം സർവ്വസാധാരണമാണ്. അമ്മായിയച്ഛനും അമ്മായിയമ്മയുമാണല്ലോ അവർ. അവരോട് ഒരു മാപ്പു പറഞ്ഞ് പ്രശ്നം തീർക്കുന്നതാണ് നല്ലത്.”

കൗൺസിലർ അഭിപ്രയപ്പെട്ടു. അവരുടെ കാലിൽ വീണ് മാപ്പു ചോദിച്ചാൽ എല്ലാം ഇതോടെ തീരും.

നിന്റെ മാമി ശക്തിയായി വാദിച്ചു. മുൻകൂട്ടി തയ്യാറാക്കിയ ഒരു നാടകം അവിടെ അരങ്ങേറി.

കുഞ്ഞിനെ നിന്റെ കൈയിൽ വച്ചുതന്നിട്ട് നിന്റച്ഛനുമമ്മയും ഇരുന്ന സോഫായുടെ അടുത്തേക്ക് ഞാൻ സാവധാനം നടന്നു. പെട്ടെന്ന് കുനിഞ്ഞ് അവരുടെ പാദങ്ങളിൽ തൊട്ടു. എന്റെ കണ്ണുകളിലേക്ക് രക്തം ഇരച്ചുകയറി. അവരുടെ പാദങ്ങളിൽ തൊട്ടു. എന്റെ കണ്ണുകളിലേക്ക് രക്തം ഇരച്ചു കയറി. സർവ്വശക്തിയും ചോർന്നുപോയതുപോലെ. ശരീരം തിളയ്ക്കുവാൻ തുടങ്ങി. എന്റെ മോളെ ഒരു പ്രാവശ്യം കാണണമെന്നു തോന്നി. തിരിഞ്ഞുനോക്കി. അവൾ വാവിട്ട് നിലവിളിച്ചുകൊണ്ടിരുന്നു. അവൾ എന്തിനു കരഞ്ഞു..? എന്റെ ശരീരം നടുങ്ങി വിറച്ചു. അതേപോലൊരു വിചാരണക്കൂട്ടിൽ ഒരിക്കൽക്കൂടി കടക്കാൻ എന്റെ മനസ്സ് എന്നെ അനുവദിച്ചില്ല. അതുകൊണ്ടാണ് “പറ്റില്ല” എന്ന് ഉറപ്പിച്ചു പറഞ്ഞത്.

ഏതാനും നിമിഷങ്ങൾക്കുള്ളിൽ നിന്റച്ഛനും അമ്മയും മാമിയും വന്നു.

“നീ എന്താടീ വിചാരിച്ചിരിക്കുന്നത്? വിളിച്ചാൽ നീ വരില്ലേ? അഹങ്കാരം പിടിച്ച കഴുതേ...”

അലറിക്കൊണ്ട് നിന്റമ്മ എന്റെ മുതുകിൽ ആഞ്ഞടിച്ചു. സെല്ലെടുത്ത് ഞാനെന്റെ അച്ഛനെ വിളിക്കാൻ ശ്രമിച്ചു. അതിനിടയിൽ മാമി എന്റെ സെൽ പിടിച്ചുവാങ്ങി. വീണ്ടും നിന്റമ്മ എന്റെ രണ്ടു കരണത്തും മാറിമാറിയടിച്ചു. കവിളുകൾ വീങ്ങിവരുന്നതുമാത്രം അറിയാൻ കഴിഞ്ഞു. തല

ചുറ്റി താഴെ വീഴുന്നതുപോലെ തോന്നി. എന്താണ് എനിക്കു ചുറ്റും നടക്കുന്നത്? ആരൊക്കെയാണ് എന്നെച്ചുറ്റി നില്ക്കുന്നത്? അറിഞ്ഞുകൂടാ... തൊട്ടിലിൽ കിടക്കുന്ന കുഞ്ഞിനെ ആരോ എടുത്തുകൊണ്ട് ഓടിപ്പോകുന്നതുപോലെ തോന്നി.

"എന്റെ കുഞ്ഞ് എന്റെ കുഞ്ഞ്' എന്നു നെഞ്ചത്തടിച്ച് നിലവിളിച്ച് ഞാൻ നിന്നു.

ഇതിനിടെ നിന്റച്ഛൻ

"പോടീ നായേ വെളിയിൽ."

എന്റെ കൈയിൽപ്പിടിച്ച് ശക്തിയായി പുറത്തേക്ക് തള്ളി. ഞാൻ റോഡിലേക്ക് തെറിച്ചു വീണു. വീഴ്ചയിൽ വലതുകൈമുട്ടും നെറ്റിയും മുറിഞ്ഞ് വേദനിക്കാൻ തുടങ്ങി. മുറിവുകളിൽനിന്നും രക്തം വാർന്നൊഴുകി. ഇതിനിടെ അയൽവാസികളും മറ്റുമായി ചിലർ അവിടെ വന്നുകൂടി.

അപ്പോൾ എന്റെ കണ്ണുകൾ.... നിന്നെ... നിന്നെ മാത്രം തേടിക്കൊണ്ടിരുന്നു. നീയോ സെൽഫോൺ ഗോപുരംപോലെ മുകൾനിലയിൽ നിന്നിരുന്നു.

# 6

# ഒതുക്കൽ

മേടമാസ സൂര്യൻ തീക്കനൽപോലെ കത്തിജ്വലിച്ചു നിന്നു. ഓരോരുത്തർക്കും ഓരോരോ പ്രശ്നങ്ങൾ. ഭക്ഷണം കഴിക്കുമ്പോൾ മുത്തരശിന് തൊണ്ടയിൽ അസഹ്യമായ വേദന. ഭക്ഷണം കഴിച്ചെന്നു വരുത്തി വെളിയിൽ വന്നു. ഉടൻതന്നെ ഒരു ബീഡി കത്തിച്ചു. അതു ആഞ്ഞു വലിക്കുമ്പോൾ മനസ്സിൽ എന്തെല്ലാമോ കുഴഞ്ഞുമറിഞ്ഞ ചിന്തകൾ വന്നു നിറയുന്നു. അല്പം കഴിഞ്ഞപ്പോൾ ഒരു ബോധോദയം ഉണ്ടായതുപോലെ. വേനൽക്കാലമായതുകൊണ്ടാണ് ഇങ്ങനെയൊക്കെ?

ചൂടുവെള്ളത്തിൽ ഉപ്പിട്ട് തൊണ്ടയിൽ ഇറങ്ങാത്തവിധം കൊപ്ലിച്ചു തുപ്പി. മൂന്നുദിവസം തുടർച്ചയായി ഇതേ ചികിത്സ തന്നെ. വേദനയ്ക്ക് യാതൊരു കുറവുമുണ്ടായില്ല. എന്തു വിഴുങ്ങിയാലും തൊണ്ടയിൽ തടഞ്ഞുനില്ക്കുന്നതുപോലെ ഒരു തോന്നൽ.

ഒരാഴ്ച കഴിഞ്ഞപ്പോഴേക്കും തൊണ്ടയിൽ ഒരു വീക്കം. വ്യക്തമായി സംസാരിക്കുവാൻ കഴിയുന്നില്ല. അയാളുടെ ഭാര്യ ശാന്തി ആകെ പരിഭ്രമത്തിലായി. ഭർത്താവിനെക്കൂട്ടി സേലം ഗവൺമെന്റാശുപത്രിയിൽ പോയി.

തൊണ്ടയ്ക്ക് ഒരു മുഴയുണ്ട്. അതു നീക്കം ചെയ്യണമെങ്കിൽ ചെന്നൈ അഡയാർ ആശുപത്രിയിൽ പോയെങ്കിലേ കഴിയൂ. ഡോക്ടർ ചില ഗുളികകളും ഒരു ശുപാർശക്കത്തും നല്കി.

ശാന്തി ആകെ കുഴപ്പത്തിലായി. കൂലിപ്പണിക്കുപോയി അവൾക്കു കിട്ടുന്ന കാശുകൊണ്ടാണ് കുടുംബം നടത്തുന്നത്. യാതൊരു സമ്പാദ്യവുമില്ല. ചെന്നൈയിൽ പോയി വരാനും ആശുപത്രിച്ചെലവിനും ആരോടു ചോദിക്കാനാണ്? അവൾ വീടിനുള്ളിൽ പ്രവേശിച്ചു.

ഭിത്തിയിൽ ചാരിയിരുന്ന് ശാന്തി മേലോട്ട് കണ്ണോടിച്ചു. കൈയെത്തുന്ന ഉയരം വരെ വരിവരിയായി അടുക്കിവെച്ചിരിക്കുന്ന ചീട്ടുകെട്ടു

കൾ, കളിക്കാനുള്ള ഗോലികൾ നിറച്ച മഞ്ഞ സഞ്ചി ഭിത്തിയിൽ തൂക്കിയിട്ടിരിക്കുന്നു. ഷർട്ടിന്റെ പോക്കറ്റു നിറയെ ബീഡിക്കെട്ടുകൾ. ഇവയൊക്കെയാണ് മുത്തരശിന്റെ പണിയായുധങ്ങൾ!

അതിരാവിലെ പുറപ്പെടും. ആഴ്ചയിൽ ഒന്നോ രണ്ടോ ദിവസം നൂറോ ഇരുന്നൂറോ കൊണ്ടുവരും. മറ്റു ദിവസങ്ങളിൽ വെറും കൈയോടെയാണ് വരവ്. കൈവിട്ടുപോയത് തിരിച്ചുപിടിക്കാനുള്ള വെമ്പലിൽ നഷ്ടമാകുന്നത് ശാന്തി കഷ്ടപ്പെട്ടു കൊണ്ടുവരുന്ന പണമാണ്. കോപംകൊണ്ട് അവൾ പൊട്ടിത്തെറിക്കും. നശിച്ച ഈ ചീട്ടുകളി നിർത്തിയിട്ട് മാന്യമായ വല്ല പണിക്കും പൊയ്ക്കൂടേ?

ഇതുകേട്ട് കോപത്തോടെ മുത്തരശ് അയാളുടെ കുടുംബവീട്ടിലേക്ക് പൊയ്ക്കളയും. ഇതൊക്കെയാണെങ്കിലും അവർ പ്രേമിച്ചു നടന്ന കാലത്ത് അവൾക്ക് അയാളോടുതോന്നിയ ആരാധന ഇപ്പോഴും കാത്തുസൂക്ഷിച്ചു വരുന്നു.

മധുരവീരൻ കോവിലിനു സമീപമുള്ള ആൽമരമാണ് അവർക്ക് പ്രേമിക്കാൻ സൗകര്യം ചെയ്തുകൊടുത്തത്. ദിവസവും ആൽമരത്തിന്റെ ചുവട്ടിൽ വന്നിരുന്ന് അയാളൊരു ബീഡി കത്തിക്കും. അയാളുടെ വായിൽനിന്നും മൂക്കിൽനിന്നും ഉയരുന്ന പുകച്ചുരുളുകളാണ് ദൂതു പോകുന്നത്. ഇടതുവശത്തുള്ള കൂരയിൽനിന്നും പാവാടയും ദാവണിയുമിട്ട്, ഇരട്ടവാൽ പിന്നിയ മുടിയുമായി ഒരു കരിങ്കുരുവിയെപ്പോലെ ശാന്തി പറന്നുവരും. ആൽമരത്തോടൊപ്പം അവരുടെ പ്രേമവും തളിരിട്ടുകൊണ്ടിരുന്നു. ഇവർ തമ്മിൽ കല്യാണം നടക്കാൻ പോകുന്നു എന്ന വാർത്ത കേട്ട കന്നക്കുറിച്ചിയിലെ ജനങ്ങൾ ഇളകിവശായി.

നാട്ടുപ്രമാണി ആളുകളെ വിളിച്ചുകൂട്ടി. ചിന്നമാരിയമ്മൻകോവിലിനു മുന്നിൽ കസേരയിട്ട് കാലിൻമേൽ കാൽകയറ്റിവച്ച് പ്രമാണി ഇരുന്നു. അയാളെക്കണ്ട് പച്ചയമ്മയ്ക്ക് ഭയം. കാരണം അയാളുടെ സ്ഥലത്താണ് അവർക്കു പണി. അതുകൊണ്ട് അവൾ കൈകെട്ടി നിന്നു. ഒരു ദേശദ്രോഹിയെ നോക്കുന്നതുപോലെ രൂക്ഷമായി പച്ചയമ്മയെ നോക്കിയതിനുശേഷം അയാൾ ശാന്തിയുടെ നേർക്കു തിരിഞ്ഞു.

“ഇങ്ങോട്ടുനോക്കെടീ... നീ ആരെവേണമെങ്കിലും പ്രേമിക്കുകയോ, കല്യാണം കഴിക്കുകയോ, ഏതവന്റെ കൂടെവേണമെങ്കിലും കിടക്കുകയോ ചെയ്തോ. അതു നിന്റിഷ്ടം. പക്ഷേ, കല്യാണം നടക്കേണ്ടത് ഒരേ ജാതിക്കാർ തമ്മിലായിരിക്കണം. ഞങ്ങടെ ജാതിയിലേക്ക് കീഴ്ജാതിക്കാരുടെ രക്തം കലർത്താൻ ശ്രമിച്ചാലുണ്ടല്ലോ. കൊന്നു കുഴിച്ചുമൂടിക്കളയും..!” പ്രമാണി അവരെ വിരട്ടി. പച്ചയമ്മ കിടുകിടെ വിറച്ചു. തലകുനിച്ചുകൊണ്ട് അവർ അയാളോട് കേണപേക്ഷിച്ചു.

“അങ്ങുന്നേ... ഞാനിപ്പോൾ എന്തു ചെയ്യണം?”

“കേട്ടോ പച്ചയമ്മേ, നാട്ടുകാരെല്ലാം വേലിപ്പത്തലും വെട്ടുകത്തിയുമായി നില്ക്കുകയാണ്. നിങ്ങളുടെ ജീവന് യാതൊരു ഉത്തരവാദിത്വവുമില്ല. അതുകൊണ്ട് നേരം വെളുക്കുന്നതിനുമുമ്പ് എവിടെയെങ്കിലും പോയി

രക്ഷപ്പെട്ടോ..."

അയാൾ ഇങ്ങനെ കല്പിച്ച് മീശപിരിച്ച് അങ്ങുമിങ്ങും നടന്നു. ഭയത്താൽ മഞ്ഞുരുകുംപോലെ ശാന്തി ഉരുകാൻ തുടങ്ങി.

വരാൻപോകുന്ന ആപത്തുകളെക്കുറിച്ചുള്ള ആശങ്ക പച്ചയമ്മയുടെ ഹൃദയമിടിപ്പ് വർദ്ധിപ്പിച്ചുകൊണ്ടിരുന്നു. നേരം പുലരും മുമ്പ് ബൊമ്മിടിയിൽ പോയിച്ചേരണമെന്നു കരുതി തുണിമണികളെല്ലാം കെട്ടിപ്പെറുക്കി വച്ചു. അവിടെയാണ് മൂത്തമകളെ കെട്ടിച്ചുവിട്ടത്. കാൽമുട്ടുകൾക്കിടയിൽ തല തിരുകിവച്ച് ശാന്തി വിങ്ങിവിങ്ങികരഞ്ഞു. ഭയം രണ്ടുപേരുടെയും ഉറക്കം കെടുത്തി.

പാതിരാത്രി. കതകിൽമുട്ടുന്ന ശബ്ദം. നാട്ടിലുള്ള യമദൂതന്മാർ തങ്ങളുടെ ജീവനെടുക്കാൻ വന്നെത്തിയിരിക്കുകയാണോ എന്ന ഭയം. മധുരവീരനെ മനസ്സിൽ ധ്യാനിച്ച് പച്ചയമ്മ മെല്ലെ വാതിൽ തുറന്നു. കൺമുന്നിൽ മുത്തരശ്. അവർ എത്രയൊക്കെ എതിർത്തിട്ടും അവൻ സമ്മതിച്ചില്ല.

"എന്തുവന്നാലും നേരിടാൻ ഞാൻ തയ്യാർ! ശാന്തിയെ എന്റെ കൂടെ വിടണം" അവളെ അയാൾ കൂട്ടിക്കൊണ്ടുപോയി.

രണ്ടുദിവസങ്ങൾക്കുശേഷം അവരുടെ രജിസ്റ്റർ വിവാഹം നടന്നു. കരിങ്കൽപ്പട്ടിയിലുള്ള മുത്തരശിന്റെ ഒരു സുഹൃത്തിന്റെ വീട്ടിൽ അവർ താമസം തുടങ്ങി.

അമ്മയ്ക്ക് ഒറ്റമകനാണ് മുത്തരശ്. ഒരു സഹോദരിയുണ്ട്. ഗോമതി. അവളുടെ വിവാഹശേഷം ഒറ്റയ്ക്കാണ് അമ്മയുടെ താമസം. അതുകൊണ്ട് അമ്മ തങ്ങളെ രണ്ടു കൈയും നീട്ടി സ്വീകരിക്കുമെന്നാണ് മുത്തരശ് കരുതിയിരുന്നത്. വിവാഹം കഴിഞ്ഞ് രണ്ടുമാസങ്ങൾക്കുശേഷം അയാൾ ഭാര്യയെയും കൂട്ടി വീട്ടിലെത്തി.

തെങ്ങിൽക്കെട്ടിയിരുന്ന പശുവിനു തീറ്റ കൊടുത്തു കൊണ്ടിരിക്കുകയായിരുന്നു മുത്തരശിന്റെ അമ്മ. അത്രതന്നെ! തൊണ്ടയിൽ ഇല്ലാതിരുന്ന കഫം വളരെ പണിപ്പെട്ടു പുറത്തെടുത്ത് അവർ കാറിത്തുപ്പി. അല്പനേരം മൗനം. അതിനൊരു ഭംഗം വരുത്തിയത് ഗോമതിയുടെ വരവാണ്.

"എടീ പരദേശി നായേ.... ചുരുണ്ടുകിടക്കാൻ ഒരു തുണ്ടുഭൂമിയില്ലാത്ത നീ ഞങ്ങടെ വീടും സ്വത്തും കൈക്കലാക്കിത്തിന്നാമെന്നു കരുതി വന്നവളല്ലേടീ ഓടെടീ..."

ഒരു തെങ്ങിൻ പട്ടയെടുത്ത് അവർ ശാന്തിയുടെ നേർക്ക് വലിച്ചെറിഞ്ഞു. അതു തൊട്ടു തൊട്ടില്ല എന്ന മട്ടിൽ ശാന്തിയുടെ കാല്പാദങ്ങൾക്കു മുന്നിൽ വന്നുവീണു.

അന്നുമുതൽ പച്ചയമ്മയുടെ കുടിലിന്റെ പിൻവശത്തുള്ള ചായ്പിൽ അവർ താമസം തുടങ്ങി. രണ്ടുകുട്ടികൾ. മൂത്തവൻ സുന്ദർ. ഇനി എട്ടാം ക്ലാസിൽ. എവിടെയെങ്കിലും കാതുകുത്ത്, കല്യാണം മരണം എന്നിങ്ങനെ മുത്തരശ് പോകുന്നിടത്തെല്ലാം അവനും കൂടെപ്പോകും. ഇളയമകൾ കവിത. ഇനി ആറാം ക്ലാസിലാണ്.

ആശുപത്രിയിൽനിന്നും തിരിച്ചെത്തിയ ഉടനെ മുത്തരശ് പുറത്തിറങ്ങി. രാത്രി ഒൻപതുമണിയായിട്ടും തിരികെ വന്നില്ല. അമ്മവീട്ടിലോ മറ്റോ പോയിരിക്കുമെന്ന് ശാന്തി വിചാരിച്ചിരിക്കുമ്പോൾ “ശാന്തീ..” എന്നു വിളിച്ചുകൊണ്ട് അയാൾ കടന്നുവന്നു.

“അമ്മ പണം തന്നു. നീയും ഞാനും അമ്മയും കൂടി നാളെ ചെന്നൈയിൽ പോകുന്നു.” പലരോടു ചോദിച്ചിട്ടും പണം കിട്ടാതെ വിഷമിച്ചിരുന്ന ശാന്തിക്ക് അതൊരു ആശ്വാസവാർത്തയായി.

മൂവരും അഡയാറിലെത്തി. മുത്തരശിനു തൊണ്ടയിൽ ക്യാൻസറാണെന്ന് സ്ഥിരീകരിക്കപ്പെട്ടു.

‘‘ഒരാഴ്ചയ്ക്കുള്ളിൽ ഓപ്പറേഷൻ നടത്തണം. ഇല്ലെങ്കിൽ ജീവൻതന്നെ അപകടത്തിലാകും. പണമുണ്ടാക്കി വേഗം വരണം.”

ഡോക്ടർ അവരെ പറഞ്ഞയച്ചു.

നാട്ടിൽ തിരിച്ചെത്തി. ഉള്ള മണ്ണു വിറ്റിട്ടാണെങ്കിലും എന്റെ മോനെ ഞാൻ രക്ഷപ്പെടുത്തും. നീ ഭയപ്പെടാതെ പോ... എന്നായി അമ്മായിയമ്മ.

“ഷാന്തീ...” എന്നു വളരെ കഷ്ടപ്പെട്ട് വിളിച്ച മുത്തരശ് വിതുമ്പിക്കൊണ്ട് ദീർഘശ്വാസം വിട്ടു. അവന്റെ നിറഞ്ഞുതുളുമ്പിയ കണ്ണുകൾ തുടച്ച് കവിളത്തൊരു ചുംബനവും നല്കി അവനെ യാത്രയാക്കി.

അമ്മ പണത്തിനായി പലരേയും സമീപിച്ചു.

“ക്യാൻസറാണ്. സൂക്ഷിച്ചുവേണം പണം ചെലവാക്കാൻ.”

എല്ലാവരും കൈമലർത്തി. ഗോമതി മാത്രമേ പണം തരാൻ തയ്യാറായി വന്നുള്ളൂ. അതിനുപകരമായി വീടോ, വസ്തുവോ ഈടായി എഴുതിക്കൊടുക്കണമെന്ന് അവൾ വാശിപിടിച്ചു. അമ്മ അതിനു സമ്മതിച്ചു. മകനോട് വിവരം പറഞ്ഞു. പക്ഷേ, മുത്തരശ് അതിനു സമ്മതിച്ചില്ല.

‘അതെന്റെ മക്കൾക്കുള്ളതാണ്. ആർക്കും വില്ക്കുകയില്ല.’ എന്ന് ആംഗ്യഭാഷയിൽ അയാൾ അറിയിച്ചു. അങ്ങനെ അഡയാറിലേക്കുള്ള യാത്ര നീട്ടിവെച്ചു.

എന്തെങ്കിലും കഴിക്കാനോ കുടിക്കാനോ കഴിയാതെ മുത്തരശ് ക്ഷീണിതനായിക്കൊണ്ടിരുന്നു. ഇടയ്ക്കിടെ ബോധക്ഷയം വരും. ശ്വാസം വിടാനും ബുദ്ധിമുട്ട് അനുഭവപ്പെട്ടു. ഗോമതി അടുത്തുള്ള നേതാവിനോട് അഭിപ്രായം ചോദിച്ചു. അയാളുടെ ഉപദേശമനുസരിച്ച് രണ്ടു പ്രമാണങ്ങൾ തയ്യാറാക്കി. സൂത്രത്തിൽ മുത്തരശിന്റെ കൈയൊപ്പും തരപ്പെടുത്തി. അങ്ങനെ വീടും പറമ്പും ഗോമതിയുടെ പേരിലായി. അച്ഛന്റെ സ്വത്ത് ശാന്തിക്ക് അനുഭവിക്കാൻ കഴിയില്ല എന്ന വ്യവസ്ഥയിൽ ഗോമതി പണം കൊടുത്തു. ഇതിനിടയിൽ ഒരു മാസം കടന്നുപോയി.

മുത്തരശിനെ വീണ്ടും അഡയാറിൽ കൊണ്ടുപോയി. പരിശോധനകൾക്കുശേഷം ഡോക്ടർ “വൈകിപ്പോയി. ഇനി രക്ഷിക്കാൻ കഴിയില്ല.” തിരികെ അയച്ചു. വീട്ടിൽ തിരിച്ചെത്തിയ ദിവസം രാത്രിയിൽ അയാൾ അന്ത്യശ്വാസം വലിച്ചു.

വിവരമറിഞ്ഞ ശാന്തി നെഞ്ചു പിളർക്കുന്ന വേദനയോടുകൂടി കുട്ടി

കളെയും കൊണ്ട് വീട്ടിൽ പാഞ്ഞെത്തി. ചെണ്ട, ശംഖ്, മണി എന്നിവയുടെ ശബ്ദകോലാഹലത്തിൽ അവളുടെയും കുട്ടികളുടെയും തേങ്ങൽ ആരും ശ്രദ്ധിച്ചില്ല. പന്തലിൽ ഇരുമ്പുകസേരകൾ ഇട്ടിരുന്നു. അതിൽ ആളുകൾ വർത്തമാനം പറഞ്ഞിരിക്കുന്നു. അവരെക്കടന്ന് ശാന്തി വീട്ടിനുള്ളിൽ കയറി. ഒരു തടിക്കസേരയിൽ മുത്തരശിന്റെ ശരീരം ചാരി വച്ചിരുന്നു. ശാന്തിയോടൊപ്പം ചേർന്ന് ഒപ്പാരി വയ്ക്കാൻ ആരും തയ്യാറായില്ല. സുന്ദറെയും കവിതയെയും ചേർത്തുപിടിച്ച് അവൾ പൊട്ടിക്കരഞ്ഞു.

ഗോമതിക്ക് അരിശം. എങ്ങനെയെങ്കിലും അവളെ തുരത്തിയോടിക്കാനുള്ള വഴി പ്രാദേശിക നേതാവുമായി ആലോചിച്ചു.

"ഇപ്പോൾ എന്തെങ്കിലും കുഴപ്പമുണ്ടാക്കിയാൽ അതിന്റെ ദോഷം നിനക്കുതന്നെ. അവൾ പൊലീസിലോ കോടതിയിലോ പോയാൽ നീ എന്തു ചെയ്യും?"

അയാളുടെ ഉപദേശത്തിൽ അവൾ അടങ്ങി.

അന്ത്യകർമ്മങ്ങൾ ആരംഭിച്ചു. മൃതദേഹം പുറത്തിട്ടിരുന്ന ബഞ്ചിൽ കിടത്തി. കാല്പാദങ്ങൾക്ക് അരികിലിട്ടിരുന്ന സ്റ്റൂളിൽ ശാന്തി ഇരുന്നു. മാമൻമാരും മറ്റു ബന്ധുക്കളും കുടങ്ങളിൽ വെള്ളവുമായെത്തി. മൂന്നു കുടങ്ങൾ തലയ്ക്കലും രണ്ടെണ്ണം കാല്പാദങ്ങൾക്കടുത്തും വച്ചു.

"എണ്ണ തേയ്പ്പിക്കേണ്ടവർക്ക് വരാം." കർമ്മി പറഞ്ഞു. അതിനുള്ള അവകാശികൾ വരിവരിയായി വന്നു. ചീവക്കാപ്പൊടിയിൽ എണ്ണയൊഴിച്ച് കുഴച്ച് പിണത്തിന്റെ തലയിൽ തടവിയശേഷം ഭാര്യയുടെ തലയിലും പുരട്ടണം. അതാണ് കീഴ്വഴക്കം. കുടത്തിലെ വള്ളം പണത്തിന്റെ തലമുതൽ പാദം വരെ ഒഴിക്കണം. ഇങ്ങനെയൊഴിക്കുമ്പോൾ പാദത്തിനരികിലായിരിക്കുന്ന ഭാര്യയുടെ തലയിലും ഒഴിക്കണമെന്നതാണ് ആചാരം. ഒരുത്തരും ശാന്തിയുടെ തലയിൽ എണ്ണ പുരട്ടാനോ വെള്ളമൊഴിക്കാനോ തയ്യാറായില്ല. പെട്ടെന്ന് ചാടിയെഴുന്നേറ്റ സുന്ദർ അച്ഛന്റെ തലയിൽ എണ്ണ പുരട്ടി. അതു തടയാൻ കൂടിനിന്ന ഒരുത്തർക്കും കഴിഞ്ഞില്ല.

ഭാര്യയുടെ മുഖത്ത് മഞ്ഞൾ പൂശി നെറ്റിയിൽ കുങ്കുമപ്പൊട്ടിടുവിക്കേണ്ടതാണ്. എന്നാൽ ആ നാട്ടിലെ ഒറ്റ സ്ത്രീപോലും അതിനു തയ്യാറായില്ല.

വെറ്റിലയിൽ നാണയത്തുട്ടുവച്ച് മടക്കി പിണത്തിന്റെ കൈയിൽ പിടിപ്പിക്കും. അതുപോലെ വെറ്റില മടക്കി ഭാര്യയുടെ കൈയിലും കൊടുക്കും. എന്നിട്ട് ഭർത്താവിന്റെ കൈയിലുള്ളത് ഭാര്യക്കും, ഭാര്യയുടെ കൈയിലുള്ളത് ഭർത്താവിനും മൂന്നു പ്രാവശ്യം കൈമാറണം. കർമ്മി വെറ്റിലമടക്കി മുത്തരശിന്റെ കൈയിൽ പിടിപ്പിച്ചു. അതുപോലെ മടക്കി ശാന്തിക്കുകൊടുക്കാൻ തയ്യാറായപ്പോൾ നേതാവ് 'വേണ്ടാ' എന്ന് ആംഗ്യം കാട്ടി.

മുത്തരശിന്റെ ശരീരത്തിൽ കോടിമുണ്ട് പുതപ്പിച്ചു. അപ്പോൾ ഭാര്യക്ക് ഉടുക്കാനുള്ള വസ്ത്രം സ്വന്തം വീട്ടിൽ നിന്നും പുതയ്ക്കാനുള്ളത് ഭർത്താവിന്റെ വീട്ടിൽനിന്നും കൊടുക്കുന്ന പതിവുണ്ട്. പച്ചയമ്മ കോടിമുണ്ടും പുതുവസ്ത്രങ്ങളും ഒരു തട്ടിൽ എടുത്തുകൊണ്ടുവന്നു. വീടിന്റെ പരി

സരത്തുപോലും കടക്കാൻ അനുവദിക്കാതെ അവരെ വഴിയിൽ തടഞ്ഞ് തിരിച്ചയയ്ക്കുകയാണ് അവിടെയുള്ളവർ ചെയ്തത്. അതിനാൽ സ്വന്തം വീട്ടിൽ നിന്നുള്ള പുതുവസ്ത്രം ശാന്തിക്കു കിട്ടിയില്ല. ഉടുത്തുകൊണ്ടു വന്ന വസ്ത്രങ്ങൾ മാറ്റാതെ തന്നെ അവൾ അവിടെയിരുന്നു.

രണ്ടു പൂമാലകളിൽ ഒന്ന് മരിച്ച ഭർത്താവിന്റെ കഴുത്തിലും മറ്റൊന്ന് ഭാര്യയുടെ കഴുത്തിലും അണിയിക്കും. പിന്നീട് അവരുടെ മാലകൾ മൂന്നു പ്രാവശ്യം പരസ്പരം മാറ്റിയിടുന്ന ഒരു സമ്പ്രദായവും നിലവിലുണ്ട്. ഈ ചടങ്ങും നടത്താൻ അവിടെക്കൂടിയിരുന്ന ആരും തയ്യാറായില്ല.

പാലഭിഷേകം നടത്താത്ത പിടാരിയമ്മൻ വിഗ്രഹം പോലെ ശാന്തി നിന്നു.

ഭാര്യയെന്ന നിലയിൽ എനിക്കുള്ള അവകാശങ്ങളെല്ലാം കവർന്നെടുത്തു. അച്ഛനെന്ന നിലയിൽ മക്കൾക്കുള്ള അവകാശം പോലും നിഷേധിക്കപ്പെട്ടല്ലോ എന്ന ദുഃഖം അവൾക്ക്. തുടർച്ചയായുള്ള ഈ വീഴ്ചകളിൽ മനം നൊന്ത് അവളിരുന്നു.

"കുളക്കരയിലേക്ക് പോകാം." കൂടിയിരുന്ന കാരണവന്മാർ പറഞ്ഞു. മരിച്ചയാളുടെ മക്കൾക്കും സഹോദരപുത്രന്മാർക്കും ഇതിൽ പങ്കെടുക്കാം. സുന്ദറെ ഒഴിവാക്കി, മുത്തരശിന്റെ വല്യച്ഛന്റെ ചെറുമക്കളായ ശരവണനെയും ചിന്നത്തമ്പിയെയും കൂട്ടിക്കൊണ്ടുപോയി.

"നീയും കൂടെപ്പോ.."

ശാന്തി സുന്ദറോടു പറഞ്ഞു. കാര്യമറിയാതെ അവൻ മിഴിച്ചുനിന്നു. അമ്മയുടെ നിർബ്ബന്ധം കൊണ്ട് അവനും അവരോടൊപ്പം പോയി.

കുളക്കരയിൽ നിരന്നിരുന്നവരുടെ തലമുടി വടിച്ചിറക്കിക്കൊണ്ടിരുന്നു കർമ്മി. കർക്കിടകം ഒന്നാംതീയതി ചുട്ടെടുക്കാനായി കമ്പിൽ കുത്തി നിർത്തിയിരിക്കുന്ന കൊട്ടത്തേങ്ങപോലെ അവരുടെ മൊട്ടത്തലകൾ കാണപ്പെട്ടു. ഇതെന്തിനെന്നറിയാത്ത സുന്ദറിനും ചിരിപൊട്ടി. അവൻ വായ് പൊത്തി നിശ്ചലനായി ഇരുന്നു.

തലമുണ്ഡനം ചെയ്യപ്പെട്ടവരും മറ്റു ചിലരും വെള്ളമുണ്ടുടുത്ത് കുളിച്ചു. അതിനുശേഷം നെറ്റി, കൈകൾ, നെഞ്ച് എന്നിവിടങ്ങളിൽ വീതിയിൽ ഭസ്മം പൂശി ഒരു മൺകുടത്തിന്റെ പുറത്ത് നൂൽ ചുറ്റിക്കെട്ടി, വെള്ളം നിറച്ച്, മാവിലയിട്ട് വച്ചിരുന്നു. അതിനുമുന്നിൽ വെറ്റിലയും പഴവും വച്ച് കർപ്പൂരം കാണിച്ചു. എല്ലാവരും അഗ്നിയിൽ തൊട്ടുവന്ദിച്ച് തൊഴുതു. ശരവണന്റെ തോളിൽ കുടംവെച്ചു. ചിന്നത്തമ്പിയുടെ കൈയിൽ തീച്ചട്ടി. അവർ മൂവരും എതിർവശത്തേക്ക് തിരിഞ്ഞു. ഇതെല്ലാം കണ്ടു രസിച്ചു നിന്ന സുന്ദർ കൂട്ടംതെറ്റിയ ആട്ടിൻകുട്ടിയെപ്പോലെ അവരുടെ പിന്നാലേ നടന്നു. മൃതശരീരത്തിനടുത്തെത്തുമ്പോൾ കുടം താഴെ വച്ച് അതിലെ വെള്ളത്തിൽ മാവിലമുക്കി മൂന്നുപ്രവശ്യം പിണത്തിൽ തളിക്കുന്ന കർമ്മം ചെയ്യേണ്ടത് മകനാണ്. അതും ശരവണൻ തന്നെ ചെയ്തു.

ഇതുകണ്ടുനിന്ന ശാന്തിക്ക് സഹിച്ചില്ല. ചാടിയെഴുന്നറ്റ് കുടംപിടിച്ചെടുത്ത് സുന്ദറിന്റെ തോളിൽവച്ചുകൊടുക്കുവാൻ അവളാഗ്രഹിച്ചു.

എന്നാലത് ആവശ്യമില്ലാത്ത പ്രശ്നങ്ങൾക്കു കാരണമായേക്കുമെന്ന് ഭയന്ന് സമാധാനപ്പെട്ടു.

പൂക്കൾ വിതറിയ ശവമഞ്ചത്തിൽ മുത്തരശിന്റെ ഉടൽ എടുത്തുവച്ചു. ഏഴെട്ടുപേർ അതു തോളിലേറ്റി നടന്നു. ഗ്രാമത്തിന്റെ അതിർത്തിയിലെത്തിയതോടുകൂടി സ്ത്രീകളുടെ കൂട്ടക്കരച്ചിലും പാദചലനങ്ങളും നിലച്ചു. അമ്മയുടെയടുത്ത് സുന്ദറും നിന്നു.

“നീയും കൂടെപ്പോകൂ... അച്ഛൻ നിന്നോടുപറഞ്ഞിട്ടുള്ള കാര്യം നീ മറക്കരുത്..”

ഇത്രയും പറഞ്ഞ് മകനെ സാവധാനം മുന്നോട്ടുതള്ളി അവരെ പിന്തുടരാൻ ആവശ്യപ്പെട്ടു. അവൻ ആലോചിച്ചുകൊണ്ട് അവരുടെ പിന്നാലെ നടന്നു. എത്ര ചിന്തിച്ചിട്ടും അച്ഛൻ പറഞ്ഞ കാര്യം ഓർത്തെടുക്കാൻ അവനു കഴിഞ്ഞില്ല.

മുക്കൻകുളത്തിനടുത്താണ് ചുടുകാട്. അടുക്കിവച്ചിരുന്ന വിറകുകൊള്ളിക്കുമേൽ മൃതദേഹം വച്ചു. അതിനെ വലംവച്ച് കുടവുമായി ശരവണൻ മൂന്നു പ്രദക്ഷിണം കഴിഞ്ഞയുടൻ കുടംനിലത്തിട്ട് തിരിഞ്ഞുനോക്കാതെ നടന്നു.

മൃതദേഹത്തിനുമേൽ ഉണങ്ങിയ ചാണകവറളികൾ അടുക്കി. നെഞ്ച്, വയർ, കാല്പാദം എന്നിവിടങ്ങളിൽ കർമ്മി കർപ്പൂരക്കട്ടികൾ വച്ചു. തയ്യാറാക്കിവച്ചിരുന്ന രണ്ടു തീപ്പന്തങ്ങളിലൊന്ന് ശരവണനും മറ്റൊന്ന് ചിന്നത്തമ്പിക്കും കൊടുത്തു. ഇരുവരും കർപ്പൂരത്തിനുനേരെ പന്തങ്ങൾ നീട്ടി.

“നില്ക്കൂ... ഞാനാണ് കൊള്ളിവയ്ക്കേണ്ടത്... ഇതെന്റെ അച്ഛനാണ്... എന്റച്ഛൻ...”

സുന്ദർ ഉച്ചത്തിൽ അലറി. ഇപ്പോഴാണ് അച്ഛൻ പറഞ്ഞ കാര്യം അവന്റെ മനസ്സിൽ തെളിഞ്ഞത്.

മുത്തരശിന്റെ ഒരമ്മാവൻ മരിച്ചു. ആ സമയം മുത്തരശ് ചീട്ടുകളിയിൽ മുഴുകിയിരുന്നു. ചീട്ടുകളി അവസാനിപ്പിക്കുന്നതിനുമുമ്പ് ശരീരം ചുടുകാട്ടിലെത്തിച്ചു. അയാൾ സുന്ദറിന്റെ കൈപിടിച്ച് ചുടുകാട്ടിലേക്ക് ഓടി. ചാണകവറളിക്കുമീതെ വച്ചിരുന്ന കർപ്പൂരത്തിനു മൂന്നുപേർ തീകൊളുത്തി.

“അച്ഛാ... കുറേക്കൂടി നേരത്തെ വന്നിരുന്നെങ്കിൽ അച്ഛനും കൊള്ളിവയ്ക്കുമായിരുന്നല്ലോ...”

സുന്ദർ പറഞ്ഞു.

അപ്പോഴാണ് മുത്തരശ് പറഞ്ഞത്.

“ഞാൻ തീകൊളുത്താൻ പാടില്ല. മരിച്ചയാളിന്റെ സ്വന്തം മക്കൾക്കു മാത്രമേ ചിതയിൽ തീ കൊളുത്താന് അവകാശമുള്ളൂ. ഞാൻ ചത്താൽ തീ കൊളുത്തേണ്ടത് നീയാണ്.”

സുന്ദർ വീണ്ടും അലറി. അവന്റെ വായ് തുറന്നു തന്നെയിരുന്നു. ശ്വാസം അകത്തേക്കുവലിച്ച് ശക്തിയായി ഒരു സീൽക്കാരത്തോടുകൂടി പുറത്തേക്ക് വിട്ടുകൊണ്ട് അവൻ നിന്നു.

“ഇതു ഞങ്ങളുടെ ജാതിക്കാരന്റെ പിണമാണ്. അതിൽ കൊള്ളിവയ്ക്കാൻ നിനക്കെന്തവകാശം? മാറി നില്ക്കെടാ..”

ഒരാൾ സുന്ദറിന്റെ കൈയിൽ പിടിച്ചുമാറ്റി. പിടിച്ചുമാറ്റിയ ആളിന്റെ കൈയിൽ സുന്ദർ ശക്തിയായി കടിച്ചു.

“അച്ഛാ... അച്ഛാ...”

നിലവിളിച്ചുകൊണ്ട് സുന്ദർ മൃതദേഹത്തിനു മേലേക്ക് വീണു. കണ്ണുകൾ മൂടി. ഇരുകൈകളും ഇരുവശങ്ങളിലേക്കും വിരിച്ച് പിണത്തിന്റെമേൽ അവൻ കമഴ്ന്നടിച്ചു കിടന്നു. അടുക്കിവച്ചിരുന്ന ചാണകവറളികൾ അടർന്നുവീണു.

“പിണത്തോടുകൂടി ഇവനെയും തീ കൊളുത്തെടാ..”

കൈയിൽ കടികൊണ്ട ആ മേൽജാതിക്കാരൻ വിളിച്ചു പറഞ്ഞു. തീപ്പന്തങ്ങൾ കർപ്പൂരക്കട്ടയുടെ നേർക്ക് അടുത്തുകൊണ്ടിരുന്നു.

മറ്റൊരു കൊലപാതകത്തിനുകൂടി സാക്ഷ്യം വഹിക്കാൻ വയ്യെന്നു ധരിച്ച കുറേപ്പേർ അവിടം വിട്ടുപോയി. മൗനസാക്ഷികളായിനിന്ന ചില മനുഷ്യസ്നേഹികൾ തലകുനിച്ചു. സംഭവത്തിന്റെ ഗൗരവം മനസ്സിലാക്കിയ ഗ്രാമത്തലവൻ

“വേണ്ടാ... വിട്ടേക്കൂ.. അവനായി അവന്റച്ഛനായി അവിടെക്കിടന്ന് പുഴുത്തുനാറട്ടെ!” അയാൾ തിരിഞ്ഞുനടന്നു. കൂടിനിന്നവർ പിരിഞ്ഞു പോകാൻ തുടങ്ങി.

പരികർമ്മി മാത്രം അവിടെത്തന്നെനിന്നു.

# 7

# എന്നു നന്നാകും?

'**വീ**ടൊഴിയണം' എന്നാവശ്യപ്പെട്ടു കഴിഞ്ഞാൽപ്പിന്നെ മറ്റൊരു വീടുതേടി അലയേണ്ടിവരും. പുതിയതൊന്നു കിട്ടിയാലോ, പാത്രങ്ങൾ, തുണിമണികളെല്ലാം കെട്ടിപ്പെറുക്കുന്നതുതന്നെ ഒരു വേലയാണ്. കൂട്ടത്തിൽ പായ്, മെത്ത, കട്ടിൽ, ബ്യൂറോ തുടങ്ങിയവയെല്ലാം ഇറക്കിവച്ച് യഥാസ്ഥാനങ്ങളിൽ അടുക്കിവയ്ക്കുമ്പോഴേക്കും ആകെ തളർന്നുപോകും. സ്വതന്ത്രമായി താമസിക്കാൻ തുടങ്ങിയശേഷം ഇത് ആറാമത്തെ വീടാണ്. മൂന്നു കുട്ടികളെയും വച്ചുകൊണ്ട് കൂടെക്കൂടെ വീടുമാറേണ്ടി വന്നാലോ? ആയിഷയ്ക്ക് ആകെ വെറുപ്പും മടുപ്പും തോന്നി.

കാടോ മേടോ എവിടെയെങ്കിലും ഒരായിരം ചതുരയടി സ്ഥലം വാങ്ങി അതിലൊരു കൂരകെട്ടി, വല്ല കഞ്ഞിയോ കാടിയോ കുടിച്ച് സമാധാനമായി ചുരുണ്ടുകൂടാം! അതിനുള്ള കാശുകിട്ടുന്നതുവരെ ഒരു വീട് ഒറ്റിയ്ക്കോ മറ്റോ വാങ്ങിയാൽത്തന്നെ ഈ കഷ്ടപ്പാട് ഒന്നു കുറഞ്ഞുകിട്ടിയേനെ. കുട്ടികൾക്ക് ഒരേ സ്കൂളിൽത്തന്നെ തുടർന്നു പഠിക്കാമായിരുന്നു. ഇതെല്ലാം മനസ്സിൽവച്ചുകൊണ്ടാണ് ഒരു ബന്ധുവിന്റെ സഹായത്തോടെ ഒരു ഡ്രൈവറായി സൗദി അറേബ്യയിലേക്ക് ഭർത്താവ് അബ്ദുള്ളയെ അയച്ചത്.

ഇതിന് മറ്റൊരു കാരണം കൂടിയുണ്ട്. മൂത്ത മകളോടൊപ്പം ബോംബെയിൽ തങ്ങിയിരുന്ന അബ്ദുള്ളയുടെ ഉമ്മ ഇപ്പോൾ കിച്ചുപ്പാളയത്തിലുള്ള ഇളയ മകളുടെ വീട്ടിൽ താമസത്തിനായി വന്നിട്ടുണ്ട്. ആയിഷ താമസിക്കുന്ന ദാദുഭായ് കോളനിയിൽനിന്നും ഒരു നാലു തെരുവുകൾക്കപ്പുറത്താണ് അവളുടെ വീട്. അമ്മായിയമ്മ കൂടെത്താമസിച്ചാൽ മാത്രമല്ല പ്രശ്നങ്ങളുണ്ടാകുന്നത്. ദൂരെയിരുന്നാലും മകളെ എരികേറ്റിവിടാനുള്ള മന്ത്രം അവർക്കു നല്ല വശമായിരുന്നു.

ആയിഷ രണ്ടു വീടുകളിൽ ജോലിക്കു പോകും. പാത്രം കഴുകുക, വീടു വൃത്തിയാക്കുക. ഇവയാണ് പണി. ആ ധൈര്യത്തിലാണ്

"നിങ്ങടെ ശമ്പളം ബാങ്കിലിട്ടു വച്ചോളൂ. ഇവിടെ വീട്ടുചെലവെല്ലാം ഞാൻ നോക്കിക്കൊള്ളാം." എന്ന് സൗദിയിൽ പോകുമ്പോൾ അബ്ദുള്ളയോടു പറഞ്ഞത്.

പോയി ആറുമാസം കഴിഞ്ഞുകാണും. നാട്ടിലേക്കു വരുന്നതായി അബ്ദുള്ള ഫോൺ ചെയ്തു. കാരണമറിയാതെ ആയിഷയുടെ ഹൃദയത്തിൽ ഒരു നൊമ്പരം. എങ്കിലും ഒന്നും വെളിപ്പെടുത്താതെ.

"ഒറ്റിക്ക് ഒരു വീടു കണ്ടുവച്ചിട്ടുണ്ട്.

പണവുമായി വരണം."

എന്ന് അവൾ ഉറപ്പിച്ചു പറഞ്ഞു. അധികം വൈകാതെ രണ്ടു ലക്ഷം രൂപയ്ക്ക് ഒരു വീട് ഒറ്റി വാങ്ങാനുള്ള എല്ലാ ഏർപ്പാടുകളും ആയിഷ ചെയ്തു.

അന്നു വൈകിട്ട് ആറുമണിക്ക് വന്നുചേരുമെന്ന് അബ്ദുള്ള അറിയിച്ചു. കുട്ടികൾക്കെല്ലാം വലിയ ഉത്സാഹം. മൂത്തവൾ ഫാത്തിമ നാലാം ക്ലാസിൽ പഠിക്കുന്നു. അടുത്തത് രണ്ടാം ക്ലാസുകാരൻ സിയാബുദ്ദീൻ. ഏറ്റവും ഇളയവൻ മൂന്നു വയസ്സുള്ള ഇസ്മായിൽ. അവൻ വീട്ടിൽ നിന്നിറങ്ങി ഇടവഴിയിൽക്കൂടി കുടുകുടാ എന്ന് ഓടിക്കളിച്ചു നടന്നു. അവരോടൊപ്പം ആയിഷയും അടുത്ത തെരുവിൽ താമസിക്കുന്ന അവളുടെ മൂത്താപ്പയുടെ മകളും ചേർന്നു.

ആട്ടോ വന്നു നിന്നു. അബ്ദുള്ളയുടെയും ആയിഷയുടെയും കണ്ണുകൾ പരസ്പരം ഇടഞ്ഞ് വിരഹത്തിന്റെ ചില ആവലാതികൾ പങ്കുവെച്ചു. ഇടതുകൈയിൽ പെട്ടി. വലതുകൈയിൽ മൂത്ത രണ്ടു മക്കളെ ചേർത്തു പിടിച്ച് അയാൾ വന്നു. "ബാപ്പാ... ബാപ്പാ..." എന്നു ഉറക്കെ നിലവിളിച്ചു കൊണ്ട് ഇളയമകൻ ഇസ്മായിൽ അവരുടെ പിറകിൽ ഓടിയെത്തി. അവന്റെ കരച്ചിൽ ശ്രദ്ധിക്കാതെ അബ്ദുള്ള വീട്ടിനുള്ളിൽ കടന്നു. ആയിഷയും അവളുടെ ചേച്ചിയും കൂടി പെട്ടികളെല്ലാം എടുത്തുകൊണ്ടുവന്നു. ക്ഷേമാന്വേഷണങ്ങൾ നടത്തിയശേഷം ചേച്ചി പോയി.

ഒട്ടും സമയം പാഴാക്കാൻ അബ്ദുള്ള തയ്യാറായില്ല.

"ഒറ്റി വാങ്ങുന്ന വീടിന്റെ അഡ്രസ് തരൂ! എഗ്രിമെന്റ് പേപ്പർ എഴുതി തയ്യാറാക്കി കൊണ്ടുവരാം.."

ആയിഷ മേൽവിലാസം കൊടുത്തു. ഉടൻതന്നെ അയാൾ പുറപ്പെട്ടു.

ഭർത്താവിന്റെ വരവോർത്ത് മധുരപ്രതീക്ഷകളോടെ ആയിഷ കട്ടിലൊരുക്കി. പുതിയ ബെഡ്ഷീറ്റുവിരിച്ച് രണ്ടു തലയിണകളും വച്ചു. രാത്രി ഭക്ഷണത്തിന് ചപ്പാത്തിയും കുറുമയും തയ്യാറാക്കി.

പ്രമാണം ശരിപ്പെടുത്തിക്കൊണ്ട് അബ്ദുള്ള വന്ന സമയം പവർകട്ട് മനുഷ്യർ, വീടുകൾ, മരങ്ങൾ, ചെടികൾ എല്ലാം ഇരുട്ടിൽ മങ്ങിക്കാണപ്പെട്ടു. ആയിഷ ഒരു മണ്ണെണ്ണ വിളക്കു കൊളുത്തി. പാതിവെളിച്ചത്തിലും പാതി ഇരുട്ടിലും വീടു മുങ്ങിയിരുന്നു.

“ഞാൻ ഒപ്പിട്ടിട്ടുണ്ട്. നീയും ഒപ്പിട്.” അബ്ദുള്ള പത്രം അവളുടെ നേരെ നീട്ടി. ആ മങ്ങിയ വെളിച്ചത്തിൽ ഒന്നും വായിക്കാതെ തന്നെ രണ്ടുപേജുകളിലും ഒപ്പിട്ടു കൊടുത്തു.

“ഒരു ലക്ഷം രൂപയെ കൈയിലുള്ളൂ. ഇനി ഒരു ലക്ഷം ഓമല്ലൂരിലുള്ള റഹ്മാൻ തരാമെന്ന് ഏറ്റിട്ടുണ്ട്. രാവിലെ പോയി വാങ്ങണം. അതുകൊണ്ട് നേരത്തെ വിളിക്കണം.”

വളരെ നാളത്തെ വിരഹത്തിന്റെ മുരളലുകളും മൂളലുകളും ഉച്ചസ്ഥായിയിലെത്തിച്ച് ഇരുവരും തളർന്നുറങ്ങി.

നേരം പുലരുന്നതിനു മുമ്പുതന്നെ അബ്ദുള്ള പുറപ്പെട്ടു. വേഗത്തിൽ വീട്ടുജോലികൾ ചെയ്തശേഷം ആയിഷ ചന്തയിൽപ്പോയി ആട്ടിറച്ചി വാങ്ങിക്കൊണ്ടുവന്നു. ബിരിയാണി വച്ച് അവൾ തന്റെ പ്രിയപ്പെട്ടവനെ കാത്തിരുന്നു. ഉച്ചഭക്ഷണത്തിന് അയാൾ എത്തിയില്ല. പല പ്രാവശ്യം ഫോൺ ചെയ്തുനോക്കി. സ്വിച്ച് ഓഫ്. സ്വിച്ച് ഓഫ് എന്ന മറുപടി മാത്രമേ ലഭിച്ചുള്ളൂ. വൈകിട്ടും അത് ആവർത്തിച്ചു. ആയിഷയ്ക്കൊരു സംശയം ഒരുപക്ഷേ, അബ്ദുള്ള അമ്മയുടെ വീട്ടിൽ പോയിക്കാണും. തിരക്കി വരാൻ ഫാത്തിമയെ അയച്ചു.

“വീടു പൂട്ടിയിരിക്കുന്നു. ബാപ്പയും ഉമ്മൂമ്മയും കൂടി എവിടെയോ രാവിലെതന്നെ പോയി.”

ഫാത്തിമ വന്നു പറഞ്ഞു.

നേരം വളരെ ഇരുട്ടിക്കഴിഞ്ഞാണ് അബ്ദുള്ള വന്നത്. ഒരു നിറഞ്ഞ ചിരിയോടെ രണ്ടുലക്ഷം രൂപാ ഭാര്യയുടെ കൈയിൽ അയാൾ വച്ചുകൊടുത്തു. ഭർത്താവിന്റെ മേൽ അവൾക്കുണ്ടായിരുന്ന മതിപ്പ് പതിന്മടങ്ങു വർദ്ധിച്ചു. അവൾ അയാളെ അടുക്കളയിൽ കൂട്ടിക്കൊണ്ടുപോയി ചുംബനങ്ങൾകൊണ്ടു മൂടി.

“അത്യാവശ്യമായി പോകേണ്ട ഒരു കാര്യമുണ്ട്” എന്നു യാത്ര പറയാൻ തുടങ്ങിയ അബ്ദുള്ളായോട്

“ബിരിയാണിയുണ്ടാക്കി വച്ചിട്ടുണ്ട്. കഴിച്ചിട്ടു പോകാം.” അയാളെ അടുക്കളയിലേക്ക് ക്ഷണിച്ചു.

“വയറിനു തീരെ സുഖമില്ല.” എന്നായി അബ്ദുള്ള.

“വൈകിട്ട് നേരത്തെ വരുമല്ലോ” എന്നു പറഞ്ഞുതീരുന്നതിനുള്ളിൽ അയാൾ പടികടന്ന് പൊയ്ക്കഴിഞ്ഞിരുന്നു.

ആ രണ്ടാം രാത്രി അവൾ ഏകയായി കഴിച്ചുകൂട്ടി. രാവിലെ എഴുന്നേറ്റ് പതിവു ജോലികളിൽ ഏർപ്പെട്ടു. ഇടയ്ക്കിടെ ഭർത്താവിനെ ഫോണിൽ ബന്ധപ്പെടാൻ ശ്രമിച്ചുകൊണ്ടിരുന്നു. ഇന്നലത്തെപ്പോലെ ഇന്നും സ്വിച്ച് ഓഫ് തന്നെ മറുപടി!

നേരമിരുട്ടി ആയിഷ കുട്ടികൾക്ക് ഭക്ഷണം കൊടുത്ത് നേരത്തെ ഉറക്കി. പത്തുമണിയായിട്ടും അബ്ദുള്ളയെ കാണാനില്ല. എവിടെപ്പോയിരിക്കും? എന്തുപറ്റി? ആകെ ഒരു കുഴപ്പം ആയിഷയ്ക്ക്. ഫോൺ ബെല്ലടിച്ചു. അദ്ദേഹമായിരിക്കുമെന്ന് കരുതി പെട്ടെന്ന് ഫോണെടുത്തു. നമ്പർ

പരിചയമില്ല. എങ്കിലും പറഞ്ഞു "ഹലോ."

"അക്കാ, ഞാൻ ഓമല്ലൂരിൽ നിന്നും റഹ്മാൻ"

"ങാ."

"പണം കിട്ടിയോ?"

"കിട്ടി. നിന്റെ സഹായത്തിനു നന്ദി."

"പിന്നെന്തൊക്കെയുണ്ട് വിശേഷങ്ങൾ?"

"നന്നായിരിക്കുന്നക്കാ... പക്ഷേ, നിങ്ങളെക്കുറിച്ച് ഓർക്കുമ്പോൾ എനിക്ക് സങ്കടമായിരിക്കുന്നു. അക്കാ എങ്ങനെയാ നിങ്ങൾക്കിതിനു മനസ്സു വന്നത്?"

"ഏതിന്?"

"അക്കാ, നിങ്ങളെപ്പറ്റിയും നിങ്ങടെ ഇളയമകൻ ഇസ്മായലിനെപ്പറ്റിയും കേട്ട ഈ ആക്ഷേപങ്ങളെല്ലാം സഹിച്ച് നിങ്ങടെ ഭർത്താവ് വേറെ കല്യാണം കഴിക്കാനുള്ള സമ്മതപത്രം ഒപ്പിട്ടുകൊടുക്കാൻ നിങ്ങൾക്കെങ്ങനെ മനസ്സുവന്നു?"

"ഒപ്പിട്ടുകൊടുത്തോ? ആര്? ഞാനോ?"

തൊണ്ടയിൽ മീൻമുള്ളു കുടുങ്ങിയതുപോലെയായി ആയിഷയ്ക്ക്! ആ അവസ്ഥയിലും താൻ പത്രത്തിൽ ഒപ്പിട്ടുകൊടുത്ത കാര്യം അവളുടെ ഓർമ്മയിൽ വന്നു.

ഇടറിയ ശബ്ദത്തിൽ അവൾ പറഞ്ഞു

"അത് വീട് ഒറ്റിവാങ്ങാനുള്ള പത്രത്തിലാണ് ഞാൻ ഒപ്പിട്ടുകൊടുത്തത്."

"എന്താ നീ പറയുന്നത്?'

"അതേ അക്കാ. എനിക്കു ഇപ്പോഴാണ് കാര്യങ്ങൾ മനസ്സിലായത്. ആ സമ്മതപത്രം ഓമല്ലൂരിലെ ഇമാമിനെ കാണിച്ച് ഇവിടെ ഖദീജാ എന്നൊരു പെണ്ണിനെ അബ്ദുള്ള കല്യാണം കഴിച്ചു!"

അവളുടെ രക്തം തിളച്ചു. ഞരമ്പുകൾ മുഴുവൻ അരിച്ചുകയറുന്ന വേദനയിൽ അവൾ നിലവിളിച്ചു.

"എന്റള്ളാ."

സർവ്വനാഡീഞരമ്പുകളും തളർന്ന് അവൾ കട്ടിലിലേക്ക് വീണു.

നേരം പുലർന്നു. എന്നും രാവിലെ ചായ തരുന്ന ഉമ്മ ഇതെന്താണ് പതിവില്ലാതെ കട്ടിലിൽ തന്നെ കിടക്കുന്നതെന്ന് ഫാത്തിമാ സംശയിച്ചു നിന്നു.

"ഉമ്മാ... ഉമ്മാ.." അവൾ ഉമ്മയുടെ കൈകളിൽ പിടിച്ചുവലിച്ചു. ഉമ്മയ്ക്ക് ഒരു ചലനവുമില്ല. കരഞ്ഞുകൊണ്ട് ഓടിപ്പോയി അവൾ മൂത്തമ്മയെ കൂട്ടിക്കൊണ്ടുവന്നു.

"എന്താടീ.. ഇങ്ങനെ കിടക്കുന്നത്?"

"അവർ ആയിഷയെ പിടിച്ചുകുലുക്കി.

മെല്ലെ ഇടതുവശത്തേക്ക് ചരിഞ്ഞ് കാലുകൾ നേരെയാക്കി ആയിഷ കിടന്നു.

"എന്തുപറ്റി നിനക്ക്? ഒരു ചായപോലും ഇട്ടില്ലല്ലോ? ടിഫിൻ എന്തെങ്കിലും ഉണ്ടാക്കേണ്ടേ? കുഞ്ഞുങ്ങൾക്കു സ്കൂളിൽ പോകേണ്ടതല്ലേ?"

"വേണ്ടാ... ഇന്ന് എല്ലാവർക്കും ലീവ്!"

ഒന്നിരുത്തിപ്പറഞ്ഞിട്ട് അവളെഴുന്നേറ്റു വസ്ത്രങ്ങൾ നേരെയാക്കി. തലമുടി ഒതുക്കിക്കെട്ടി. മുഖത്തെ കണ്ണീർപ്പാടുകൾ തുടച്ചുകളഞ്ഞ അവളുടെ ശ്രദ്ധ ചുവരിൽ തൂങ്ങുന്ന കല്യാണഫോട്ടോയിൽ പതിച്ചു.

തലയുയർത്തിപ്പിടിച്ചിരിക്കുന്ന അയാളുടെ മുഖത്തേക്ക് അവൾ സൂക്ഷിച്ചുനോക്കി.

"ദ്രോഹീ!... എന്തൊക്കെ അഭിനയങ്ങളായിരുന്നു. വേലയൊന്നുമില്ലാതെ അലഞ്ഞുതിരിഞ്ഞ നിന്നെ തീറ്റിപ്പോറ്റാൻ ഞാൻ കൂലിവേല ചെയ്തു. എന്റെ കാശുകൊടുത്ത് കാറോടിക്കാൻ പഠിപ്പിച്ച് ലൈസൻസും എടുത്തുകൊടുത്തു. ഇപ്പോൾ ഗൾഫുകാരനായപ്പം നിനക്ക് പുത്തൻ പെണ്ണുവേണം അല്ലേ..?"

ഇങ്ങനെ ആത്മഗതം ചെയ്തുകൊണ്ട് ചേച്ചിയെക്കൂട്ടി വെളിയിൽച്ചെന്ന് കാര്യങ്ങൾ ധരിപ്പിച്ചു. ഉടൻതന്നെ അവരുടെ വാപ്പാ, അണ്ണൻ, അനിയൻ എല്ലാവരോടും ഫോണിൽ വിവരമറിയിച്ചു. ആയിഷ റഹ്മാനോടും സംസാരിച്ചു. അരമണിക്കൂറിനുള്ളിൽ ഒരു ടെമ്പോ വന്നു നിന്നു. അതിൽ സ്ത്രീകളും പുരുഷന്മാരുമായി ഏഴെട്ടുപേർ. മൂന്നുമക്കളെയും കൂട്ടി ആയിഷയും അതിൽ കയറി

ഓമല്ലൂർ പള്ളിക്കു മുമ്പിൽ ടെമ്പോ ചെന്നുനിന്നു. റഹ്മാൻ അവരെക്കാത്ത് അവിടെ നിന്നിരുന്നു. ഒരു പോരാളിയെപ്പോലെ ആയിഷ വണ്ടിയിൽ നിന്നിറങ്ങി.

റഹ്മാൻ അടുത്തുവന്നു.

"അബ്ദുള്ള ആദ്യം വന്നത് അറബി കോളേജിലേക്കാണ്. അവിടെ എന്തോ പ്രശ്നമുണ്ടായി. അതുകൊണ്ട് നിങ്ങളുടെ പള്ളിയിലെ മുത്തലവിയുടെ കൈയിൽനിന്നും ഒരു കത്തു കൊണ്ടുവന്നാലേ കാര്യം നടക്കൂ എന്ന് പറഞ്ഞതനുസരിച്ച് അവിടെ വീണ്ടും വന്നിരുന്നു. അതിനുശേഷമാണ് ഇവിടത്തെ ഇമാമിനെ വന്നു കണ്ടത്."

"ആ ഇമാം ഇപ്പോഴവിടെയുണ്ട്?"

"അദ്ദേഹം കുടുംബത്തോടൊപ്പം നാഗൂരിൽ പോയിരിക്കുകയാണ്. വരാൻ രണ്ടു ദിവസമാകും."

റഹ്മാൻ ആയിഷയ്ക്ക് ഇമാമിന്റെ വീട് കാട്ടിക്കൊടുത്തു. വീട് പൂട്ടിക്കിടന്നിരുന്നു.

"ഉം... എവിടെയാ ഖദീജയുടെ വീട്?" എല്ലാരും വണ്ടിയിൽ കയറ്..

ഇനി എന്തൊക്കെയാണോ ഉണ്ടാകാൻ പോകുന്നത്? റഹ്മാനും വണ്ടിയിൽ കയറി. രണ്ടു തെരുവുകൾ കഴിഞ്ഞയുടനെ റഹ്മാൻ ചൂണ്ടിക്കാട്ടി.

"അതാ... അതാണ് ഖദീജയുടെ വീട്.."

വണ്ടി കുറേ അകലെയായി നിർത്തി. ആയിഷയും അവളുടെ

അക്കായും മുമ്പിൽ നടന്നു. കുട്ടികൾ പിന്നാലെയും.

ഖദീജയുടെ വീട്ടിനുമുന്നിൽ വലിയ ഒരു അലുമിനിയം ചരുവത്തിൽ എന്തോ വേകുന്നു. ചരുവത്തിന്റെ ഒരു വശത്ത് രണ്ടു പ്ലാസ്റ്റിക് കുടങ്ങളും മറുവശത്ത് കുറേ വിറകുകൊള്ളികളും അടുക്കിവെച്ചിരിക്കുന്നു. തലയും കഴുത്തും പർദ്ദയിൽ മൂടിയ അമ്മായിയമ്മ ഒരു ചോളക്കതിർ ചവച്ചുകൊണ്ടിരിക്കുന്നു. അവർക്ക് പെട്ടെന്ന് വന്നവരെ മനസ്സിലായി.

"വാടീ... എന്റെ പൊന്നുമരുമോളേ... പത്തുകൊല്ലമായി എനിക്ക് നിന്നോടുള്ള ശത്രുത ഇപ്പോഴാണ് അവസാനിച്ചത്. പൊലീസ് എന്നെ എന്തെല്ലാം ഉപദ്രവങ്ങളാണ് ചെയ്തിട്ടുള്ളത്? അതിന്റെ വേദന ഇപ്പോഴും എന്റെ മുതുകിലും കൈകാലുകളിലും ഉണ്ടെടീ... അതു മാത്രമായിരുന്നെങ്കിൽ സാരമില്ല. പഞ്ചായത്തു വിളിച്ചുകൂട്ടി എന്റെ മകനെ എന്നിൽനിന്നും പിരിച്ചു വീടുമാറിപ്പോയില്ലേ? ആ അപമാനം സഹിക്കാൻ വയ്യാതെ ഞാൻ ബോംബെയിലുള്ള എന്റെ ഇളയമകളുടെ വീട്ടിൽപ്പോയതും ഒന്നും എനിക്ക് മറക്കാൻ കഴിയില്ലെടീ.."

അവർ വായിൽക്കിടക്കുന്ന ചോളം 'ഥൂ' എന്ന് ആഞ്ഞുതുപ്പി.

"തുപ്പ്! നീട്ടിത്തുപ്പ്! എന്നെ പെണ്ണുകാണാൻ വന്നപ്പോൾ എന്തെല്ലാം ചക്കരവർത്തമാനമാ പറഞ്ഞത്? ആയിഷ, പൊന്നുപോലെ തിളങ്ങുന്നവളാണ്. എനിക്കവളെ മാത്രം മതി.. എന്നൊക്കെപ്പറഞ്ഞതുകൊണ്ടല്ലേ മോനെക്കൊണ്ട് എന്നെ കല്യാണം കഴിപ്പിച്ചത്? ആദ്യത്തെ കുഞ്ഞ് ഫാത്തിമാ ജനിച്ചിട്ട് നിങ്ങളോ നിങ്ങടെ മകനോ തിരിഞ്ഞുനോക്കിയോ? ഞാൻ തനിയേ വരികയായിരുന്നു. ഇരുപതു പവൻ, റ്റി വി, മിക്സി, കട്ടിൽ, ബ്യൂറോ, പാത്രങ്ങൾ ഇതെല്ലാം ഉണ്ടെങ്കിൽ ഇങ്ങോട്ടുവന്നാൽ മതി. ഇല്ലെങ്കിൽ ഇങ്ങോട്ടുവരണ്ടാ എന്നുപറഞ്ഞ് കതകു വലിച്ചടച്ചു കളഞ്ഞു. ഞാൻ കതകിൽ മുട്ടി. കതകു തുറന്നതും നിങ്ങൾ കാലുയർത്തി എന്റെ നെഞ്ചിൽ ആഞ്ഞു ചവിട്ടി. ഉടഞ്ഞുതെറിച്ച തേങ്ങാപോലെ ഞാനും എന്റെ മകളും തെരുവിൽ പോയി വീണു. ഇതുകണ്ടുകൊണ്ട് നിങ്ങളുടെ മോൻ വന്നു. ഞങ്ങളെ സമാധാനിപ്പിക്കാൻ എന്തെങ്കിലും പറയുമെന്നു കരുതി. അവസാനം പോടീ എന്നു പറഞ്ഞ് എന്റെ മുതുകിൽ കുത്തി... പിന്നീട് തള്ളിവിട്ടു.. ഞാൻ പോയി. പൊലീസ് സ്റ്റേഷനിൽ... അതിന് ഇങ്ങനെയാണോ പഴി തീർക്കേണ്ടത്?"

ഇങ്ങനെ ചോദിക്കാനാണ് മനസ്സു പറഞ്ഞത്. അതൊക്കെ മറച്ചുവെച്ച് അമ്മായിയമ്മയോട് തർക്കത്തിനു നില്ക്കാതെ ഖദീജായുടെ മുഖത്തു തുറിച്ചു നോക്കി.

"എടീ ഖദീജാ.. വെളിയിൽ വാടീ.."

കതകു പാതി തുറന്ന് മിന്നുന്ന ചുവപ്പു ദാവണിയോടെ ഖദീജാ മുഖം പുറത്തേക്ക് നീട്ടി. പിറകെ അവളുടെ ബാപ്പാ..

"എന്റെ ഭർത്താവിനെ നീ കെട്ടി... അല്ലേടീ... ദാ ഈ നില്ക്കുന്ന മൂന്നും അവനു പിറന്നതാണ്... അവരെ നീ തന്നെ വളർത്തിക്കോ.."

ആയിഷ കുട്ടികളെ മുന്നിലേക്ക് തള്ളിവിട്ടു. ഖദീജയുടെ ബാപ്പാ

ഒന്നും മനസ്സിലാകാതെ മിഴിച്ചു നിന്നു! അബ്ദുള്ള സാവധാനം വെളിയിൽ വന്നു.

ആയിഷ ഇവിടെവന്ന് പ്രശ്നങ്ങളുണ്ടാക്കുമെന്ന് അയാൾ പ്രതീക്ഷിച്ചതേയില്ല. ഇവൾ ദുർനടത്തക്കാരിയാണെന്നു സ്ഥാപിച്ചാൽ മാത്രമേ ഈയവസ്ഥയിൽ രക്ഷപ്പെടാൻ മാർഗ്ഗമുള്ളൂ എന്നു കരുതിയ അയാള് മൂത്ത രണ്ടുകുട്ടികളെ മാറ്റി നിർത്തി.

“ഇതു രണ്ടും എന്റെ മക്കളാണ്. ആ നില്ക്കുന്ന ഇസ്മായിൽ ഏതവന്റേയോ ആണ്..” അബ്ദുള്ള പറഞ്ഞു.

ആയിഷയ്ക്ക് കോപം മറച്ചുവയ്ക്കാൻ കഴിഞ്ഞില്ല.

“കൂടെക്കിടക്കുന്നത് നീ... എന്നിട്ട് കുട്ടികൾ മറ്റാരുടെതെന്നോ? വാ.. ആശുപത്രിയിൽ പോയി പരിശോധിക്കാം. അപ്പോഴറിയാമല്ലോ ബാപ്പാ ആരാണെന്ന്?”

പല്ലു കടിച്ചുകൊണ്ട് അവൾ വെല്ലുവിളിച്ചു.

അപ്രതീക്ഷിതമായുണ്ടായ സംഭവങ്ങൾ കണ്ടു ഭയന്നുപോയ അമ്മായിയമ്മ, ആശുപത്രി, പൊലീസ്, കോടതി എന്നെല്ലാം കേട്ടപ്പോൾ പഴയ കാര്യങ്ങൾ ആവർത്തിക്കുമോ എന്ന് സംശയിച്ചു പോയി. മകനെ വിശ്വസിപ്പിക്കാൻ താൻ എത്ര കഷ്ടപ്പെട്ടതാണ്. ഇനി ഇവൾക്ക് ഒന്നും ചെയ്യാൻ കഴിയില്ല എന്ന തലക്കനത്തിൽ പറഞ്ഞു.

“ഇസ്മായലിന്റെ കാര്യവും, നീ വേറൊരുത്തന്റെ കൂടെ പൊറുക്കുന്നതും ഞാനാടീ അവനോട് പറഞ്ഞുകൊടുത്തത്. അതിനിപ്പോ എന്തു വേണം?” അലക്ഷ്യമായി അവർ പറഞ്ഞു.

ഞൊടിയിടയിൽ അമ്മായിയമ്മയുടെ നേരെ പാഞ്ഞടുത്ത ആയിഷ ഇടതുകൈകൊണ്ട് അവരുടെ തലമുടിക്കു കുത്തിപ്പിടിച്ച് മറ്റേക്കൈകൊണ്ട് അവരുടെ വലതുകൈപിടിച്ച് മുതുകിനോട് ചേർത്തു ഞെരുക്കി.

“അയ്യോ... അബ്ദുള്ളാ...”

അവർ നിലവിളിച്ചു അമ്മയോടുള്ള സ്നേഹം മകനെ ഉണർത്തി.

“ഉമ്മയെ വിടെടീ... ജീവനാംശമായി രണ്ടു ലക്ഷം രൂപാ നീ കൈനീട്ടി വാങ്ങിയില്ലേ... അമ്മ പറഞ്ഞതെല്ലാം അംഗീകരിച്ച് സമ്മതപത്രത്തിൽ നീ ഒപ്പിട്ടു കൊടുത്തില്ലേ? ഇതാ നോക്കെടീ...”

അബ്ദുള്ള പാന്റിന്റെ പോക്കറ്റിൽനിന്നും പ്രമാണമെടുത്ത് വിടർത്തിക്കാട്ടി.

മാമിയാരുടെ പിടിവിട്ട് ആയിഷ ഒരു വരണ്ട ചിരിയോടെ സാവധാനം മുന്നോട്ടുവന്ന് പ്രമാണം വാങ്ങി വായിക്കാൻ തുടങ്ങി. ഇതിനിടെ ടെമ്പോയിൽ കൂടെവന്ന എല്ലാവരും അവിടെ വന്നിറങ്ങി.

ആയിഷയുടെ അക്കാ അബ്ദുള്ളയുടെ അരികിലെത്തി.

“അതെങ്ങനാ മച്ചാനേ... നിന്റമ്മ പറഞ്ഞ നുണകളെല്ലാം വിശ്വസിച്ച് അതിനു പ്രതികാരം ചെയ്യാൻവേണ്ടി വീട് ഒറ്റിവാങ്ങാനെന്നപേരിൽ കള്ള പ്രമാണമുണ്ടാക്കി അവളെ തെറ്റിദ്ധരിപ്പിച്ച് ഒപ്പിട്ടു വാങ്ങി. ഇതെല്ലാം എത്ര ദ്രോഹമാണെന്ന് നിനക്കറിയാമോ?”

പറഞ്ഞു തീരുന്നതിനുള്ളിൽ ആയിഷ കൈയിലിരുന്ന പത്രം കുനു കുനാ വലിച്ചുകീറി. കത്തിക്കൊണ്ടിരുന്ന അടുപ്പിലേക്ക് വലിച്ചെറിഞ്ഞു.

തന്റെ ഒറ്റ മകളുടെ ജീവിതം രണ്ടു ദിവസത്തിനുള്ളിൽ തകിടം മറിഞ്ഞുപോയതിൽ ഖദീജയുടെ വാപ്പ ദുഃഖിതനായി. കലങ്ങിയ കണ്ണുകളുമായി ഖദീജാ വാതില്ക്കൽ നിന്നു. അവളെ എങ്ങനെ സമാധാനിപ്പിക്കുമെന്നറിയാതെ ആ പിതാവ് കുഴങ്ങി.

"അബദ്ധം പറ്റിപ്പോയി. ഈ തള്ള പെരുങ്കള്ളിയാണെന്നറിയാതെ പറ്റിപ്പോയതാണ്. എന്റെ മോളേ വെറുതേ വിട്ടേക്കൂ. അവളോട് ക്ഷമിക്കൂ.."

ആ പിതാവ് ഓരോരുത്തരോടും കെഞ്ചി.

"അത്താ..." അദ്ദേഹത്തെ തടഞ്ഞുകൊണ്ട് ഖദീജാ പറഞ്ഞു.

"വേണ്ടാ അത്താ... വേണ്ടാ... അവരെ ചതിച്ച ഇയാളും ഇയാളുടെ ഉമ്മയും നാളെ എന്നെ കൊല്ലാൻപോലും തയ്യാറാകില്ല എന്നതിന് എന്താണ് ഉറപ്പ്? എനിക്കു പേടിയാ അത്താ... വേണ്ട അയാളെ വിട്ടേക്കൂ.."

പറഞ്ഞുതീർന്നയുടൻ കൈകളാൽ മുഖം പൊത്തിക്കരഞ്ഞുകൊണ്ട് അവൾ ഉള്ളിലേക്കോടി.

"അടിയെടാ ഇവനെ"

ആയിഷയുടെ അക്കാ വിളിച്ചു പറഞ്ഞു. കൂട്ടത്തിൽനിന്ന മൂന്നുപേർ അവിടെ കൂട്ടിയിട്ടിരുന്ന വിറകുകൊള്ളികളെടുത്ത് അബ്ദുള്ളയെ തലങ്ങും വിലങ്ങും അടിക്കാൻ തുടങ്ങി.

ആളുക്ക് ഒരടി വീതം വീണപ്പോഴേ.

"അയ്യോ,,, അള്ളാ... എനിക്കു തെറ്റു പറ്റിപ്പോയി... എന്നോടു ക്ഷമിക്കൂ... എന്നെ തല്ലല്ലേ... ഞാൻ ആയിഷയുടെ കൂടെ ജീവിച്ചോളാം. എന്നെ വിടൂ.."

നിലവിളിച്ചുകൊണ്ട് തന്നെ മർദ്ദിച്ചവരുടെ കാലുകളിൽ കെട്ടിപ്പിടിച്ച് കരയാൻ തുടങ്ങി.

"ബാപ്പാ... ബാപ്പാ... അയാളുടെ മക്കൾ നിലവിളിച്ചുകൊണ്ട് അയാളുടെ അടുത്തെത്തി.

"അങ്ങേരെ വിട്ടേക്ക്..."

ആയിഷയും വിളിച്ചു പറഞ്ഞു. മൂവരും ഒരു വശത്തേക്കു മാറിനിന്നു. ഭയന്നുവിറച്ചു പോയ അബ്ദുള്ള ആയിഷയുടെ അടുത്തേക്ക് സാവധാനം വന്നു. അയാളെ കാണാനിഷ്ടപ്പെടാത്ത അവൾ മുഖം തിരിച്ചു. അവളുടെ കണ്ണുകൾ അമ്മായിയമ്മയെ തേടി. അവർ എവിടെയോ ഒളിച്ചുകഴിഞ്ഞിരുന്നു.

"രക്ഷപ്പെട്ടു കളഞ്ഞോ... ങാ.. തിരിച്ചു സേലത്തേക്കു തന്നയല്ലേ വരേണ്ടത്... അപ്പോൾ കണ്ടോളാം."

ആയിഷ സ്വയം സമാധാനിച്ചു.

ടെമ്പോ ഓടിക്കൊണ്ടിരുന്നു. വണ്ടിയുടെ മുൻപകുതിയിൽ ആയിഷ ചാരിയിരുന്നു. അവളെ ചുറ്റി മക്കളും. മറ്റുള്ളവർ നിന്നു. ഏറ്റവും പിന്നി

ലായി അബ്ദുള്ളയും ഇരുന്നു. മുട്ടുകുത്തിയിരുന്ന് മുതുകിൽ അടി കൊണ്ട ഭാഗം അയാൾ തടവിക്കൊണ്ടിരുന്നു. ചോരപ്പാടുകളോ വീക്കമോ ഇല്ലായിരുന്നു. വേദനകൊണ്ടു പുളയുന്ന അയാളോട് അവൾക്കും സഹതാപം തോന്നി. കുഞ്ഞുങ്ങളെ അയാളുടെയടുത്തുപോയിരിക്കുവാൻ പറഞ്ഞയച്ചു. തന്റെ കൺമുന്നിൽവച്ച് അയാൾ തല്ലുകൊള്ളുന്നതു നിസ്സഹയായായി നോക്കിനില്ക്കേണ്ടിവന്ന തന്റെ ഗതികേടോർത്തു അവൾ ദുഃഖിതയായി.

ആ ദുഃഖം മറ്റൊരു ദിശയിലേക്ക് സ്വയം വഴിമാറി. അവൾ നെഞ്ചുപൊട്ടി വിങ്ങിവിങ്ങിക്കരഞ്ഞു. ഇപ്രാവശ്യം ഖദീജയുടെ ഭാവിയെക്കരുതിയാണ് ആയിഷയുടെ നെഞ്ചു പിടഞ്ഞത്. അവളുടെ ഭാവി എന്താകും? അബ്ദുള്ള അവളോടൊപ്പം രണ്ടുദിവസം കഴിച്ചുകൂട്ടിയതാണല്ലോ! ഒരുവേള ഖദീജാ ഗർഭിണിയായാൽ അവൾ എന്തു ചെയ്യും? ആരോടു പോയി പരാതി പറയും?

ഈ ചിന്ത ആയിഷയുടെ ശ്വാസോച്ഛ്വാസത്തിന്റെ വേഗത കൂട്ടിക്കൊണ്ടിരുന്നു.

# 8

# ഒരു മുഖ്യ അറിയിപ്പ്

**കോ**പിച്ചിറങ്ങിപ്പോയ തന്റെ ഭാര്യ കമല വേറെങ്ങും പോകാൻ തരമില്ല. അവളുടെ സ്വന്തം വീട്ടിൽത്തന്നെ പോയിരിക്കും എന്നു കരുതിയ പെരിയസ്വാമി കുഞ്ചാണ്ടിയൂരിലുള്ള ഭാര്യവീട്ടിനുമുന്നിൽ ബൈക്ക് നിർത്തി.

"വരൂ... വരൂ..." അമ്മായിയമ്മ മരുമകനെ ക്ഷണിച്ചു.

"കമലയെവിടെ?"

''ഇവിടെ വന്നിട്ട് മേട്ടൂരിലേക്ക് പോകുന്നു എന്നുപറഞ്ഞ് അപ്പോൾത്തന്നെ പോയി.

'മേട്ടൂരിലേക്കോ?"

"അതെ, അണക്കെട്ടു വറ്റിവരണ്ടു കിടക്കുകയാണല്ലോ അതുകൊണ്ട് അമ്പലത്തിൽപ്പോയി തൊഴുതു വരാമെന്ന് പറഞ്ഞു പോയതാണ്."

"തൊഴാനോ?"

"ഉം... ജലകണ്ഠേശ്വരസ്വാമിയെ തൊഴാൻ"

അമ്മായി ജലകണ്ഠേശ്വരസ്വാമി എന്നു പറഞ്ഞത് "ജലസമാധി" എന്നാണ് അയാൾ കേട്ടത്. അത് അയാളുടെ നെഞ്ചിൽ കട്ടുറുമ്പിനെപ്പോലെ കുത്തിനോവിച്ചുകൊണ്ടിരുന്നു.

എന്തെങ്കിലും ഏടാകൂടം ചെയ്തുകാണുമോ? അയാൾ ഭയപ്പെട്ടു.

"വരാം, അമ്മായീ." പറഞ്ഞുതീരുന്നതിനുള്ളിൽ അയാൾ ബൈക്കിൽ ചാടിക്കയറി ഓടിച്ചുപോയി.

മേട്ടൂർഡാമിനടുത്ത് ബൈക്ക് പൂട്ടിവെച്ച് അയാൾ അണക്കെട്ടിനുള്ളിലേക്ക് ഇറങ്ങി. സീതമലയ്ക്കും പാലമലയ്ക്കുമിടയിലാണ് മേട്ടൂർ അണക്കെട്ട് പണിതിട്ടുള്ളത്. നൂറുമൈൽ ചുറ്റളവ് അതിൽ വെള്ളം നിറഞ്ഞിരിക്കുമ്പോൾ പലപ്പോഴും അയാൾ കൗതുകത്തോടെ നോക്കിനിന്നിട്ടുണ്ട്. വറ്റിവരണ്ട മേട്ടൂർ അണ ആദ്യമായിട്ടാണ് അയാൾ കാണുന്നത്. അണ

നിറഞ്ഞപ്പോൾ ക്ഷേത്രങ്ങളും ഗ്രാമങ്ങളും അതിൽ മുങ്ങിപ്പോയതായി പറഞ്ഞു കേട്ടിട്ടുണ്ട്.

കുറേദൂരം നടന്ന പെരിയസ്വാമി വലതുവശത്തുള്ള കടലത്തോട്ടത്തിൽ ഒരു കൂട്ടം സ്ത്രീകൾ കൂടിനില്ക്കുന്നതുകണ്ടു. ചിലർ കടലച്ചെടി പിഴുതെടുക്കുന്നു. വേറെ ചിലർ അത് കുട്ടകളിൽ നിറയ്ക്കുന്നു. അവരുടെ കൂട്ടത്തിൽ ജോലിചെയ്യാൻ ഏതായാലും കമല പോകാനിടയില്ല.

അയാൾ ഇടതുവശത്തേക്കു തിരിഞ്ഞു. രണ്ടു ട്രാക്ടറുകൾ നിലമുഴുതു കൊണ്ടിരിക്കുന്നു. ചോളം, റാഗി തുടങ്ങിയ കൃഷികൾ. അതിനടുത്ത് വണ്ടൽ മൺകൂമ്പാരങ്ങൾ. അവയുടെ മേൽഭാഗം ഉണങ്ങിയും അടിഭാഗം നനവുള്ളതായും കാണപ്പെട്ടു. കൃഷിയുടെ ആവശ്യത്തിനുവേണ്ടി കൂട്ടിയിട്ടിരിക്കുന്നതാവാം അവ. വരാൽ, കട്‌ല, റോക് മുതലായ മത്സ്യങ്ങൾ ചത്തുമലച്ച് മണ്ണിനോട് ചേർന്നുകിടക്കുന്നതു കാണാം. മണ്ണുചുമന്നു കൊണ്ടിരുന്ന ഒരാളോട് ചോദിച്ചപ്പോഴാണ് കാര്യം മനസ്സിലായത്. പന്നവാടി, കോട്ടയൂർ, സേത്തുക്കുളി, നാകമര, ഓട്ടനൂർ എന്നീ ഗ്രാമങ്ങളിലെ ജനങ്ങൾ ഇവിടെ കൃഷി ചെയ്യുന്ന വിവരം.

പെരിയസ്വാമി നിവർന്നുനിന്ന് ചുറ്റും കണ്ണോടിച്ചു. വലതുഭാഗത്ത് ഒരു വലിയ നന്ദി ശില്പം. അതിന്റെ മുകളിലും വശങ്ങളിലും കയറിനിന്ന് ഫോട്ടോയെടുക്കുന്ന കുറേ ചെറുപ്പക്കാർ. തഞ്ചാവൂർ വലിയ ക്ഷേത്രത്തിൽ കണ്ടിട്ടുള്ളതിനേക്കാൾ വലുതാണ് ഈ നന്ദി ശില്പമെന്ന് അയാൾക്കു തോന്നി. മറ്റു ക്ഷേത്രങ്ങളിൽ ശിവന് അഭിമുഖമായാണ് നന്ദിയെ കാണാറുള്ളത്. ഇവിടെ രാജഗോപുരത്തിന്റെ പീഠത്തിലിരുന്ന് ക്ഷേത്രത്തിൽ വരുന്ന ഭക്തരെ സ്വീകരിക്കാനെന്ന വണ്ണമാണ് നന്ദിയുടെ ഇരിപ്പ്. അതിന് പിന്നിലായി ജലകണ്ഠേശ്വരക്ഷേത്രം. വെള്ളത്തോടൊപ്പം ഒഴുക്കിക്കൊണ്ടുവന്ന ചെളിമണ്ണിൽ പുതഞ്ഞുപോയതുപോലെയാണ് ക്ഷേത്രം കണ്ടാൽ തോന്നുക. ക്ഷേത്രഗോപുരത്തിന്റെ മുകൾഭാഗവും മണ്ഡപമേല്ക്കൂരയും മാത്രമേ പുറമേ കാണാനുള്ളൂ.

താല്ക്കാലികമായി സ്ഥാപിക്കപ്പെട്ട ഒരു വിഗ്രഹത്തിൽ പൂജനടത്തി ഭക്തർക്കു പ്രസാദം നല്കിക്കൊണ്ടിരിക്കുന്നു ഒരു പൂജാരി. സ്ത്രീകളും പുരുഷന്മാരും ഉൾപ്പെടുന്ന വലിയ ജനക്കൂട്ടം. കൂട്ടത്തിലേക്ക് പെരിയസ്വാമി സൂക്ഷിച്ചുനോക്കി. തലമുണ്ഡനം ചെയ്ത് ഒരു കൈക്കുഞ്ഞുമായി നില്ക്കുന്ന ഒരു സ്ത്രീയെ അക്കൂട്ടത്തിൽ അയാൾ കണ്ടു. അതു കമല തന്നെ. മനസ്സമാധാനത്തോടുകൂടി അവളുടെ അടുത്തേക്കു തിടുക്കത്തിൽ അയാൾ നീങ്ങി. അടുത്തുചെന്നപ്പോഴാണ് അയാളറിയുന്നത് അതു കമലയല്ലെന്ന്.

തനിക്കു പറ്റിയ അമളിയിൽ അയാൾ പരിതപിച്ചു. അടുത്തുകണ്ട ഒരു കല്ലിന്മേൽ അയാൾ കയറിയിരുന്നു.

"ചത്തുകളയുമെന്ന് പറഞ്ഞ് വീടുവിട്ടുപോകാൻ തക്കവണ്ണം എന്തു വലിയ തെറ്റാണ് താൻ അവളോട് ചെയ്തത്?"

പെരിയസ്വാമി സ്വയം സമാധാനിക്കാൻ ശ്രമിച്ചു. തിരുപ്പതിയിൽ പോയി വന്ന ശേഷം നടന്ന സംഭവങ്ങൾ ഒന്നൊന്നായി അയാളുടെ മനസ്സിൽ ഓടിയെത്തി.

"നേർച്ചയുണ്ട്. നേർച്ചയുണ്ട്" എന്നു പറഞ്ഞ് കമല നിർബ്ബന്ധിക്കാൻ തുടങ്ങിയിട്ട് കുറേ നാളുകളായി. അങ്ങനെയാണ് കുട്ടിയേയുംകൊണ്ട് തിരുപ്പതിക്ക് പോയത്.

തിരുപ്പതിയിലെത്തി മൂവരും തല മുണ്ഡനം ചെയ്തു. ദർശനം കിട്ടാൻ താമസിച്ചുപോയതുകൊണ്ട് അഞ്ചുദിവസം കഴിഞ്ഞാണ് വീട്ടിൽ തിരിച്ചെത്തിയത്. അതും രാത്രി ഒരു മണിക്ക്. തിരുപ്പതിയിലെ കാലാവസ്ഥ കുട്ടിക്കു പിടിച്ചതുപോലെ തോന്നുന്നില്ല. കഫക്കെട്ടും പനിയും പിടിച്ച് കുഞ്ഞ് ക്ഷീണിച്ചു പോയിരുന്നു. നേരം വെളുത്താലുടനെ ഡോക്ടറെ കാണാം എന്നു തീരുമാനിച്ച് ഉറങ്ങാൻ കിടന്നു.

അതിരാവിലെ പെരിയസാമി ഉണർന്ന് വേപ്പിൻകമ്പൊടിച്ച് പല്ലുതേച്ചുകൊണ്ട് പുരയിടത്തിലേക്ക് നടന്നു. നടക്കുന്തോറും അയാളുടെ നെഞ്ചിടിപ്പ് കൂടിക്കൂടി വന്നു. പോകുമ്പോൾ പച്ചപുതച്ചുകിടന്ന ചെടികളെല്ലാം മഞ്ഞക്കാമാല പിടിച്ചവരെപ്പോലെ വാടിത്തളർന്ന് കിടക്കുന്നു. രണ്ടുദിവസം മുമ്പെങ്കിലും വെള്ളം വിടേണ്ടതായിരുന്നു. അയാൾ നേരെ പമ്പു വച്ചിരിക്കുന്ന പുരയ്ക്കു സമീപത്തേക്ക് നടന്നു.

"കേട്ടോ, ഇന്നലെ രാത്രിയിലെ പറഞ്ഞതല്ലേ രാവിലെ ഡാക്ടറെക്കാണാൻ പോകണമെന്ന്? കുഞ്ഞിനു ശ്വാസം മുട്ടുന്നതുപോലെ തോന്നുന്നു. വേഗം വണ്ടിയെടുക്ക്."

കുഞ്ഞിനെയുമെടുത്ത് കമല മുറ്റത്തു നിന്നിരുന്നു.

കുഞ്ഞിനെ രക്ഷിക്കണോ അതോ കൃഷി ഉണങ്ങിപ്പോകാതെ നോക്കണോ? ഒരു തീരുമാനത്തിലെത്താൻ അയാൾ ബുദ്ധിമുട്ടുന്നതുപോലെ തോന്നി. കുഞ്ഞിനോടുള്ള സ്നേഹം കൊണ്ട് അയാൾ മുറ്റത്തേക്ക് ഓടിവന്നു. കുഞ്ഞിനെയെടുത്ത് തോളിലിട്ട് വേഗം വസ്ത്രം മാറിവരാൻ അവളോടു പറഞ്ഞു. അവിടെനിന്നുകൊണ്ട് തിരിഞ്ഞ് അയാൾ കൃഷിയിടത്തേക്ക് നോക്കി.

ഞങ്ങൾ മരിച്ചുകൊണ്ടിരിക്കുകയാണ്, ഞങ്ങളെ രക്ഷിക്കണേ...! എന്ന് മൂന്നേക്കറിൽ വളർന്ന്, വാടിത്തളർന്നു കിടക്കുന്ന ചോളവും റാഗിയും അയാളോട് അപേക്ഷിക്കുന്നതുപോലെ അയാൾക്കു തോന്നി. ഉടൻതന്നെ ജലകണ്ഠാപുരത്തുനിന്നും ഒരു ഓട്ടോ വരുവാൻ ഫോൺ ചെയ്തു.

കമല ഒരുങ്ങിവന്നതും ഓട്ടോ വന്നുനിന്നതും ഒരേ നേരത്തിൽ!

"നീ ആശുപത്രിയിലേക്ക് പൊയ്ക്കോ... അഞ്ചുനിമിഷത്തിനുള്ളിൽ ചെടിക്കു വെള്ളം വിട്ടിട്ട് ഞാനെത്തിക്കൊള്ളാം."

അയാൾ കെഞ്ചിപ്പറഞ്ഞു

"സ്വന്തം കുഞ്ഞിനേക്കാൾ വലുതാണോ നിങ്ങൾക്ക് കല്ലും മള്ളും?"

കമലയ്ക്ക് കോപം അടക്കാൻ കഴിഞ്ഞില്ല.

"ഇതും വെറും കല്ലും മുള്ളുമല്ലെടീ.. ഇതു നമുക്കു ചോറു തരുന്ന ദൈവമാടീ.."

മനസ്സിൽ പറഞ്ഞുകൊണ്ട്

"ദാ... ഞാനുടനെ വന്നേക്കാം.." എന്ന് ഉറപ്പു കൊടുത്തു കമലയെ ഓട്ടോയിൽ കയറ്റിവിട്ടു.

പെരിയസാമി പമ്പുപുരയിൽവന്ന് മോട്ടോർ സ്വിച്ചിട്ടു. മോട്ടോർ പ്രവർത്തിക്കാൻ തുടങ്ങി. വെള്ളത്തൊട്ടിക്കു സമീപം അയാളിരുന്നു. കുറേ നേരമായിട്ടും ഒരു തുള്ളി വെള്ളം പോലും പൈപ്പിൽ കാണാനില്ല. എന്തോ കുഴപ്പമുണ്ട്. ധിറുതിയിൽ അയാൾ കിണറ്റിലിറങ്ങി. മോട്ടോറും പൈപ്പുകളും എല്ലാം പരിശോധിച്ചു. ഒരു തകരാറും കണ്ടുപിടിക്കാൻ അയാൾക്കു കഴിഞ്ഞില്ല.

അറുന്നൂറടി ആഴത്തിൽ കുഴൽക്കിണർ കുഴിച്ചിരുന്നു. പക്ഷേ, പെട്ടെന്ന് വെള്ളം വറ്റിപ്പോയി. രണ്ടാഴ്ച മുമ്പ് വീണ്ടും ഇരുന്നൂറടികൂടി കുഴിച്ചു. അതിനുശേഷം ധാരാളം വെള്ളം കിട്ടിക്കൊണ്ടിരുന്നതാണ്. ഇപ്പോൾ കിണർ വീണ്ടും വറ്റിപ്പോയോ? നമുക്കു വെള്ളം തന്നുകൊണ്ടിരുന്ന ഉറവ മറ്റാരെങ്കിലും കുഴൽക്കിണർ കുഴിച്ചപ്പോൾ മുറിഞ്ഞുപോയിരിക്കുമോ? ഇനി എന്തു ചെയ്യും? തിരുപ്പതിയിലേക്ക് പോകുന്ന ദിവസവും നല്ലതുപോലെ വെള്ളം കിട്ടിയതാണ്. അന്നു കിട്ടിയ വെള്ളത്തിൽ ആഹ്ലാദിച്ച് തലയുയർത്തിനിന്ന ചെടികളെക്കണ്ട് സന്തോഷത്തോടുകൂടി പെരിയസ്വാമി മനക്കണക്കു കൂട്ടിയതാണ്.

“ഇക്കൊല്ലം എങ്ങനെപോയാലും രണ്ടു മൂന്നു ലക്ഷം രൂപാ ലാഭം കിട്ടും.”

ആ സ്വപ്നമെല്ലാം ഇതാ പൊലിഞ്ഞിരിക്കുന്നു. എന്തു ചെയ്യണമെന്നറിയാതെ വെള്ളത്തൊട്ടിയുടെ പുറത്ത് തലയ്ക്കു കൈയുംകൊടുത്ത് അയാൾ ഇരുന്നുപോയി.

“എന്താ പെരിയസ്വാമീ... തിരുപ്പതിമൊട്ടയാണല്ലോ?”

സുഹൃത്ത് സെന്തിൽ അവിടെവന്നു. അയാളോടൊപ്പം മറ്റൊരു സുഹൃത്തായ ചെന്നിമലയും ഉണ്ടായിരുന്നു.

“മൊട്ടയടിച്ചിട്ടെന്താ പ്രയോജനം? പൂത്തുതുടങ്ങുന്ന സമയത്ത് എല്ലാം കരിഞ്ഞുണങ്ങിക്കിടക്കുന്നതു കണ്ടില്ലേ? പൈപ്പിൽ ഒരുതുള്ളി വെള്ളം പോലും വരുന്നില്ല.”

“എന്റെ കിണറ്റിലും വെള്ളം കിട്ടുന്നില്ല. ഞാനും നിന്നെപ്പോലെ എണ്ണൂറടി കുഴിച്ചതാണ്. പൂവും കായുമായി നില്ക്കുന്ന കൃഷികളെല്ലാം കരിയാൻ തുടങ്ങിയിരിക്കുന്നു. ഇനി എന്തു ചെയ്യുമെന്ന് ഒരു നിശ്ചയവുമില്ല.”

സെന്തിൽ തന്റെ വിഷമം പങ്കുവെച്ചു. എന്റെ സ്ഥലം എന്റെ കൃഷി എന്ന് ആവർത്തിച്ചുപറയുന്ന സുഹൃത്തുക്കളെ നോക്കി ചെന്നിമല പറഞ്ഞു.

“നിങ്ങൾ സ്വന്തം കാര്യം മാത്രം പറയാതെ അയൽപക്കക്കാരുടെ പുരയിടങ്ങളിൽക്കൂടി ഒന്നു നോക്കണം. മരങ്ങളിലെല്ലാം ഒരു പച്ചില കാണാൻ പോലുമില്ല. തെങ്ങോലകളെല്ലാം കുരുത്തോലകളായി ഒട്ടിത്തന്നെ നില്ക്കുന്നു. ഓലകളിൽ മാത്രമേ അല്പമെങ്കിലും പച്ചനിറം കാണാനുള്ളൂ. മറ്റുള്ളതെല്ലാം വാടിക്കരിഞ്ഞ് ഒടിഞ്ഞുതൂങ്ങിക്കിടക്കുന്നു. ഇതൊന്നും നിങ്ങളുടെ കണ്ണിൽ കാണുന്നില്ലേ?”

“കാണാത്തതല്ല, എന്തോ സുഖക്കേടു പിടിച്ചതായിരിക്കുമെന്നാണ് കരുതിയത്.”

“സുഖക്കേടു മരങ്ങൾക്കല്ലെടാ, നമ്മുടെ ബുദ്ധിക്കാണ്. നമ്മുടെ ജല കണ്ഠാപുരത്ത് വെള്ളം ശുദ്ധീകരിച്ച് വില്ക്കുന്ന ഒരു വിദേശ കമ്പനി തുടങ്ങിയത് അറിഞ്ഞില്ലേ?”

“അറിഞ്ഞറിഞ്ഞു... അവർ കൂൾഡ്രിങ്ക്സും ഉണ്ടാക്കി വില്ക്കുന്നുണ്ടോ?”

“ആ കമ്പനിയിൽ ഭീമാകാരമായ ഒരു യന്ത്രം ഉണ്ടുപോലും. പുളിമരത്തിന്റെ വേരുകൾ പോകുന്നിടത്തോളം ആഴത്തിൽച്ചെന്ന് പത്തുകിലോമീറ്റർ ചുറ്റളവിലുള്ള വെള്ളം മുഴുവൻ വലിച്ചെടുക്കാൻ ആ യന്ത്രത്തിനു കഴിയുമത്രേ! അങ്ങനെയുള്ളപ്പോൾ നിങ്ങളുടെ കിണറ്റിൽ എവിടെനിന്നും വെള്ളം വരാനാണ്?”

“അങ്ങനെയോ?” പെരിയസാമി അത്ഭുതപ്പെട്ടു.

“ഇതിനൊരറുതി വരുത്തിയില്ലെങ്കിൽ നായ്ക്കളെപ്പോലെ നമ്മുടെ പിഴപ്പ് കെട്ടുപോകും.”

എന്തിനും തയ്യാറായവനെപ്പോലെ പെരിയസാമി പറഞ്ഞു. അയാൾക്കുണ്ടായതുപോലെയുള്ള ആവേശമൊന്നും സെന്തിലിനുണ്ടായില്ല.

“അവർ കുറേ വെള്ളം മോഷ്ടിച്ചാലും കനാലുകളിൽക്കൂടി വെള്ളമൊഴുകിയാൽ നമ്മുടെ ഭൂമിയും നനയുമല്ലോ?. അതെങ്ങനാ... ആ കന്നടക്കാര് കണ്ടിടത്തെല്ലാം അണകൾ കെട്ടി നമ്മുടെ കാവേരിയിൽ വെള്ളം വരാൻ സമ്മതിക്കില്ലല്ലോ?

“കന്നടക്കാരെ പ്രോത്സാഹിപ്പിക്കുന്നത് ചില വിദേശ മുതലാളിമാരും നമ്മുടെ നാട്ടിൽത്തന്നെയുള്ള ചില പ്രമാണിമാരുമാണ്.”

“അതെങ്ങനെ നടക്കും ചെന്നിമലേ?”

“തഞ്ചാവൂർ മുതൽ പോണ്ടിച്ചേരിവരെയുള്ള ഭൂമിക്കടിയിൽ മീഥേൻ വായു ധാരാളമുണ്ടെന്ന് പറയാൻ തുടങ്ങിയ നാൾ മുതൽ ഈ പ്രദേശം കൃഷിയോഗ്യമല്ലാതാക്കാനുള്ള പദ്ധതികൾ തുടങ്ങി കഴിഞ്ഞിരിക്കുന്നു. വെള്ളം കിട്ടിയാലല്ലേ കൃഷി നടത്താൻ പറ്റൂ. ഇല്ലെങ്കിൽ.”

“ഉം... കിട്ടുന്ന വിലയ്ക്ക് ഉള്ള ഭൂമി വിറ്റിട്ട് തലയിൽ മുണ്ടിട്ട് അലഞ്ഞുതിരിഞ്ഞുനടക്കേണ്ട ഗതികേടിലാണ് നമ്മൾ..”

സെന്തിൽ പറഞ്ഞുതീരുന്നതിനുമുമ്പ് വീട്ടുമുറ്റത്ത് ഓട്ടോ വന്നു നിന്നു. കമല ഓട്ടോയിൽ നിന്നിറങ്ങുന്നതു കണ്ടയുടൻ പെരിയസാമിക്ക് ഒരു കുറ്റബോധം തോന്നി. സുഹൃത്തുക്കളോട് യാത്രപറഞ്ഞ് അയാൾ വീട്ടിലേക്ക് നടന്നു.

തോളിൽ കുട്ടിയും കൈയിൽ മരുന്നുസഞ്ചിയുമായി നിന്ന കമലയ്ക്ക് അയാളെ കണ്ടതും കലിയടക്കാൻ കഴിഞ്ഞില്ല.

“അഞ്ചുനിമിഷത്തിൽ വരാമെന്നു പറഞ്ഞ ആളാണ്. നിങ്ങൾക്കൊക്കെ എന്തിനാ ഭാര്യയും മക്കളും?”

“ദേഷ്യപ്പെടാതെ കമലേ..”

“ഭാര്യയെ എങ്ങനെയെങ്കിലും സമാധാനിപ്പിക്കാൻ അയാൾ ശ്രമിച്ചു. അപ്പോഴാണ് ഓട്ടോ ഡ്രൈവർ ഒരു കന്നാസ് മിനറൽവാട്ടറും അത് ഇറ

ക്കിവയ്ക്കാനുള്ള രണ്ടു ലിറ്ററ് കൊള്ളുന്ന അടിപ്പാത്രവും വണ്ടിയിൽ നിന്നും എടുക്കുന്നത് അയാൾ കാണുന്നത്.

"ഇതൊക്കെയെന്തിനാ?"

അയാൾ ചോദിച്ചു.

"ങാ... കണ്ണിൽക്കണ്ട വെള്ളമെല്ലാം കുടിച്ചിട്ടാണ് ഈ സുഖക്കേടൊക്കെ വരുന്നത്... ശുദ്ധമായ വെള്ളം കുടിച്ചാൽ എല്ലാം ശരിയാകുമെന്നാണ് ഡോക്ടർ പറഞ്ഞത്."

"പൈപ്പു വെള്ളം തിളപ്പിച്ചു കുടിച്ചാൽപ്പോരേ?"

"കുടിക്കാൻ വെള്ളവും തിളപ്പിച്ചിരുന്നാൽ മറ്റു ജോലികൾ ആരു നോക്കും?"

"നോക്കാം, കമലേ... നമ്മുടെ വെള്ളമെല്ലാം ഊറ്റിയെടുത്ത് നമുക്കേ വില്ക്കുകയാണുപോലും. കൃഷി മുഴുവൻ വരണ്ടുണങ്ങിക്കിടക്കുന്നു. ഈ പോക്കുവെയിൽ ഈ മുതലാളിമാരും രാഷ്ട്രീയക്കാരും കൂടി ഭൂമിയും സ്വത്തുക്കളും മാത്രമല്ല നമ്മുടെ മേട്ടൂർ അണക്കെട്ടുപോലും അപഹരിച്ചുകൊണ്ടുപോകുമെന്നാണ് തോന്നുന്നത്. നമുക്ക് ഇതൊന്നും വേണ്ടാ കമലേ.."

അയാൾ കന്നാസ് പൊക്കിയെടുത്ത് ഓട്ടോയിൽ കയറ്റാൻ ശ്രമിച്ചു.

"ഏവനോ ഏതെങ്കിലും തിന്നിട്ടുപോട്ടെ... എനിക്കു വെള്ളം വേണം... കൈയെടുക്ക്."

അവൾ വലതു കൈകൊണ്ട് കന്നാസിൽ പിടിച്ചു. പെരിയസാമി കന്നാസ് ഓട്ടോയ്ക്ക് അകത്തേക്ക് തള്ളും. കമല പുറത്തേക്ക് വലിക്കും.

ഈ കൈക്രിയ അല്പസമയം തുടർന്നു.

ഇവളെ പറഞ്ഞു മനസ്സിലാക്കാൻ കഴിയില്ലല്ലോ എന്ന ആവേശത്തിൽ "എടടീ കൈ" എന്ന് ഓങ്ങി ഒരടി അവൾക്കുകൊടുത്തു. അവളുടെ വലതു കൈമുട്ടിനു മേൽ അടികൊണ്ട സ്ഥലത്ത് നീരു വെയ്ക്കാൻ തുടങ്ങി.

"അയ്യോ.. എന്റമ്മോ... കുടിക്കാൻ കുറെ വെള്ളം വാങ്ങിയതിന് ഇങ്ങനെ ഉപദ്രവിക്കുമോ? ഇനി ഈ വീട്ടിൽ ഒരു നിമിഷം പോലും ഞാൻ നില്ക്കില്ല. എവിടെയെങ്കിലും പോയി ഏതെങ്കിലും ആറ്റിലോ കുളത്തിലോ ഞാനും എന്റെ കുഞ്ഞും ചാടിച്ചത്തുകളയും." നിലവിളിച്ചുകൊണ്ട് കമല വേഗം ഓട്ടോയിൽ കയറി.

എന്തു ചെയ്യണമെന്നറിയാതെ അയാൾ പകച്ചു നിന്നു. ഓട്ടോ ഓടിത്തുടങ്ങിയപ്പോഴാണ് അയാൾക്കു ബോധം തിരിച്ചുകിട്ടിയത്. ഓട്ടോയുടെ പിന്നാലെ അയാളുടെ കാലുകൾ അറിയാതെ ചലിച്ചു. ഓട്ടോയിലിരുന്ന് അവൾ തന്നെ ഭള്ളുപറയുന്നത് അവ്യക്തമായി അയാളുടെ കാതുകളിൽ വീണുകൊണ്ടിരുന്നു.

കമലയുടെ വാക്കുകൾ മെല്ലെമെല്ലെ അയാളെ ഭയപ്പെടുത്താൻ തുടങ്ങി. അയാൾ ആകെ അസ്വസ്ഥനായി. ഉടൻതന്നെ വീടു പൂട്ടി ബൈക്കിൽ പുറപ്പെട്ടു.

ഒരേ ഒരടി. അതും കൈയിൽ. അതിനുപോയി ആത്മഹത്യ ചെയ്യുമോ? പോയി നോക്കാം. അയാൾ എഴുന്നേറ്റു.

ചെളിയും കല്ലും നിറഞ്ഞ വഴിയിലൂടെ ഇരട്ടഗോപുരത്തിനു നേർക്ക് അയാൾ സാവധാനം നടന്നു. വഴിയിൽ വെള്ളം ഒഴുകിക്കൊണ്ടിരുന്നു. രണ്ടുമൂന്നടി ആഴമുള്ള ഒരു ഓടപോലെയുള്ള വഴി. പുരുഷന്മാർ വേഷ്ടിയും പാന്റും മുകളിലേക്ക് ഉയർത്തിപ്പിടിച്ച് നടക്കുന്നു. പെരിയസാമിയും മുണ്ട് ഉയർത്തിപ്പിടിച്ചുനടന്നു. അഞ്ചുമിനിറ്റുകൊണ്ട് ഗോപുരത്തിനടുത്തെത്തി.

കസവുനേര്യതുപോലെയുള്ള അങ്കവസ്ത്രം കഴുത്തിൽചുറ്റി അതിന്റെ ഒരറ്റം നെഞ്ചിലേക്കിട്ട് ഒരു പുരോഹിതൻ അവിടെ നിന്നിരുന്നു. അദ്ദേഹത്തിന്റെ കൈയിൽ തുറന്നുവച്ച വേദപുസ്തകം. ചുറ്റിലും ഭക്തരുടെ തിരക്ക്. തലവഴി ദാവണി മൂടിയ സ്ത്രീകൾ. ഇക്കൂട്ടത്തിൽ കമല ഉണ്ടായിരിക്കുമോ? കഷ്ടപ്പാടുവരുമ്പോൾ ദൈവങ്ങൾ തമ്മിൽ എന്തു വ്യത്യാസം! അല്പം മാറിനിന്ന് കൂട്ടത്തിൽ കമലയുണ്ടോ എന്ന് അയാൾ പരതി.

പുരോഹിതൻ പ്രസംഗം തുടങ്ങി. നൂറ്റിപ്പത്തു വർഷങ്ങൾക്കുമുമ്പ് നായമ്പാടി ഗ്രാമവാസികൾക്കുവേണ്ടി കെട്ടിയതാണ് ഈ ലൂർദുമാതാ പ്പള്ളി. ചെങ്കല്ല്, മുട്ടയുടെ വെള്ള, കടുക്കാനീര്, ശർക്കര എന്നിവ കൂട്ടിയുണ്ടാക്കിയ മിശ്രിതം ഉപയോഗിച്ചാണ് ഇതു പണിതിട്ടുള്ളത്. അറുപതടിയാണ് ഉയരം. ഇപ്പോൾ മുപ്പതടിയോളം മണ്ണിൽ പുതഞ്ഞുപോയി. അണ കെട്ടിയപ്പോൾ ഈ നായമ്പാടിഗ്രാമത്തെപ്പോലെ മറ്റ് ഇരുപത്തേഴ് ഗ്രാമങ്ങളും ഒഴുപ്പിക്കപ്പെട്ടിട്ടുണ്ട്. പുരോഹിതൻ പ്രസംഗം അവസാനിപ്പിക്കുന്നതിനു മുമ്പുതന്നെ കമല അക്കൂട്ടത്തിലില്ലെന്ന് പെരിയസാമി മനസ്സിലാക്കി.

തമിഴ്നാട്ടിലെ ജനങ്ങളെ തീറ്റിപ്പോറ്റുന്നത് മേട്ടൂർ അണയിൽ നിറയുന്ന വെള്ളമാണ്. അതിപ്പോൾ വറ്റിവരണ്ടുകിടക്കുന്നു. ഈ ഗുരുതരാവസ്ഥയെപ്പറ്റി യാതൊരു ആശങ്കകളുമില്ലാതെ അവിടെ പൂജാരിയും ഇവിടെ പുരോഹിതനും ആളുകളെക്കൂട്ടി പൂജ നടത്തിക്കൊണ്ടിരിക്കുന്നു.

മുറുമുറുത്തുകൊണ്ട് പെരിയസാമി നടന്നു. കുറച്ചകലെ വിശാലമായ ഒരു തടാകം. അങ്ങോട്ടുപോകുന്ന ആളുകളോടൊപ്പം ആശങ്കയോടെ അയാളും കൂടി. വെള്ളക്കൊക്കുകൾ ചുണ്ടുകൾ വിടർത്തി മീൻപിടിക്കാനായി ചുറ്റിത്തിരിയുന്നു. സൈനികർ വ്യോമാഭ്യാസപ്രകടനം നടത്തുന്നതുപോലെ പരുന്തുകൾ ആകാശത്തിൽ വട്ടമിട്ടുപറക്കുന്നതും ഇടയ്ക്കിടെ പെട്ടെന്ന് താഴേക്ക് പറന്ന് വെള്ളത്തിൽനിന്നും മീനുകളെ കാൽനഖങ്ങളിൽ കോർത്തെടുത്ത് ശരവേഗത്തിൽ മുകളിലേക്ക് പോകുകയും ചെയ്തുകൊണ്ടിരുന്നു. ചെളിക്കുള്ളിൽ “കാ.. കാ..” എന്ന നേരിയ ശബ്ദം പുറപ്പെടുവിച്ച് കാക്കകൾ നടക്കുന്നു. ഇവയെക്കൂടാതെ മറ്റു പലതരം പക്ഷികളും അവിടെ ഇരതേടി അലഞ്ഞുകൊണ്ടിരിക്കുന്നു. കുറേ ദൂരത്തായി ഒരു കോട്ടമതിൽ ഇടിഞ്ഞുപൊളിഞ്ഞു കിടക്കുന്നതുപോലെ കാണാം.

“അക്കാണുന്നതെന്താണ്?”

അതുവഴിവന്ന ഒരു വൃദ്ധനോട് അയാൾ ചോദിച്ചു.

“മൈസൂർ മഹാരാജാക്കന്മാർ കെട്ടിയ ഒരു കോട്ടയുടെ അവശിഷ്ടങ്ങളാണ് അത്. ഈ വള്ളത്തിൽപ്പോയാൽ അവിടെയെത്താം.” വൃദ്ധൻ പറഞ്ഞു.

ആകെ രണ്ടു ചെറുവള്ളങ്ങൾ കണ്ടു. ഒന്നിൽ ആളുകളെ കൊണ്ടു പോകുന്നു. മറ്റേതിൽ തിരിച്ചുവരുന്നവരാണ്.

ഒരുപക്ഷേ, കമല ഇതിലെങ്ങാനും... ചിന്തിച്ചപ്പോൾത്തന്നെ അയാളുടെ ഹൃദയം തേങ്ങി. വെള്ളത്തിലോ കരയോരത്തിലോ വല്ല വസ്ത്രങ്ങളും കാണുന്നുണ്ടോ? എവിടെയെങ്കിലും ആളുകൾ കൂട്ടം കൂടി നില്ക്കുന്നുണ്ടോ? പെരിയസാമി ചുറ്റിലും പരതി. ആരും മരിച്ചതിന്റെ ലക്ഷണങ്ങൾ ഒന്നുംതന്നെ കാണാനില്ല.

തന്റെ പിന്നിൽ ആരൊക്കെയോ ഓടിവരുന്ന ശബ്ദം കേട്ട് പെരിയസാമി തിരിഞ്ഞുനോക്കി. സ്ത്രീകളും പുരുഷന്മാരും കുട്ടികളും ഉൾപ്പെടുന്ന ഒരു സംഘം വേഗത്തിൽ ഓടിക്കൊണ്ടിരിക്കുന്നു. അവർക്കു പിന്നിൽ രണ്ടു പൊലീസുകാരെയും കാണാം.

അടുത്തുവന്ന ഒരു ചെറുപ്പക്കാരനോട് അയാൾ കാര്യം തിരക്കി.

ഓട്ടം നിർത്താതെ അയാൾ

"മൊട്ടയടിച്ച ഒരു സ്ത്രീയും ഒരു കുഞ്ഞും." അതിനുശേഷം പറഞ്ഞതൊന്നും അയാളുടെ ചെവിയിൽ വീണില്ല.

"പറഞ്ഞതുപോലെതന്നെ കമല ചെയ്തുകളഞ്ഞല്ലോ."

ഒരു തീക്കാറ്റ് അയാളുടെ ശ്വാസകോശത്തിൽ നിന്നും ബഹിർഗമിച്ചു. കണ്ണുനീർ ധാരധാരയായി ഒഴുകിക്കൊണ്ട് അയാളും വേഗത്തിൽ ഓടി. ചുണ്ടുകൾ കമലേ... കമലേ... എന്ന് മന്ത്രിച്ചുകൊണ്ടിരുന്നു.

ആൾക്കൂട്ടത്തിനിടയിൽക്കൂടി അയാൾ എത്തിനോക്കി. ഒരു ഇരുമ്പു തൂണിൽ പിടിച്ചുകുലുക്കുന്ന ഒരു സ്ത്രീയുടെ കൈകൾ മാത്രമേ അയാൾക്കു കാണാൻ കഴിഞ്ഞുള്ളൂ. ആളുകളെ തള്ളിമാറ്റി അയാൾ മുന്നിലെത്തി. അടുത്ത നിമിഷം തികഞ്ഞ ആഹ്ലാദത്തോടെ മുഖം തുടച്ചുകൊണ്ട് വിളിച്ചു.

"കമലേ..."

ഓടിച്ചെന്ന് അവളുടെ കൈയിലിരുന്ന കുഞ്ഞിനെ വാരിയെടുത്ത് ചുംബിച്ച് തോളിൽ കിടത്തി. അവൾ പിടിച്ചിരുന്ന തൂണിൽ അയാളും പിടിച്ചുകുലുക്കാൻ തുടങ്ങി. കൂടിനിന്നവർ മറ്റേ തൂണിലും കുലുക്കാൻ തുടങ്ങി.

സിമന്റിട്ട് ബലമായി ഉറപ്പിച്ചിരുന്ന ആ രണ്ടു തൂണുകളും ഒരു വശത്തേക്ക് ചാഞ്ഞു. ആ തൂണുകളിൽ ചേർത്തുപിടിപ്പിച്ച ഒരു പലക... അതിൽ...

മേട്ടൂർ അണ വില്പനയ്ക്ക്.

എന്നെഴുതിയിരുന്നു. ബന്ധപ്പെടേണ്ട ഒരു മേൽവിലാസവും അതിനു താഴെ രണ്ടു സെൽഫോൺ നമ്പറുകളും അതിൽ കൊടുത്തിരുന്നു.

# 9

# മൺകരട്

**ചെ**മ്മണ്ണും വെള്ളയും തവിട്ടും നിറത്തിലുള്ള കല്ലുകളും ഇടകലർന്നു കാണപ്പെടുന്ന ഭൂപ്രദേശമാണത്. വളർന്നു നില്ക്കുന്ന വേപ്പ്, കരുവേലം തുടങ്ങിയ മരങ്ങൾ കുറ്റിക്കാട്ടിനുള്ളിൽനിന്നും മുക്കുറ്റി, എരുക്ക്, കൊടുവേലി, മുതലായ ചെടികൾ തലനീട്ടി നില്ക്കുന്നു. ഈ മൺകരടിന്റെ പടിഞ്ഞാറുഭാഗത്ത് ഒരു ദർഗ്ഗ. ഇവിടെ മുസ്ലീങ്ങൾ പതിവായി പ്രാർത്ഥനയ്ക്കെത്തും. മദ്ധ്യത്തിൽ ബാലദണ്ഡപാണിക്ഷേത്രം. ഹിന്ദുക്കളുടെ പ്രധാന ആരാധനാകേന്ദ്രം.

തെക്കുകിഴക്കുഭാഗത്ത് ക്രിസ്ത്യാനികളുടെ അന്തോണിയാർ ദേവാലയം. ദേവാലയത്തിൽനിന്നും ദണ്ഡപാണിക്ഷേത്രം വരെയുള്ള ചരിവിൽ പതിനാലു കുരിശുകൾ നാട്ടിയിരുന്നു.

മൺകരടിന്റെ ഉച്ചിയിൽ മേഘപാളികൾക്കിടയിലായി ദൈവം പ്രത്യക്ഷപ്പെട്ട് 'ഞാൻ തന്നെയാണ് നിങ്ങളുടെയെല്ലാം ഒരേയൊരു ദൈവം നിങ്ങളെ വെവ്വേറെ സമുദായങ്ങളായി പിരിച്ചതും ഞാൻ തന്നെ!'

എന്ന് അരുളപ്പാടുണ്ടായ പുണ്യഭൂമിയിൽ വസിക്കാൻ കഴിയുന്നതു തന്നെ മഹാഭാഗ്യമെന്ന് അഭിമാനിക്കുന്നവരാണ് തമ്മംപട്ടിയിലെ ജനങ്ങൾ. അങ്ങനെയുള്ള മൺകരടിന്റെ കിഴക്കുഭാഗത്ത് ഒരു വീട്ടിലാണ് ബാലമുരുകൻ മാർഗരറ്റ് ദമ്പതികളുടെ താമസം.

ഫോൺബെല്ലടിച്ചു. ബാലമുരുകൻ കിടക്കയിൽ നിന്നെഴുന്നേറ്റു. ഫോൺ ഓഫ് ചെയ്ത് പോക്കറ്റിലിട്ടു. ഒരു ഷാൾ പുതച്ച് കൈയിൽ ടോർച്ചുമായി വാതിൽ തുറന്നു. മേഘക്കൂട്ടങ്ങൾ പോലെയുള്ള മഞ്ഞിൽപ്പുതഞ്ഞുകിടക്കുന്ന വീടും പരിസരവും. അയാൾ കിടുകിടാ വിറയ്ക്കാൻ തുടങ്ങി. ഷാൾ തലവഴി മൂടിപ്പുതച്ചു.

നേരം പുലർന്നതിനു മുമ്പു പോയാലേ വയലിലേക്ക് വെള്ളം തിരിച്ചു

വിടാൻ കഴിയൂ. താമസിച്ചുപോയാൽ അയൽപക്കത്തുള്ള കൃഷിക്കാരെല്ലാം വന്നുചേരും. അപ്പോൾപ്പിന്നെ വീട്ടിലെത്താൻ പത്തുമണിയെങ്കിലുമാകും. മറ്റുജോലികളെല്ലാം മുടങ്ങും. മഞ്ഞുകാലത്ത് ഇതൊരു ബുദ്ധിമുട്ടുള്ള പണിയാണ്. ഏതായാലും തണുപ്പിന്റെ കാഠിന്യം ഒന്നു കുറയട്ടെ എന്നു കരുതി ഭാര്യ മാർഗരറ്റിനെ വിളിച്ചുണർത്തി ഒരുകപ്പു ചായ ആവശ്യപ്പെട്ടു.

ആവി പറക്കുന്ന ചായ വന്നു. ചായകുടിച്ച് അല്പനേരം കഴിഞ്ഞ് വെളിയിലേക്ക് എത്തിനോക്കി. ദൂരെയുള്ള ടാർറോഡിൽ വാഹനങ്ങളുടെ പ്രകാശം മിന്നാമിനുങ്ങുകളെപ്പോലെ ഓടിമറഞ്ഞുകൊണ്ടിരിക്കുന്നു. വീട്ടുമുറ്റത്തുനിന്നിരുന്ന ചെടികൾ അരണ്ട വെളിച്ചത്തിൽ മങ്ങിക്കാണപ്പെട്ടു. ടോർച്ചു തെളിച്ചുനോക്കി. ചട്ടിയിൽ വളരുന്ന റോസാപ്പൂക്കളും ജമന്തിപ്പൂക്കളും മഞ്ഞുപുതച്ചു ഉറങ്ങുന്നു.

അയാൾ നടന്നു നാകിയംപട്ടി റോഡു കടന്നുപൊയ്ക്കൊണ്ടിരിക്കെ ഇടതുവശത്ത് എന്തോ ഒരു മാറ്റം വന്നതുപോലെ അയാൾക്കു തോന്നി. രണ്ടു നാൾ മുമ്പുവരെ ഈ സമയത്ത് ഇരുൾമൂടിക്കിടന്ന ആ പ്രദേശം ഇപ്പോൾ ആടയാഭരണങ്ങൾ അഴിച്ചുമാറ്റപ്പെട്ട ഒരു പെൺമണിയെപ്പോലെ വിളറിവെളുത്തു കിടക്കുന്നു. അയാൾ ഇടതുവശത്തേക്ക് ടോർച്ചടിച്ചു നോക്കി. ഒന്നും ശരിയായി മനസ്സിലാകുന്നില്ല. എങ്കിലും നടപ്പു തുടർന്നു. പെട്ടെന്ന് അതുവഴി പാഞ്ഞുവന്ന ഒരു ലോറിയുടെ വെളിച്ചത്തിൽ കണ്ട കാഴ്ച അയാളെ അമ്പരപ്പിച്ചു.

അവിടെയുണ്ടായിരുന്ന ചുറ്റുമതിലും അതിനുള്ളിൽ തലയെടുത്തു നിന്നിരുന്ന വേപ്പ്, പുങ്ക്, ഉറക്കംതൂങ്ങി, കാറ്റാടി മുതലായ മരങ്ങളൊന്നും തന്നെ കാണാനില്ല. അരണ്ട വെളിച്ചത്തിൽ തലകുനിച്ച് അയാൾ സാവധാനം നടന്നു. നൂറുമീറ്റർ നീളമുണ്ടായിരുന്ന ആ മതിൽ പൂർണ്ണമായും പൊളിച്ചുനീക്കിയിരിക്കുന്നു. ഒരു ചെങ്കല്ലോ, പൊളിച്ചുമാറ്റിയതിന്റെ ഒരു തുണ്ടുകഷണമോപോലും മതിൽനിന്ന സ്ഥലത്തു കാണാനില്ല. അതെല്ലാം ഏകദേശം അഞ്ചടി ഉള്ളിലേക്ക് മാറ്റി കൂട്ടിയിട്ടിരിക്കുന്നു. തലയും കൈയും കാലും മുറിച്ചുമാറ്റപ്പെട്ട മരങ്ങളെല്ലാം ചത്തുമലച്ചുകിടക്കുന്നു. പഴയ മതിൽ നിന്നയിടത്തുനിന്നും കുറേ ഉള്ളിലേക്കു മാറ്റി പുതിയ മുൾക്കമ്പി വേലി സ്ഥാപിച്ചിരിക്കുന്നു.

മഞ്ഞുമൂടിക്കിടന്ന ഈ പാതിരാത്രിയിൽ ഇതെല്ലാം നടന്നിരിക്കണം. പത്തൻപതു ചെറുപ്പക്കാരെങ്കിലും ഒന്നുചേർന്നാലേ ഒറ്റരാത്രികൊണ്ട് ഇത്രയൊക്കെ ചെയ്തു തീർക്കാൻ കഴിയുകയുള്ളൂ. കമ്പിപ്പാര, മൺവെട്ടി, കോരി, കൊടുവാൾ, ഇലക്ട്രിക് വാൾ ഇവയൊക്കെ ഇതിനായി ഉപയോഗിച്ചിട്ടുണ്ടാകും. അയാൾ ഊഹിച്ചു.

ഒരു സർക്കാർ എയിഡഡ് സ്കൂളിന്റെ ചുറ്റുമതിലാണ് ഒറ്റ രാത്രി കൊണ്ട് തറമട്ടത്തിലാക്കിയിരിക്കുന്നത്.

ഒരു മുസ്ലീം മാനേജ്മെന്റ് നടത്തുന്ന കായിതേമില്ലത്ത് മിഡിൽ സ്കൂൾ, സ്കൂളിനോട് ചേർന്ന് തെക്കുഭാഗത്ത് കാർമേഘഗൗണ്ടറുടെ

വീടും പുരയിടവും കെട്ടിടത്തിന്റെ അടിയിലെ നില വാടകയ്ക്കു കൊടുത്തിരുന്നു. മുകൾ നിലയിൽ അറുപതോളം പേർക്ക് ഇരിക്കാവുന്ന ഒരു ഹാൾ. ഹാളിന്റെ മുന്നിൽ 'ഹിന്ദു ക്ഷേത്രസംരക്ഷണ സമിതി തമ്മംപട്ടി' എന്ന ബോർഡ്.

കാർമേഘഗൗണ്ടർ അടുത്തുള്ള ശിവൻ കോവിലിന്റെ രക്ഷാധികാരിയാണ്. നിലവും പുരയിടവും തോട്ടവും ചേർന്ന് ഇരുപതേക്കറോളം ഭൂമി സ്വന്തമായുണ്ട്. കൂടാതെ തമ്മംപട്ടിയിൽ നടരാജാ സിൽക്ക് ഹൗസ് എന്ന വസ്ത്രവ്യാപാരശാലയുടെ ഉടമകൂടിയാണ് ഗൗണ്ടർ.

കായിതേമില്ലത്ത് സ്കൂളിന്റെ സെക്രട്ടറിയാണ് അഷറഫ് അലി. അദ്ദേഹത്തിന്റെ മകൻ മെഹബൂബ് ജാൻ ദുബായിൽ ജോലി ചെയ്യുന്നു. അയാൾ ഇഷ്ടം പോലെ പണം സമ്പാദിച്ചിട്ടുണ്ട്. തിരുച്ചിറോഡിൽ മൂന്നുനിലയുള്ള ഒരു കെട്ടിടം അയാൾ കെട്ടിക്കൊണ്ടിരിക്കുകയാണ്. അതിൽ പുതിയൊരു ജൗളിക്കട തുറക്കാൻ തീരുമാനിച്ചിരുന്നു. തന്റെ വ്യാപാരത്തിനു വെല്ലുവിളിയായി പുതിയൊരു തുണിക്കട വന്നാൽ വരുമാനം കുറഞ്ഞുപോകുമെന്നതിനാൽ എങ്ങനെയെങ്കിലും അത് മുടക്കുന്നതിനുള്ള വഴി ഗൗണ്ടർ ആലോചിച്ചുകൊണ്ടിരുന്നു.

ആത്തൂരിലോ, സേലത്തോ, പുതിയ തുണിക്കട തുടങ്ങിയാൽ വേണ്ട സഹായങ്ങളെല്ലാം ഗൗണ്ടർ മെഹബൂബ്ജാനു വാഗ്ദാനം നല്കിയിരുന്നു. ഗൗണ്ടറുടെ ശ്രമങ്ങളെല്ലാം പരാജയപ്പെട്ടിരുന്ന സമയത്താണ് അയാളുടെ മൂന്നടി സ്ഥലം സ്കൂൾ കോമ്പൗണ്ടിനുള്ളിലാണെന്ന വാർത്ത നാട്ടിൽപ്പരന്നത്.

ഗൗണ്ടറാണ് ആളെക്കൂട്ടി സ്കൂൾ മതിൽ പൊളിച്ചുമാറ്റിയതെന്ന് ബാലമുരുകൻ ഊഹിച്ചു. മുമ്പ് അയാൾക്കുണ്ടായ ഒരനുഭവമാണ് ഈ ഊഹത്തിനുള്ള അടിസ്ഥാനം.

ബാലമുരുകനും മാർഗരറ്റും കോളേജ് വിദ്യാഭ്യാസകാലത്തേ പ്രേമിച്ചവരാണ്. കോനേരിപ്പട്ടി മാതേക്കോവിലിനരികിലാണ് അവളുടെ വീട്. ജാതിമതവ്യത്യാസങ്ങൾക്കു പ്രാമുഖ്യമുള്ള ഒരു സമുദായത്തിലാണ് തങ്ങൾ ജീവിക്കുന്നതെന്നുള്ള സത്യം മനസ്സിലാക്കാതെ അവരുടെ പ്രേമം വളർന്നുവന്നു. പഠനം പൂർത്തിയായതോടെ കല്യാണാലോചന തുടങ്ങി.

അവൻ മതം മാറി നമ്മുടെ പള്ളിയിൽ ചേർന്ന് കല്യാണം നടത്തിക്കൊള്ളട്ടെ എന്നായി മാർഗരറ്റിന്റെ അപ്പൻ. എന്നാൽ മതം മാറാൻ ബാലമുരുകൻ വിസ്സമ്മതിച്ചു. സമുദായത്തിലെ ചില പ്രമാണിമാരുമായി ആലോചിച്ച് ശേഷം മാർഗരറ്റ് ബാലമുരുകന്റെ മുന്നിൽ ഒരു നിർദ്ദേശം വച്ചു. മതം മാറേണ്ട, എന്നാൽ ഞങ്ങളുടെ പള്ളിയിൽവച്ച് താലികെട്ടു നടത്തിയാൽ മതി. അയാൾ സമ്മതിച്ചു.

വിവരമറിഞ്ഞ കാർമേഘഗൗണ്ടർ നേരെ വീട്ടിലെത്തി ബാലമുരുകന്റെ അച്ഛനെ കണ്ടു.

"ഒരു പെമ്പളച്ചിയുടെ വാക്ക് അവനെന്തിനാ കേൾക്കുന്നത്? അവൾ വേണമെങ്കിൽ നമ്മുടെ ശിവൻകോവിലിൽ വരട്ടെ. അമ്മി ചവിട്ടി, അരു

സ്ഥതി കണ്ട് ഹോമം നടത്തി, അയ്യരെക്കൊണ്ട് മന്ത്രം ജപിപ്പിച്ച് ഗംഭീരമായി നമുക്ക് കല്യാണം നടത്തിക്കൊടുക്കാം."

ഗൗണ്ടർ ബാലമുരുകന്റെ അച്ഛനെ പ്രലോഭിപ്പിച്ചു. ഗൗണ്ടറുടെ വാക്കുകൾ തട്ടിക്കളയാനാവാത്ത ബാലമുരുകന്റെ അച്ഛനും ആ നിലപാടിൽ ഉറച്ചു നിന്നു.

രണ്ടുപേരുടെയും മാതാപിതാക്കൾ ഒരേ പിടിവാശിയിലായതിനാൽ കല്യാണത്തിന് യോജിച്ച് ഒരു തീരുമാനമെടുക്കാൻ കഴിയാത്ത സ്ഥിതി വന്നുചേർന്നു. കമിതാക്കൾ ആകെ വിഷമത്തിലായി. പിന്നീട് കണ്ടപ്പോൾ മാർഗററ്റ് ബാലമുരുകനോട് ചോദിച്ചു.

"എനിക്കും നിനക്കും വെവ്വേറെ ദൈവങ്ങളുണ്ടാകാൻ എന്തെങ്കിലും സാദ്ധ്യതയുണ്ടോ?"

"ഒരിക്കലുമില്ല. നമുക്കു മാത്രമല്ല. ഈ ബ്രഹ്മാണ്ഡം മുഴുവനും ഒരു ദൈവമേയുള്ളൂ. അദ്ദേഹം തന്നെയാണ് ആഫ്രിക്കക്കാരെന്നും ആസ്ട്രേലിയക്കാരെന്നും ജൂതർ, ഗ്രീക്കുകാർ, ആര്യന്മാർ, ദ്രാവിഡർ, ചീനക്കാർ എന്നും പ്രത്യേകം പ്രത്യേകം ജനവിഭാഗങ്ങളെ സൃഷ്ടിച്ചത്."

"അങ്ങനെയെങ്കിൽ മഹാവീരൻ, ബുദ്ധൻ, കൺഫ്യൂഷ്യസ്, യേശുക്രിസ്തു, മഹുമ്മദ് നബി മുതലായ മഹാന്മാരേയും അദ്ദേഹം തന്നെയായിരിക്കണമല്ലോ സൃഷ്ടിച്ചത്?"

"അതിലെന്താണിത്ര സംശയം?" അതുപോലെതന്നെ വേദങ്ങളും ബൈബിളും ഗീതയും ഖുറാനുമെല്ലാം ഒരേ ദൈവം വ്യത്യസ്ത ജനസമൂഹങ്ങൾക്കായി അരുളിചെയ്തതാണ്. അങ്ങനെയുള്ള അരുളപ്പാടുകൾക്കൊപ്പം അതാതു കാലഘട്ടത്തിൽ ഓരോ ജനവിഭാഗത്തെയും അടക്കിഭരിച്ച വർഗ്ഗത്തിന്റെ ആദർശങ്ങളും ചിന്താധാരകളും കൂടിച്ചേർന്നാണ് വ്യത്യസ്തമായ പ്രത്യയശാസ്ത്രങ്ങൾ രൂപപ്പെട്ടുവന്നത്.

ഓരോ സമൂഹവും തങ്ങളുടെ ഭൂമിശാസ്ത്രപരമായ പ്രത്യേകതകൾ വച്ചുകൊണ്ട് പ്രകൃതിപൂജ, വിഗ്രഹാരാധന, വിഗ്രഹരഹിതമായ പൂജാവിധികൾ മുതലായ പലവിധ ആരാധനാ സമ്പ്രദായങ്ങൾ രൂപപ്പെടുത്തി. ഇത് അന്ധവിശ്വാസമാണ് എന്നു കരുതിയാൽ എല്ലാം അന്ധവിശ്വാസങ്ങൾ തന്നെ! അതിനാൽ മതങ്ങളിൽ ഏതെങ്കിലുമൊന്ന് ഉത്തരമെന്നോ മറ്റൊന്ന് അധമമെന്നോ ഉള്ള വാദത്തിന് യാതൊരു അടിസ്ഥാനവുമില്ല.

"നിങ്ങളുടെ നാട്ടിലാണ് ഞാൻ ജനിച്ചതെങ്കിൽ ഹിന്ദുവായിരുന്നേനെ. എന്റെ നാട്ടിലാണ് നിങ്ങൾ ജനിച്ചതെങ്കിൽ തീർച്ചയായും ക്രിസ്ത്യാനിയായിത്തീർന്നിരിക്കും! നാം ജനിച്ച കുടുംബം അല്ലെങ്കിൽ പ്രദേശമാണ് നാം ഏതു മതക്കാരനാണെന്നു തീരുമാനിക്കുന്നത്.

മനുഷ്യകുലം മതരഹിതമാണ്."

ഇങ്ങനെ തുടർന്നുപോയ അവരുടെ സംഭാഷണം അവർക്കുള്ള ഒരു പുതിയ ജ്ഞാനോദയമുണ്ടാക്കി. ഈ വെളിപാട് അവരെക്കൊണ്ടെത്തിച്ചത് അവരുടെ രജിസ്റ്റർ വിവാഹത്തിലാണ്.

ബാലമുരുകന്റെ വീട്ടിലെത്തിയ കാർമേഘ ഗൗണ്ടർ

"നീയൊക്കെ ഒറ്റത്തന്തയ്ക്ക് പിറന്നവനാണോടാ... ഛീ..." എന്നു കാറിത്തുപ്പി. മാർഗ്ഗരറ്റിനെ ഹിന്ദുമതത്തിൽ ചേർക്കാതെ വിവാഹം കഴിച്ചതാണ് ഗൗണ്ടറുടെ ഈ വെറുപ്പിന് കാരണം.

ഇതൊക്കെയാണെങ്കിലും തമ്മംപട്ടി മതസൗഹാർദ്ദ സംഘടനയുടെ തലവൻ ഗൗണ്ടർ തന്നെ! എല്ലാ മീറ്റിങ്ങുകളിലും മൺകരടിന്റെ മഹത്ത്വത്തെ അദ്ദേഹം വാനോളം പുകഴ്ത്താറുണ്ട്. അങ്ങനെയുള്ളപ്പോൾ ജനങ്ങൾക്കിടയിൽ വെറുപ്പും വിദ്വേഷവും വളർത്താനിടയാക്കുന്ന ഇത്തരം സംഭവങ്ങൾക്ക് മതസൗഹാർദ്ദസംഘടനാത്തലവൻ മുൻകൈയെടുക്കുമോ?

ഈ വിധ ചിന്തകൾ അയാളെ ആശയക്കുഴപ്പത്തിലാക്കി.

നേരം നന്നായി വെളുത്തു. തലവഴി മൂടിയിരുന്ന ഷാളെടുത്ത് തോളിലിട്ട് ബാലമുരുകൻ സ്കൂൾ കെട്ടിടത്തിലേക്ക് നോക്കി. പ്രധാന കവാടത്തിനു മുന്നിൽ വെട്ടുകത്തികളും കമ്പിപ്പാരകളും വേലിന്റെ രൂപത്തിലുള്ള കമ്പികളും ഉയർന്നുവരുന്നു. ഒരു വലിയ ജനക്കൂട്ടം ഗേറ്റുകടന്ന് മൈതാനത്തിൽ വന്നു നിറഞ്ഞു.

ഇവരൊക്കെ ഇക്കാര്യം എങ്ങനെ അറിഞ്ഞിരിക്കും? ഒരുപക്ഷേ, രാത്രികാവല്ക്കാർ ആരെങ്കിലും അറിയിച്ചതായിരിക്കും. അയാൾ ഊഹിച്ചു.

കറുത്ത താടിമീശയും തലയിൽ തൊപ്പിയും വച്ച അൻപതോളം ചെറുപ്പക്കാരുണ്ടാകും. അലാവുദീനും മുഹമ്മദലിയും മുൻനിരയിലുണ്ട്. രണ്ടുപേരും പട്ടണത്തിലുള്ള മുസ്ലീം തെരുവിലെ താമസക്കാരാണ്. ബാലമുരുകന് നല്ല പരിചയമുള്ളവരാണ് ഇവർ രണ്ടുപേരും. എന്നാലിപ്പോൾ ഇവരോട് എന്തുപറഞ്ഞാലും പ്രയോജനമില്ലെന്ന് മനസ്സിലാക്കിയ ബാലമുരുകന്റെയുള്ളിൽ ഒരു ഭയം ഊറിക്കൂടി.

അയാൾ വലതുഭാഗത്തേക്ക് തിരിഞ്ഞു. 'ശർരക്ക്, ശർരക്ക് എന്ന താളനിബദ്ധമായ ശബ്ദത്തോടുകൂടി ഹിന്ദുസംഘം ഓഫീസിൽ നിന്നും ചിലർ ഇറങ്ങിവരുന്നു. അവർ കാക്കി നിക്കറും കൈയുള്ള ബനിയനും ധരിച്ചിരുന്നു. കൈകളിൽ നീണ്ട മുളവടികൾ. ചിലരുടെ ഇടുപ്പിൽ നീളം കുറഞ്ഞ വാൾ തൂക്കിയിട്ടിരുന്നു.

ശത്രുരാജ്യത്തെ ചുട്ടെരിച്ചു ഭസ്മമാക്കിയ ഒരു മഹാരാജാവിന്റെ ഗാംഭീര്യത്തോടെ ഏറ്റവും പിന്നിലായി ഒരാൾ ഇറങ്ങിവന്നു. അയാളാണ് കാർമേഖഗൗണ്ടറുടെ ഒരേയൊരു മകൻ രമേഷ്!

അയാൾ ബിരുദാനന്തര ബിരുദധാരിയാണ്. ബോംബെയിൽ ഒരു കമ്പനിയിൽ ജോലി. കഴിഞ്ഞ തവണ ലീവിനു വന്നപ്പോൾ അയാൾ നാലഞ്ചു ഹിന്ദിക്കാരോടൊപ്പം തമ്മംപട്ടിയിൽ ചുറ്റിത്തിരിഞ്ഞത് ബാലമുരുകൻ ഓർത്തു. ഇത്രയും ചെറുപ്പക്കാരെ രഹസ്യമായി സംഘടിപ്പിക്കുവാൻ കഴിവുള്ളവനാണ് അയാളെന്ന് ഇപ്പോഴാണ് ബാലമുരുകന് ബോദ്ധ്യമായത്.

ഇരുവശത്തും ആയുധങ്ങളുമായി ഏറ്റുമുട്ടാൻ തയ്യാറായി നില്ക്കുന്ന ജനക്കൂട്ടത്തെ ബാലമുരുകൻ മാറിമാറി നോക്കി. പരസ്പരം കൊന്നൊടുക്കാൻ വെമ്പൽ കൊള്ളുന്ന ഈശ്വര വിശ്വാസികൾ. ആയുധധാരികളായ

ഈ ദൈവവിശ്വാസികളെക്കാൾ നിരീശ്വരവാദികൾ എത്രയോ ഉന്നത തലത്തിലുള്ളവരാണെന്ന് ബാലമുരുകന് തോന്നി.

"എത്ര ജീവൻ പൊലിയുമോ? എന്തു വലിയ കലാപമാണോ നടക്കാൻ പോകുന്നത്? അയാളുടെ ഹൃദയമിടിപ്പിന്റെ വേഗത കൂടുകയും നാഡീഞരമ്പുകളിൽ തളർച്ച വ്യാപിക്കുകയും ചെയ്തു. ഇതൊക്കെയാണെങ്കിലും ധൈര്യം സംഭരിച്ച് അയാൾ സെൽഫോണിൽ പൊലീസ് ഇൻസ്പെക്ടറെ വിവരമറിയിച്ചു.

പൊലീസുകാരെത്തുന്നതിനുമുമ്പ് കലാപം പൊട്ടിപ്പുറപ്പെടുമോ? എങ്കിൽ അത് എങ്ങനെ തടയാം? തന്നെ സഹായിക്കാൻ ആരെങ്കിലും വരാതിരിക്കുമോ? ഇങ്ങനെ പലവിധ ചിന്തകളാൽ മനസ്സിൽ കോളിളക്കം കൊണ്ടു നില്ക്കുമ്പോഴാണ് റോഡുമുറിച്ചു നടന്നുവരുന്ന സയ്യദ് കരീം ഭായിയെ ബാലമുരുകൻ കണ്ടത്. ഏകദേശം അൻപതുവയസ്സ് പ്രായം. ഒരുറുമ്പിനുപോലും ദോഷം വരരുതെന്നാണ് അയാൾ ആഗ്രഹിക്കുന്നത്. മതസൗഹാർദ്ദ സംഘടനയുടെ വൈസ് പ്രസിഡന്റാണ് അദ്ദേഹം. എല്ലാ വിഭാഗം ജനങ്ങൾക്കിടയിലും നല്ല അംഗീകാരമുള്ള ആളാണ്. മുസ്ലീം യുവാക്കളെ സമാധാനിപ്പിക്കാൻ പറ്റിയ ആൾ ഇദ്ദേഹമാണ് എന്നു വിചാരിച്ച ബാലമുരുകൻ.

"കരീം ബായ്... കരീം ബായ്... ഇതുവഴി വരൂ.."

ഉച്ചത്തിൽ വിളിച്ചു. ശബ്ദം കേട്ടയിടത്തേക്ക് അദ്ദേഹം വന്നുകൊണ്ടിരുന്നു.

അലാവുദ്ദീൻ ഗർജ്ജിച്ചു.

"ഏതവനാടാ ഞങ്ങടെ മതിലു പൊളിച്ചത്?"

"അന്നു ഞങ്ങളുടെ ഭാരതത്തെ നിങ്ങൾ ആക്രമിച്ചു. ഇന്ന് ഞങ്ങളുടെ പട്ടയഭൂമി അപഹരിക്കാൻ ശ്രമിക്കുന്നോ?"

രമേഷ് ഉച്ചത്തിൽ തിരിച്ചടിച്ചു.

"ഞങ്ങൾ അപഹരിച്ചെന്നോ? നിങ്ങളല്ലേ കമ്പിവേലിയിട്ട് സ്ഥലം അപഹരിച്ചത്? ഒന്നും പറയാതെ വേഗം വേലിയഴിച്ചു മാറ്റിത്തരൂ..."

"അഴിച്ചുമാറ്റാനല്ല ഇത് കെട്ടിയിരിക്കുന്നത്. ധൈര്യമുണ്ടെങ്കിൽ വേലി കടന്നു വന്നുനോക്ക്."

"ഞങ്ങൾ കടന്നുവന്നാൽ വേലിയും അവിടെ ഉണ്ടാകില്ല. കൂട്ടത്തിൽ ചില തലകളും അവിടെ കാണാതെ വരും..?"

ഒരു വെട്ടുകത്തി വീശിക്കൊണ്ട് വേലി ചാടിക്കടന്ന് അലാവുദ്ദീൻ വന്നു. പെട്ടെന്ന് മുഹമ്മദാലിയുടെ കൂടെ വന്ന ചിലർ വേലിക്കല്ലുകളും കമ്പികളും പിഴുതെറിയാൻ തുടങ്ങി.

"വെട്ടിക്കൊല്ലെടാ ഈ പട്ടികളെ..?" രമേശ് അലറി. അരയിൽ സൂക്ഷിച്ചിരുന്ന ചെറുവാളുകൾ പുറത്തുവന്നു. അവയുടെ വായ്ത്തലകൾ പളുപളെ തിളങ്ങി.

"വേണ്ടാ രമേശ്, വേണ്ടാ... നമ്മുടെ മൺകരടിനെ ഓർത്തുനോക്ക്... എല്ലാ ദൈവങ്ങളും ഒന്നുതന്നെ...! എല്ലാവരും സഹോദരങ്ങളാണ്. അതു

കൊണ്ട് എടുത്തുചാടി ഒന്നും ചെയ്യരുതേ... അച്ഛനുമായി സംസാരിച്ച് എല്ലാ പ്രശ്നങ്ങളും തീർക്കാം..."

രമേശിനെ സമാധാനപ്പെടുത്തിക്കൊണ്ട് ബാലമുരുകൻ കൈയിലിരുന്ന ടോർച്ച്ലൈറ്റ് ഒരു സമാധാനചിഹ്നം പോലെ ഉയർത്തിക്കാട്ടി. ഇതിനിടയിൽ ഇരു കൂട്ടരും തൊട്ടുതൊട്ടില്ല എന്ന ദൂരത്തിലെത്തിക്കഴിഞ്ഞിരുന്നു.

"നിർത്ത്... നിർത്ത് അലാവുദ്ദീൻ... കറസ്പോണ്ടന്റ്."

ഇമാം എല്ലാവരും വരട്ടെ. നമുക്ക് പഞ്ചായത്തു കൂടി ശരിയാക്കാം. നമ്മളെല്ലാം ഒരമ്മപെറ്റ മക്കളല്ലേ.. വേണ്ടാ വേണ്ടാ.."

ഇരു കൈകളുമുയർത്തി സയ്യദ് കരീം മുസ്ലീം സഹോദരന്മാരെ ശാന്തരാക്കാൻ ശ്രമിച്ചുകൊണ്ടിരുന്നു.

ഇരുവശങ്ങളിൽനിന്നും ഒരേസ്വരത്തിൽ വിളിച്ചുപറഞ്ഞുകൊണ്ടിരുന്നു.

"വെട്ടെടാ..... അടിയെടാ..."

വടിവാളുകളും ചെറുവാളുകളും പരസ്പരം ഏറ്റുമുട്ടി. ഇരുമ്പും ഇരുമ്പും ഏറ്റുമുട്ടുമ്പോഴുണ്ടാകുന്ന ടങ്... ടങ് ശബ്ദത്തോടൊപ്പം

"അയ്യോ... അമ്മേ... അള്ളാ.. അള്ളാ..." എന്നീ ദീനരോദനങ്ങളും ഉയർന്നുകേട്ടു. ഇതിനിടെ വെട്ടേറ്റ് രണ്ടുപേർ നിലംപൊത്തി.

"സ്റ്റോപ്പിറ്റ്!" നീട്ടിപ്പിടിച്ച റിവോൾവറുമായി പൊലീസ് സൂപ്രണ്ടും ഇൻസ്പെക്ടറും മറ്റു പൊലീസുകാരും കൂട്ടത്തിലേക്ക് ചാടിവീണു.

"ആയുധങ്ങളെല്ലാം നിലത്തിടണം ഇല്ലെങ്കിൽ..."

പൊലീസ് സൂപ്രണ്ട് ആജ്ഞാപിച്ചു. നീട്ടിപ്പിടിച്ച തോക്കുകളുമായി പൊലീസുകാർ വാനിൽ നിന്നും ചാടിയിറങ്ങിവന്നു. തെക്കും വടക്കുമായി നിന്നിരുന്ന കലാപക്കാർക്ക് അഭിമുഖമായി രണ്ടുവരിയായി പൊലീസുകാർ അണിനിരന്നു.

രണ്ടുകൂട്ടത്തിൽനിന്നും കുറേപ്പേർ കൈയിലിരുന്ന ആയുധങ്ങൾ നിലത്തിട്ട് ഓടി രക്ഷപ്പെട്ടു. അവിടെത്തന്നെനിന്ന രമേഷ്, അലാവുദ്ദീൻ മുഹമ്മദാലി തുടങ്ങിയ ഇരുപതോളം പേരെ പൊലീസ് അറസ്റ്റു ചെയ്തു.

ബാലമുരുകന്റെ മുറിഞ്ഞുപോയ കൈപ്പത്തിയിലെ വിരലുകൾ ടോർച്ചുലൈറ്റിൽ മുറുകെപ്പിടിച്ചിരുന്നു. ഒരു വശത്തുനിന്നു രക്തവും മറുവശത്തുനിന്നും പ്രകാശവും ശക്തിയായി പ്രവഹിച്ചുകൊണ്ടിരുന്നു. മുതുകിനു വെട്ടേറ്റ സയ്യദ് കരീം രക്തവെള്ളത്തിൽ കുളിച്ചുകിടന്നു. ബാലമുരുകനേയും സയ്യദ് കരീമിനെയും പൊലീസ് വാനിൽ കയറ്റി. കൂട്ടത്തിൽ ബാലമുരുകന്റെ അറ്റുപോയ കൈപ്പത്തിയും. പൊലീസ് വാൻ ആശുപത്രിയിലേക്ക് ചീറിപ്പാഞ്ഞു.

രണ്ടുപേരെയും അത്യാഹിതവിഭാഗത്തിൽ പ്രവേശിപ്പിച്ചു. വളരെ പണിപ്പെട്ട് ബാലമുരുകന്റെ അറ്റുപോയ കൈപ്പത്തി ഡോക്ടർമാർ തുന്നിച്ചേർത്തു. സയ്യദ് കരീമിന് ബോധം തിരിച്ചുകിട്ടി.

വിവരമറിഞ്ഞ കാർമേഘഗൗണ്ടർ തളർന്നുപോയി. താനറിയാതെ

ഇത്രവലിയ ഒരു കലാപം പൊട്ടിപ്പുറപ്പെട്ടത് ഗൗണ്ടറെ ഞെട്ടിച്ചു. തന്റെ മകൻ രമേഷ് ഒരു തീവ്രവാദി നേതാവാണോ?

ഗൗണ്ടറുടെ നെഞ്ചിലെ വിങ്ങലും ഞെരുക്കവും അദ്ദേഹത്തിന്റെ ബലിഷ്ഠമായ ശരീരത്തെ തളർത്തിക്കളഞ്ഞു. ബാലമുരുകൻ പൊലീസിനെ വിവരമറിയിച്ചില്ലായിരുന്നെങ്കിൽ ഒരു പത്തുപേരെങ്കിലും ഇവിടെ മരിച്ചു വീഴുമായിരുന്നു എന്ന് വിതുമ്പിക്കൊണ്ട് ഗൗണ്ടർ സംഭവസ്ഥലത്ത് വന്നു.

ഉടനെ ചെങ്കല്ലുകൾ വീണുകിടക്കുന്ന മരങ്ങൾ, ഇളകിക്കിടക്കുന്ന മുള്ളുവേലി, മനുഷ്യസ്നേഹത്തിന്റെ സ്മാരകമായി വീണുറഞ്ഞുകിടക്കുന്ന മനുഷ്യരക്തം... ഇതൊന്നും കാണാൻ കെല്പില്ലാതെ തിരിഞ്ഞു നടന്ന ഗൗണ്ടറുടെ ഉള്ളിൽ ഒരു ചോദ്യമുയർന്നു.

“ഈ മൂന്നടി സ്ഥലത്തിന്റെ ഉടമ ഞാനോ അതോ പള്ളിക്കാരോ?”

ഉത്തരം കിട്ടാതെ ഗൗണ്ടർ വീട്ടിലെത്തി. അയാളുടെ ഭാര്യയുടെ കണ്ണിൽനിന്നും തീപ്പൊരി ചിതറി.

“വാ... വാ.. എന്തു വലിയ മനുഷ്യനാണ് നിങ്ങൾ... സ്വന്തം മകനെ നാറുന്ന ലോക്കപ്പിൽ അടച്ചിട്ടിട്ട് എത്ര കൂളായി വന്നു കുത്തിയിരിക്കുന്നു. നിങ്ങൾക്ക് നാണമില്ലേ? ചെറുപ്പത്തിൽ നിങ്ങൾ ചെയ്യാത്തതൊന്നും അവനും ചെയ്തിട്ടില്ല. ഒരു വിനായക ചതുർത്ഥി ഘോഷയാത്ര ഒരു മുസ്ലീം തെരുവിൽക്കൂടി കടന്നുപോയപ്പോൾ പ്രശ്നങ്ങളുണ്ടായില്ലേ? മൺകരടു മുരുകൻ കോവിലിലുള്ള വിഗ്രഹം ആരോ മോഷ്ടിച്ചുകൊണ്ടു പോയപ്പോൾ പ്രശ്നങ്ങൾ ഉണ്ടായില്ലേ? നിങ്ങളറിഞ്ഞോ അറിയാതെയോ മതസംഘർഷം വളർത്തുന്ന പ്രവർത്തനങ്ങളല്ലേ നിങ്ങൾ നടത്തിയിട്ടുള്ളത്?”

“ആ കേസുകൾക്കായിട്ടാണെടീ ഞാൻ സമ്പാദിച്ച പണമെല്ലാം ചെലവഴിച്ച് കോടതി വരാന്തകൾ കയറിയിറങ്ങി നടക്കേണ്ടിവന്നത്. അങ്ങനെയൊരു ഗതി നമ്മുടെ മോനു വരാതിരിക്കാൻ വേണ്ടിയാണ് ഞാൻ അവനെ പഠിപ്പിച്ചത്. വളരെ അകലെയാണെങ്കിലും ബോംബെയിൽ ജോലിക്കയച്ചതും അതിനുവേണ്ടിയാണ്. അവനും ഇങ്ങനെയായിപ്പോയി! വെട്ടും കുത്തുമായി നടന്നാൽ നമ്മുടെ കുടുംബം നാമാവശേഷമായിപ്പോകും.”

“അതെല്ലാം അവൻ നോക്കിക്കൊള്ളും. ഇരുപത്തിനാലു മണിക്കൂറിനുള്ളിൽ അവനും അവന്റെ കൂട്ടാളികളും വെളിയിൽ വന്നില്ലെങ്കിൽ ഈ തമ്മംപട്ടി, ഒരു ചുടുകാടായി മാറും. ഓർത്തോ?”

ഗൗണ്ടറുടെ ഭാര്യ ശക്തമായ മുന്നറിയിപ്പു നല്കി. എന്തുചെയ്യണമെന്നറിയാതെ ഗൗണ്ടർ സോഫയിലേക്ക് ചാഞ്ഞു.

അടുത്ത ദിവസം സമാധാന സമ്മേളനം. തഹസീൽദാർ, പൊലീസ് സൂപ്രണ്ട് വിദ്യാഭ്യാസ വകുപ്പിലെ പ്രമുഖർ, സ്കൂൾ മാനേജ്മെന്റ് പ്രതിനിധികൾ, ഹിന്ദു-മുസ്ലീം ക്രൈസ്തവ സഭാ നേതാക്കൾ എല്ലാവരും ഒത്തുകൂടി. മൺകരടിന്റെ മഹത്ത്വത്തിനു കളങ്കം വരുന്ന ഒരു പ്രവൃത്തി നടന്നതിൽ എല്ലാവരും ദുഃഖിച്ചു. മതമൈത്രീ സംഘത്തിന്റെ തലവൻ എന്ന നിലയിൽ ഗൗണ്ടർ ഒരു നിർദ്ദേശം മുന്നോട്ടുവച്ചു.

"മൊത്തം സ്ഥലവും അളന്നു നോക്കണം."

തഹസിൽദാർ എഴുന്നേറ്റു പറഞ്ഞു. "അളന്നതാണ്. പ്രമാണ പ്രകാരം സ്കൂളിനുള്ള സ്ഥലം കൃത്യമാണ്. ചുറ്റുമതിൽ കെട്ടാൻ ഞങ്ങളുടെ സർവ്വേയർ കല്ലിട്ടപ്പോൾ ഒരു ചെറിയ പിശകു സംഭവിച്ചതാണ്. വടക്കുവശത്ത് മൂന്നടി തള്ളിയിടുന്നതിന് പകരം തെക്കുവശത്താണ് മൂന്നടിയിട്ടത്. അതാണ് ഈ പ്രശ്നങ്ങൾക്കു കാരണം. എന്തിനാണ് അങ്ങനെ ചെയ്തതെന്ന് അറിഞ്ഞുകൂടാ... അയാൾ സർവ്വീസിലുണ്ടായിരുന്നപ്പോൾ ഗൗണ്ടർക്കു വളരെ വേണ്ടപ്പെട്ട ആളാണെന്നറിയാം. അയാൾ റിട്ടയർ ചെയ്തുപോയി. അതുകൊണ്ട് എല്ലാവരും ഞങ്ങളോട് ക്ഷമിക്കണം."

കണ്ണടച്ചു ചുണ്ടുകൾ പൂട്ടിയിരുന്ന ഗൗണ്ടറുടെ മുഖത്ത് ഒരങ്കലാപ്പ്. കൈകൾ മേശപ്പുറത്തു കുത്തി മുഖംതാങ്ങി അയാളിരുന്നു. അല്പം നേരം മൗനം പിന്നീട് അയാൾ എഴുന്നേറ്റു.

"പൊളിച്ചുമാറ്റിയ മതിൽ ഞാൻ കെട്ടിക്കൊടുക്കാം. ഈ മൂന്നടി സ്ഥലം പള്ളിക്കു ദാനമായി നല്കാം രണ്ടുപേരുടെയും ആശുപത്രി ചെലവുകളും ഞാൻ വഹിച്ചുകൊള്ളാം.."

ഈ വാഗ്ദാനങ്ങൾ നല്കി ഗൗണ്ടർ പുറത്തേക്ക് പോയി.

ഈ വാഗ്ദാനങ്ങൾ പാലിക്കപ്പെടുമോ? കൂടിയിരുന്നവർ ചിന്തിക്കാൻ തുടങ്ങി.

# 10

## കൈവിട്ട കളി

ഇടതുതോളിൽ കുട്ടിയും വലതുകൈയിൽ പച്ചക്കറികൾ നിറച്ച സഞ്ചിയുമായി മല്ലിക നടന്നു. താതകാപ്പട്ടിക്കു കിഴക്ക് ബൊമ്മണ്ണൻകാടു തെരുവിന്റെ അവസാനത്തിലാണ് അവളുടെ വീട്. തെരുവിന്റെ മദ്ധ്യത്ത് ഭർത്ത്യസഹോദരന്റെ ഇരുനിലവീട്.

മല്ലിക ആ വീട്ടിലേക്ക് ഒന്നു സൂക്ഷിച്ചുനോക്കി. അത്രതന്നെ!

“എന്താടീ ഇത്ര സൂക്ഷിച്ചുനോക്കാൻ..! കണ്ണുവയ്ക്കാനാണോ... നീയോ ഒന്നും കൊള്ളാത്തവൾ... നിന്റെ കെട്ടിയവൻ ഒരു വായിനോക്കി... പോരാത്തതിന് ഒരു കുട്ടിയും. നീയൊക്കെ അപ്പൂപ്പനും അമ്മൂമ്മയും ആയാൽപ്പോലും ഇതുമാതിരി ഒരു ഇരുനിലവീട് ഉണ്ടാക്കാൻ പറ്റത്തില്ലെടീ... നാളെത്തന്നെ കണ്ണുതട്ടാതിരിക്കാൻ ഒരു കരിങ്കണ്ണനെ വാങ്ങിവയ്ക്കണം.. ഇപ്പോ കണ്ണുവയ്ക്കാതെ പോടീ..”

ടെറസ്സിന്റെ മുകളിൽനിന്നും ജ്യേഷ്ഠന്റെ ഭാര്യ സരോജം വിളിച്ചു പറഞ്ഞു. നെഞ്ചിൽ ചാട്ടവാറടിയേറ്റപോലെ മല്ലിക നേരെ നോക്കി നിന്നു.

ഇതിനുമുമ്പും പല പ്രാവശ്യം സരോജം തന്റെ ഭർത്താവ് വെങ്കടേശ്വരന്റെ പിടിപ്പുകേടിനെപ്പറ്റി കളിയാക്കിപ്പറഞ്ഞിട്ടുണ്ട്. ഇപ്പോൾ മല്ലികയുടെ മനസ്സിൽ ഒരു വാശി കയറി.

“നിന്റെ വീടിനേക്കാൾ വലിയതൊന്ന് ഞാനുണ്ടാക്കുമെടീ... നീ ചാലുകീറി കല്ലിട്ടാണല്ലോ വീടുകെട്ടിയത്. ഞാന് പില്ലറുകെട്ടുമെടീ... പില്ലർ.. നിനക്ക് മേൽനിലയിൽ രണ്ടു ബെഡ്റൂം മാത്രമല്ലേയുള്ളൂ. ഞാൻ ബെഡ്റൂം കിച്ചൻ ബാത്റൂമെല്ലാം കെട്ടുമെടീ.. എന്നിട്ടത് വാടകയ്ക്ക് കൊടുക്കുമെടീ.”

മനസ്സിൽ വെല്ലുവിളി നടത്തിക്കൊണ്ട് മല്ലിക വീട്ടിലെത്തി. വിവരം ഭർത്താവിനോടു പറഞ്ഞു. അയാൾക്കു കലി കയറി. തന്റെ ഗതി അങ്ങ

നെയായിപ്പോയി. അയാളുടെ ചേട്ടൻ തിരുവെങ്കടത്തിനു ട്രഷറിയിൽ ജോലി. ഇഷ്ടംപോലെ പണം. കല്യാണം കഴിഞ്ഞയുടൻതന്നെ മല്ലിക ഭർത്താവിനെ സ്വന്തം വരുതിക്കു കൊണ്ടുവന്നിരുന്നു. പുതിയ വീടുകെട്ടി മാറിത്താമസം തുടങ്ങി. ആറുമാസത്തിനുള്ളിൽ അച്ഛനും അമ്മയും മരിച്ചു. ആ സങ്കടത്തിൽ വെങ്കടേശൻ ഒറ്റപ്പെട്ടുപോയി. അച്ഛനും അമ്മയും താമസിച്ചിരുന്ന ചെറിയ വീട്ടിലാണ് ഇപ്പോൾ താമസം. വീടിനോട് ചേർന്ന് അയാളുടെ ഓഹരിയായി അല്പം ഭൂമിയുണ്ട്. പക്ഷേ, അതുകൊണ്ടെന്താ പ്രയോജനം? പന്ത്രണ്ടാം ക്ലാസുവരെ മാത്രം പഠിച്ച അയാൾക്ക് നല്ലൊരു തൊഴിലോ വരുമാനമോ ഉണ്ടായിരുന്നില്ല.

വീടുകെട്ടുന്ന കാര്യം പറഞ്ഞാൽ അതവസാനിക്കുന്നത് ഒരു വഴക്കിലായിരിക്കും. ഭക്ഷണംപോലും ഉണ്ടാക്കാതെ മല്ലിക ചുരുണ്ടുകൂടിക്കിടന്നുകളയും. അവരുടെ മകൻ പ്രവീൺ കരയാൻ തുടങ്ങിയാൽ.

"ഇന്നാ നിങ്ങളുതന്നെ പാലുകൊടുത്ത് ഉറക്കിക്കോ..."

അയാളുടെ മടിയിൽ കുഞ്ഞിനെ വച്ചുകൊടുക്കും. വഴക്കു മൂത്തുവന്നാൽ കുഞ്ഞിനെയുമെടുത്ത് അവളുടെ വീട്ടിൽ പൊയ്ക്കളയും. കുഞ്ഞിനോട് വെങ്കടേശിനുള്ള സ്നേഹം പറഞ്ഞറിയിക്കാൻ പ്രയാസമാണ്. അതുകൊണ്ട് ഭാര്യവീട്ടിൽപ്പോയി കൈകെട്ടിനിന്ന് മല്ലികയേയും കുഞ്ഞിനേയും കൂട്ടിക്കൊണ്ടുവരും.

ഭാര്യയും കുഞ്ഞും തന്നെ ഉപേക്ഷിച്ചു പൊയ്ക്കളയുമോ എന്ന് അയാൾ ഭയപ്പെട്ടു. ഈ ഭയം കാരണം അയാൾക്ക് ഓഹരികിട്ടിയ ഭൂമി വിറ്റു. വിവരമറിഞ്ഞ സരോജത്തിന് കോപം വന്നു. വീടിനുമുന്നിൽ വന്നു നിന്ന് അവൾ വിളിച്ചുകൂവാൻ തുടങ്ങി.

"കുടുംബസ്വത്തു വിറ്റ് വീടുകെട്ടാൻ നിനക്കു നാണമില്ലേ?"

"നിന്റെ കെട്ടിയോന്റെ സ്വത്തല്ലല്ലോ ഞങ്ങൾ വിറ്റത്. നിനക്കു കൊട്ടാരം കെട്ടാം. എന്താ ഞങ്ങൾക്കു പാടില്ലേ?"

"എന്റെ ഭർത്താവു സമ്പാദിച്ച പണം കൊണ്ടാണ് ഞങ്ങൾ വീടുകെട്ടിയത്. നാണവും മാനവുമുള്ളവളാണെങ്കിൽ സ്വന്തമായി സമ്പാദിച്ച് വീടു കെട്ടണം. അല്ലെങ്കിൽ നിന്റെ കുടുംബത്തുനിന്നും പണം കൊണ്ടുവരണം."

"അതെന്റിഷ്ടം അധികം നിന്നു ചിലയ്ക്കാതെ പോടീ... അല്ലെങ്കിൽ ഇനി ഞാനൊന്നും പറയില്ല. പക്ഷേ, മറുപടി പറയുന്നതു ചൂലു കൊണ്ടായിരിക്കും കരുതിയിരുന്നോ..."

ചൂലുമെടുത്തു മല്ലിക റോഡിൽ ചാടിയിറങ്ങി.

"ചേട്ടത്തിയോടു വഴക്കിടുന്നതെന്തിനാ?

നമുക്കു പണം കിട്ടിയല്ലോ.."

അവളെ സമാധാനിപ്പിച്ചു വീട്ടിലേക്കു കൂട്ടിക്കൊണ്ടുവരാൻ വെങ്കടേശൻ വളരെ പാടുപെട്ടു. എങ്കിലും അവളുടെ വായടപ്പിക്കാൻ അയാൾക്ക് അരമണിക്കൂർ കൂടി കാത്തിരിക്കേണ്ടിവന്നു.

അടുത്ത ദിവസം തന്നെ പഴയ വീടിനോടു ചേർന്നുള്ള വസ്തുവിൽ

പൂജ നടത്തി. വീടുപണി ആരംഭിച്ചു. കൂടുതൽ ആളുകളെ ജോലിക്കു വച്ച് ഒരാഴ്ചയ്ക്കുള്ളിൽ സിമന്റും കമ്പിയുമിറക്കി പില്ലർ വാർത്ത്, ചുറ്റും കല്ലുകെട്ടി, മണ്ണിട്ടുമൂടി തറ മട്ടമാക്കിയെടുത്തു.

ഇനി വരാൻപോകുന്ന ചെലവുകളെപ്പറ്റി മല്ലികയും മേസ്തിരിയും കൂടി ഒരു പട്ടിക തയ്യാറാക്കി. തേക്കുകൊണ്ടുള്ള കതകുകൾ, തറയിൽ ഗ്രാനൈറ്റ്, പൂക്കളുള്ള കണ്ണാടികൾ, അങ്ങനെ കണക്കിട്ടു വന്നപ്പോൾ ഭീമമായ ഒരു തുക വേണ്ടിവരും. എന്നു ബോദ്ധ്യമായി അപ്പോഴാണ് കൈയിലുള്ള തുക ഒന്നിനും തികയില്ലെന്ന് മല്ലികയ്ക്ക് മനസ്സിലായത്.

കടം വാങ്ങിയാലോ? മല്ലിക ആലോചിച്ചു. ബാങ്കിൽനിന്നും പണം കിട്ടും. മാസാമാസം തവണയടയ്ക്കണം. മുടങ്ങിപ്പോയാൽ നോട്ടീസ്, ജപ്തി, ലേലം തുടങ്ങിയ നാണക്കേടുകൾ സഹിക്കേണ്ടിവരും. അങ്ങനെയൊരു സ്ഥിതി വന്നാൽ സരോജം പുരപ്പുറത്തു കയറിനിന്ന് കൈകൊട്ടിച്ചിരിക്കും. പിന്നെന്തു ചെയ്യും. വീടുപണി നിർത്തിവയ്ക്കണോ, അതോ തുടരണോ? അവൾ തലപുകച്ചു.

അങ്ങനെയിരിക്കുമ്പോഴാണ് കവിതയുടെ സഹായമെത്തുന്നത്. അവളുടെ ഭർത്താവിന് ദുബായിലാണ് ജോലി. തന്റെ ഭർത്താവിനും അവിടൊരു ജോലി തരപ്പെടുത്തിക്കൊടുക്കണമെന്ന് മല്ലിക നേരത്തെ തന്നെ കവിതയോടു പറഞ്ഞിരുന്നതാണ് അവിടെയൊരു പെട്രോളിയം കമ്പനിയിൽ വെങ്കടേശന് ഒരു ജോലി ഏർപ്പാടുചെയ്ത് വിസയും കവിതയുടെ ഭർത്താവ് അയച്ചുകൊടുത്തു.

ദുബായിയിൽ പോകാൻ വെങ്കടേശന് ഒട്ടും താല്പര്യമുണ്ടായിരുന്നില്ല.

“നിന്നെയും പ്രവീണിനെയും വിട്ടുപോകാൻ എനിക്കു മനസ്സുവരുന്നില്ല. വേണ്ടാ മല്ലികേ..”

അയാൾ കെഞ്ചിപ്പറഞ്ഞു നോക്കി. പക്ഷേ, അവളുണ്ടോ അനുസരിക്കുന്നു..?

“ഇങ്ങോട്ടു നോക്ക്... ഇതുപോലൊരു ചാൻസ് ഇനി വരാൻ പോകുന്നില്ല. ഈ അവസരം നഷ്ടപ്പെട്ടാൽ ഒരു കാലത്തും നമ്മൾ രക്ഷപ്പെടാൻ പോകുന്നില്ല. സമ്പാദിക്കണം നിങ്ങടെ അണ്ണനെപ്പോലെ ആയിരക്കണക്കിനല്ല ലക്ഷക്കണക്കിനു സമ്പാദിക്കണം. എന്നാലെ നമുക്ക് ഈ നാട്ടിൽ തലയുയർത്തി നടക്കാൻ കഴിയുകയുള്ളൂ. അതുകൊണ്ട് നിങ്ങൾ പോകണം. പോയേ പറ്റൂ..!”

അയാളെ നിർബ്ബന്ധമായി അയയ്ക്കാനുള്ള എല്ലാ ഏർപ്പാടുകളും മല്ലിക ചെയ്തു. അങ്ങനെ അയാൾ ദുബായിലേക്ക് പറന്നു.

അടുത്ത ദിവസം തന്നെ മണൽ, ചെങ്കല്ല്, സിമന്റ് എന്നിവ എത്തി. വീട് വേഗത്തിൽ ഉയരാൻ തുടങ്ങി. അസ്ഥിവാരത്തിന്റെ പണി നടക്കുമ്പോൾ പുറംജോലികളെല്ലാം വെങ്കടേശനാണ് ചെയ്തിരുന്നത്. അങ്ങനെയൊരു സഹായം ചെയ്യാൻ ഇപ്പോൾ ആരുമില്ല. മല്ലിക അമ്മയെക്കൂട്ടിക്കൊണ്ടുവന്നു. അവർക്ക് വയസ്സായി. ഓടിച്ചാടിനടക്കാനൊന്നും അവർക്കു

കഴിയില്ല. കുഞ്ഞിനെ നോക്കണം. പാചകം ചെയ്യണം. ചുവരിൽ വെള്ള മൊഴിക്കണം. പുറത്തുപോയി സാധനങ്ങൾ വാങ്ങിക്കൊണ്ടുവരണം. ഇതെല്ലാം മല്ലിക ഒറ്റയ്ക്ക് ചെയ്യേണ്ടിവന്നു. അവൾക്ക് ശ്വാസം വിടാൻ കൂടി സമയം തികയാത്ത അവസ്ഥ.

അന്ന് അഞ്ചുമണിയോടെ മേശൻമാരും ജോലിക്കാരുമെല്ലാം പണി നിർത്തിപ്പോയിക്കഴിഞ്ഞു. മേസ്തിരി മാത്രം എന്തോ ഡയറിയിൽ എഴുതിക്കൊണ്ടിരുന്നു. മല്ലിക അയാളുടെ അടുത്തെത്തി വിളിച്ചു.

മേസ്തിരീ...

അയാൾ തിരിഞ്ഞുനോക്കി. അവളുടെ മുഖത്ത് ഒരു പൂപ്പുഞ്ചിരി.

"ഒന്നുമില്ല. നാളെ വരുമ്പോൾ ചന്തയിൽനിന്നും കുറേ പച്ചക്കറി വാങ്ങിക്കൊണ്ടുവരുമോ?"

ഇതെന്താ ഇവളെന്നോട് പച്ചക്കറി വാങ്ങാൻ പറയുന്നത്? അമ്പരപ്പോടെ അല്പനേരം മൗനമായിരുന്ന ശേഷം ചോദിച്ചു.

"എന്തൊക്കെയാണ് വേണ്ടത്?"

"ഉള്ളിയും തക്കാളിയും സൈക്കിളിൽ കൊണ്ടുവരുമ്പോൾ വാങ്ങാം. മറ്റുള്ളതൊക്കെ ഒരാഴ്ചത്തേക്കു വാങ്ങിയാൽക്കൊള്ളാം!!"

അവൾ രണ്ടു നൂറുരൂപാ നോട്ടുകൾ അയാളുടെ നേരെ നീട്ടി. മല്ലികയുടെ മുഖത്തേക്ക് സൂക്ഷിച്ചുനോക്കിക്കൊണ്ട് അയാൾ പണം വാങ്ങി.

രാവിലെ രണ്ടു സഞ്ചി നിറയെ സാധനങ്ങളുമായി മേസ്തിരി വന്നു. സഞ്ചികൾ വാങ്ങിയ മല്ലിക അയാളെ നോക്കി. "താങ്ക്സ്" പറഞ്ഞപ്പോൾ അവളുടെ മുഖത്തു മിന്നിമറഞ്ഞ മന്ദഹാസം അയാൾക്ക് അതുവരെയുണ്ടായിരുന്ന എല്ലാ ക്ഷീണവും മായ്ച്ചുകളയാൻ പര്യാപ്തമായിരുന്നു.

അന്നുമുതൽ വീട്ടിലേക്ക് ആവശ്യമുള്ള സാധനങ്ങൾ വാങ്ങൽ, ചുവരിനു വെള്ളമൊഴിക്കൽ, മുതലായവയെല്ലാം മേസ്തിരിയുടെ ജോലിയായി മാറി. മല്ലികയും അമ്മയും അയാളോട് ബഹുമാനപൂർവ്വം പെരുമാറാൻ തുടങ്ങി. അയാൾ ആ വീട്ടിലെ ഒരംഗമായി മാറി. പ്രവീണിനെ തോളിലേറ്റി നടക്കുക. അവനോടൊപ്പം പന്തുകളിക്കുക, അവനെ വെളിയിൽ കൊണ്ടുനടന്ന് 'കാക്ക പട്ടി മരം ആട്ടോ' എന്നെല്ലാം പറഞ്ഞു പഠിപ്പിക്കുക. ഇതൊക്കെയും അയാളുടെ ചുമതലയായി മാറി. കുഞ്ഞ് അയാളെ മിഴിച്ചു നോക്കി ചിരിക്കും.

വീടിന്റെ മേല്ക്കൂര വാർത്തു കഴിഞ്ഞു. അതിൽ വെള്ളം കെട്ടിനിർത്താൻ പാകത്തിൽ ചുറ്റിലും ചെങ്കല്ലും കെട്ടിത്തീർന്നപ്പോഴേക്കും നേരം ഇരുട്ടി. മേസ്തിരി ആകെ ക്ഷീണിതനായി.

മല്ലിക ഒരു ഗ്ലാസ് ചായ അയാളുടെ നേരെനീട്ടിയശേഷം പറഞ്ഞു.

"ടിഫിൻ ഇപ്പോൾ ഉണ്ടാക്കാം. കഴിച്ചിട്ടു പോയാൽ മതി."

"ഉം." അയാൾ തലയാട്ടി.

ഭക്ഷണം കഴിച്ചുകൊണ്ടിരിക്കുമ്പോൾ കുഞ്ഞ് അയാളുടെ മടിയിൽ കയറിയിരുന്നു. ദോശ സമ്പാറിൽ മുക്കി അയാൾ കുഞ്ഞിനെ ഊട്ടി. പാതി തിന്ന് മിച്ചം വന്നത് കുഞ്ഞ് തുപ്പിക്കളഞ്ഞു. ഭക്ഷണം കഴിച്ച് കൈകഴുകി

വന്ന അയാൾ കുട്ടിയെ മടിയിൽക്കിടത്തി.

"അച്ഛൻ... പറയൂ... അച്ഛൻ...

അമ്മ... പറ... അമ്മ... പറഞ്ഞേ മാമാ..."

കുഞ്ഞ് "ഛാ... " "മാ..." എന്നെല്ലാം ഏറ്റുപറയാൻ തുടങ്ങി.

കുഞ്ഞിന്റെ കിളിമൊഴി കേട്ട് മനം നിറഞ്ഞ അവൾ കുഞ്ഞിനെ വാരിയെടുത്തു.

"എന്റെ പൊന്നുമോൻ.." അവൾ കുഞ്ഞിന്റെ കവിളിൽ ഉമ്മവച്ചു.

ഇതു നോക്കിയിരുന്ന മേസ്തിരിയുടെ മനസ്സിൽ ഒരാശ.

ഇങ്ങനെയൊരുമ്മ തനിക്കും കിട്ടുകില്ലേ? മല്ലിക അകത്തുപോയി മേസ്തിരി ചോദിച്ചിരുന്ന പണം കൊണ്ടുവന്നു കൊടുത്തു.

പണം എണ്ണിത്തിട്ടപ്പെടുത്തി. "ശരിയായിട്ടുണ്ട്. പോയ് വരാം." എന്ന് ഒരേക്കത്തോടെ പറഞ്ഞിട്ടു പോയി.

ഫോൺ ബെല്ലടിച്ചു. വെങ്കടേശനാണ് അവൾ ഫോണെടുത്തു.

"ഹലോ എന്തൊക്കെയുണ്ട് വിശേഷങ്ങൾ. സുഖമായിരിക്കുന്നോ? നമ്മുടെ മോനിപ്പോൾ "ച്ചാ.. മ്മാ.. എന്നു പറയാനാരംഭിച്ചു."

"അവൻ അച്ഛാ എന്നു വിളിക്കുന്നതു കേൾക്കാൻ കൊതിയാവുന്നു മല്ലികാ.. അടുത്ത ഫ്‌ളൈറ്റിൽ നാട്ടിൽ വരട്ടെ?"

"അയ്യോ.... എന്താ ഇത്ര വെപ്രാളപ്പെടുന്നത്. എനിക്കെന്തു വിഷമമാണെന്നറിയാമോ? നിങ്ങളില്ലാതെ ഞാനിവിടെ എത്ര ബുദ്ധിമുട്ടുന്നുണ്ടെന്ന് നിങ്ങൾക്കറിയില്ല. പക്ഷേ, എന്തുചെയ്യും? ഇനി ഒരു മൂന്നുമാസം മാത്രം. അതിനുള്ളിൽ വീടുപണി തീരും. നമ്മുടെ മോനും അപ്പോഴേക്കും നല്ലതുപോലെ. 'അച്ഛാ' എന്നു വിളിച്ചുതുടങ്ങും. കൊതിതീരുവോളം അപ്പോൾ കേൾക്കാം. കഴിഞ്ഞമാസം അയച്ച പണം കിട്ടി. ഈ മാസത്തേക്ക് വേഗം അയയ്ക്കണം. ഇവിടെ ഒരുപാട് ചെലവുകളുണ്ട്. ങാ.. വയ്ക്കട്ടെ..!"

അവൾ ഫോൺ ഓഫ് ചെയ്തു. ഗൃഹപ്രവേശത്തിന് അയാൾ വന്നാൽ മതിയെന്ന് അവൾ നിർബ്ബന്ധം പിടിച്ചു. ദിവസങ്ങൾ പൊയ്ക്കൊണ്ടിരുന്നു.

അന്നൊരു ശനിയാഴ്ച ജോലി കയറിയ സമയം. ആകാശത്തിൽ കാർമേഘം മൂടിയിരുന്നതിനാൽ നേരത്തെ ഇരുട്ടായിത്തുടങ്ങി. കൂലിയും വാങ്ങി ജോലിക്കാരെല്ലാം വീട്ടിലേക്കോടി. അല്പം കഴിഞ്ഞ് മഴ ചാറാൻ തുടങ്ങി.

"പ്ലാസ്റ്റിക് ചാക്കുകളോ, സഞ്ചിയോ, മറ്റോ ഉണ്ടെങ്കിൽ എടുത്തുകൊണ്ടു വരൂ."

മേസ്തിരി മല്ലികയോട് വിളിച്ചു പറഞ്ഞു. അവിടെയുണ്ടായിരുന്ന സിമന്റ് ചാക്കുകൾ ചുവരിൽ സിമന്റ് പൂശിയതിനു മുകളിൽ വിരിച്ച് അയാൾ ചെങ്കല്ലും എടുത്തുവച്ചു. വീട്ടിലുണ്ടായിരുന്ന പ്ലാസ്റ്റിക് ഷീറ്റുകൾ മല്ലിക എടുത്തുകൊണ്ടുവന്നു. മഴ ശക്തിയായി പെയ്യാൻ തുടങ്ങി. കൂടെ ഇടിയും മിന്നലും. രണ്ടുപേരും നനഞ്ഞു കുതിർന്നു. മഴയിൽ

നനഞ്ഞ് അവളുടെ സാരിയും ബ്ലൗസും ദേഹത്തോട് പറ്റിച്ചേർന്നു കിടന്നു. കഴുത്തു മുതൽ ഇടുപ്പുവരെയുള്ള നിമ്നോന്നതങ്ങളിൽ അയാളുടെ കണ്ണുകൾ ഉടക്കിനിന്നു.

'ഇവൻ എന്തു മനുഷ്യനാ... രണ്ടു ചീത്ത പറഞ്ഞാലോ' എന്നവൾ ആലോചിച്ചു. കുറഞ്ഞപക്ഷം നോട്ടം കൊണ്ടെങ്കിലും അവളുടെ വെറുപ്പ് അയാളെ അറിയിക്കാൻ അവൾ ആഗ്രഹിച്ചു. പക്ഷേ, ഭാവി പ്രതീക്ഷകൾ അവളുടെ ചിന്തയെ മാറ്റിമറിച്ചു. തന്റെ അനിഷ്ടം വാക്കിലോ നോക്കിലോ അയാളെ അറിയിച്ചാൽ തന്റെ വീടുപണി മുടങ്ങിപ്പോകുമോ എന്നു ഭയപ്പെട്ട അവൾ ഒന്നുമറിയാത്തതുപോലെ വീട്ടിനുള്ളിലേക്ക് കയറിപ്പോയി. മഴ അല്പമൊന്നു കുറഞ്ഞപ്പോൾ അവൾ വെളിയിൽ വന്നു. മേസ്തിരി പുറപ്പെടാനായി ബൈക്കിനരികിൽ എത്തിയിരുന്നു.

പാതിരാത്രിയിൽ മല്ലികയുടെ ശരീരം തീ പിടിച്ചതുപോലെയായി. പനി കൂടിവരുന്നതുപോലെ തുമ്മലും മൂക്കടപ്പുമായി അവൾ ആകെ വിമ്മിട്ടപ്പെട്ടു. അമ്മയ്ക്കറിയാവുന്ന നാട്ടുവൈദ്യങ്ങളെല്ലാം അവർ ചെയ്തു. ചുക്കും കുരുമുളകുമിട്ട് കഷായം വെച്ച് ചൂടോടെ കൊടുത്തു. അതുകുടിച്ച് ഉറങ്ങിപ്പോയ അവൾ നേരം വെളുത്തിട്ടും എഴുന്നേറ്റില്ല. മേസ്തിരി വരുമ്പോൾ അവൾ അടിമുടി മൂടിപ്പുതച്ചു കിടക്കുകയാണ്.

"എന്താ ഇങ്ങനെ കിടക്കുന്നത്?"

അയാൾ ചോദിച്ചു.

"ഇന്നലെ രാത്രി മഴ നനഞ്ഞില്ലേ? അതവൾക്കു പിടിച്ചില്ല. കഷായം വച്ചു കൊടുത്തിട്ടുണ്ട്."

"നേരം വൈകുമ്പോഴേക്കും ചൂടു കുറയും ഇല്ലെങ്കിൽ ഒരു ഡാക്ടറെപ്പോയിക്കാണാം."

സങ്കടത്തോടെ അവളെ നോക്കിയശേഷം മേസ്തിരി കുഞ്ഞിനെയെടുത്തുകൊണ്ട് വെളിയിൽവന്നു. അമ്മയ്ക്ക് യാതൊരു ശല്യവും വരാത്ത വിധം പകൽ മുഴുവൻ കുഞ്ഞിനെ നെഞ്ചിലും മടിയിലും വച്ച് കൊഞ്ചിച്ചുകൊണ്ടിരുന്നു. ഇടയ്ക്കിടെ അച്ഛൻ അമ്മ, മാമൻ എന്നിങ്ങനെ കവിളിൽത്തട്ടി പറഞ്ഞുപഠിപ്പിച്ചുകൊണ്ടിരുന്നു.

നേരം വൈകിയപ്പോഴേക്കും മല്ലികയുടെ സ്ഥിതി കൂടുതൽ വഷളായി. അവളെ മേസ്തിരി ബൈക്കിൽ കയറ്റി താതകാപ്പട്ടിയിൽ കൊണ്ടുപോയി. ഡോക്ടറെക്കണ്ട് മരുന്നുംവാങ്ങി വീട്ടിൽ തിരിച്ചെത്തിയപ്പോൾ മണി ഒൻപതു കഴിഞ്ഞിരുന്നു.

മേസ്തിരിയുടെ നോട്ടത്തിൽ അല്പം പിശകുതോന്നിയിരുന്നെങ്കിലും അയാൾ ചെയ്ത ഉപകാരം അവൾക്കു വലിയ ആശ്വാസമായിത്തീർന്നു. അവളുടെ അമ്മയും അയാളോട് നന്ദി പറഞ്ഞു. അയാൾ യാത്ര പറഞ്ഞു പോയി. ഗുളിക കഴിച്ച് മല്ലികയും ഉറങ്ങാൻ കിടന്നു.

നേരം വെളുത്തയുടൻ സരോജയുടെ ശബ്ദം വെളിയിൽ മുഴങ്ങി.

"എടീ മല്ലികേ... മല്ലികേ.."

അവൾ ഉറക്കമുണർന്നു. മല്ലികയ്ക്കെതിരെ പ്രയോഗിക്കാൻ ഒരാ

യുധം വീണുകിട്ടിയ സന്തോഷത്തിലായിരുന്നു സരോജാ. നാക്കുവളച്ച് അവൾ വിഷം ചീറ്റാൻ തുടങ്ങി.

"വീടുകെട്ടാനെന്ന പേരും പറഞ്ഞ് താലികെട്ടിയ പുരുഷനെ വെളിനാട്ടിലയച്ച്, വീടുകെട്ടാൻ വന്ന മേസ്തിരിയുടെ കൂടെ പൊറുക്കാൻ തുടങ്ങിയോടീ നീ.. ചോദിക്കാനും പറയാനും ആളില്ലെന്ന അഹങ്കാരമാണോടീ നിനക്ക്? ഇറങ്ങി വാടീ വെളിയിൽ.."

മല്ലികയുടെ നെഞ്ച് പിടച്ചു. ചൂടിയിരുന്ന പുതപ്പ് വലിച്ചുമാറ്റി അവൾ ചുറ്റും നോക്കി. "എവിടെ കൊടുവാൾ. അതെടുത്ത് നിന്റെ നാവരിഞ്ഞെടുത്തില്ലെങ്കിൽ ഞാൻ മല്ലികയെല്ലെടീ.."

അലറിക്കൊണ്ട് അവൾ വാതില്ക്കലേക്ക് ഓടി.

പെറ്റ വയററിയാൻ തുടങ്ങി. അമ്മ മല്ലികയുടെ കൈയിൽ പിടിച്ചു നിർത്തി.

"അവൾ മനഃപൂർവ്വം പ്രശ്നങ്ങൾ ഉണ്ടാക്കുകയാണ്. നീ വെളിയിൽപ്പോയാൽ അവൾ നാട്ടുകാരെ വിളിച്ചുകൂട്ടി പ്രസംഗം തുടങ്ങും. അതു നമുക്കുതന്നെ കുറച്ചിലാണ് വേണ്ടാ മല്ലികേ... വേണ്ടാ.."

അമ്മ അവളെ സമാധാനിപ്പിച്ചു.

"എനിക്കു വേദനിക്കുന്നു... സഹിക്കാൻ പറ്റുന്നില്ല... ഇവളെ അങ്ങനെ വിട്ടുകൂടാ... ഇല്ലാത്തതു പറഞ്ഞുണ്ടാക്കി അവളെന്നെ നശിപ്പിക്കും."

"നീ ഒന്നോർത്തുനോക്ക്... അവളുടെ ലക്ഷ്യമെന്താ? എങ്ങനെയെങ്കിലും വീടുപണി മുടക്കണം. ഇപ്പോ മേസ്തിരി വരുന്ന നേരമാണ്. അവളുടെ വാക്കുകൾ അയാളുടെ കാതിൽ വീഴാനിടയാൽ പിന്നെന്തൊക്കെയാണ് നടക്കാൻ പോകുന്നത്?"

അമ്മയുടെ കുശാഗ്രബുദ്ധിയിൽ അവൾക്ക് അഭിമാനം തോന്നി. എങ്കിലും ഉയർന്നുവന്ന കോപവും സങ്കടവും അടക്കിവയ്ക്കാൻ അവൾക്കു കഴിഞ്ഞില്ല.

"എന്നെ വിടമ്മേ..." അവൾ ഓടിച്ചെന്ന് ജനൽ തുറന്നു.

"വീടുകത്തിയെരിയാൻ പാകത്തിനു ചുട്ടുപഴുത്തിരുന്നു സരോജയുടെ കണ്ണുകൾ. തിരുവെങ്കടം അവളെ അടുത്തുവന്നു നിന്നു.

'ഓഹോ, അപ്പോൾ ചേട്ടനും കൂടിച്ചേർന്നാണ് ഇതെല്ലാം."

വിശ്വസിക്കാനാവാതെ അവളുടെ കണ്ണുകളിൽനിന്നും ചുടുകണ്ണുനീർ അടർന്നുവീണു. അവൾ പെട്ടെന്ന് ജനാലയ്ക്കൽ നിന്നും പിൻമാറി ഭിത്തിയിൽ ചാരിയിരുന്നു. അല്പസമയത്തിനുശേഷം വീണ്ടും പുറത്തേക്ക് എത്തിനോക്കി. രണ്ടുപേരെയും കാണാനില്ല. ചേട്ടൻ അവളെ പിടിച്ചുകൊണ്ടുപോയിരിക്കും. അല്പം മനസമാധാനം തോന്നിയ മല്ലിക കൈയിലിരുന്ന കൊടുവാൾ നിലത്തിട്ടു.

പതിനഞ്ചു ദിവസങ്ങൾക്കുള്ളിൽ ഗൃഹപ്രവേശം, ക്ഷണക്കത്തുകൾ തയ്യാറാക്കി. ആദ്യത്തെ കത്ത് തന്റെ ആത്മമിത്രം കവിതയ്ക്ക്. പിന്നീടാണ് സ്വന്തക്കാർക്കും ബന്ധക്കാർക്കുമെല്ലാം. നാട്ടിലെ പ്രമുഖർക്കെല്ലാം ക്ഷണക്കത്തു കൊടുത്തു. സരോജയുടെ വീട്ടുകാരെ ക്ഷണിക്കാൻ മല്ലിക

കൂട്ടാക്കിയില്ല. വെങ്കടേശൻ പല പ്രാവശ്യം ഫോൺ ചെയ്ത് അവളെ നിർബ്ബന്ധിച്ചു. ഒടുവിൽ മനസ്സില്ലാമനസ്സോടെ മല്ലിക സരോജത്തിന്റെ വീട്ടി ലെത്തി. നല്ല സമയം. തിരുവെങ്കിടം അവിടെയുണ്ടായിരുന്നു. വളരെ താല്പര്യപൂർവ്വം ക്ഷണക്കത്തു വായിച്ചു നോക്കി അയാൾ പറഞ്ഞു.

"സന്തോഷമായി വീടുകെട്ടുമ്പോൾ നിന്നെ സഹായിക്കാൻ കഴിയാ ത്തതിൽ ദുഃഖമുണ്ട്. എനിക്ക് വന്നുപെട്ടത് അങ്ങനെയായിപ്പോയി. മറ്റൊന്നും തോന്നരുത് മല്ലികേ..."

"അതൊന്നും സാരമില്ല ചേട്ടാ. നിങ്ങൾ വന്ന് ഞങ്ങളെ ആശീർവദി ച്ചാൽ മാത്രം മതി."

അവൾ യാത്ര പറഞ്ഞു.

സരോജയുടെ കണ്ണിൽപ്പെടരുതേ എന്ന് പ്രാർത്ഥിച്ചു അവൾ തിര ക്കിട്ടു വീട്ടിലേക്കു നടന്നു.

ഗൃഹപ്രവേശത്തിനു രണ്ടുനാൾ മുമ്പ്. ഓറഞ്ചുനിറത്തിൽ വീടു പള പളാ തിളങ്ങി നിന്നു. ചുവരിന്റെ വശങ്ങളിലും ബോർഡറുകളിലും ചുവപ്പു നിറം. റോഡിൽക്കൂടിപോകുന്നവരെല്ലാം ഒരു നിമിഷം നിന്ന് വീടുകണ്ട ശേഷമേ കടന്നുപോകുകയുള്ളൂ. അത്രമാത്രം ഭംഗിയായിട്ടാണ് തൂണു കളും മുൻവശത്തുള്ള മറ്റ് എലിവേഷൻ ജോലികളും പൂർത്തിയാക്കിയി ട്ടുള്ളത്.

തീരാതെ കിടന്ന ചില്ലറ ജോലികളെല്ലാം മേസ്തിരി ആളുകളെ ക്കൊണ്ട് ചെയ്യിച്ചുകൊണ്ടിരുന്നു. മല്ലികയുടെ അച്ഛനും അണ്ണനും മക്ക ളെല്ലാവരും വന്നിരുന്നു. പത്തുമണിയായിക്കാണും. തിരുവേങ്കടം വീട്ടു വാതില്ക്കൽ വന്നു നിന്നു. ആശ്ചര്യം!

"വരൂ ചേട്ടാ..." മല്ലിക അയാളെ ക്ഷണിച്ചു. ഇരുന്നശേഷം തറയി ലിട്ട ടൈൽസ്, ജനലുകൾ കതകുകൾ എല്ലാം വിസ്തരിച്ചു കണ്ട് അയാൾ മനസ്സിൽ സന്തോഷിച്ചു എന്നിട്ടു ചോദിച്ചു.

"വെങ്കടേശൻ എപ്പോൾ വരും?"

"ഇനി ഒന്നു രണ്ടുമണിക്കൂറിനുള്ളിൽ വരും ചേട്ടാ.."

"ഉം മോനെങ്ങനെയുണ്ട്?"

"കാര്യങ്ങളൊക്കെപ്പറയുമോ?"

"അച്ഛൻ, അമ്മ, മാമൻ എന്നൊക്കെ ശരിയായിപ്പറയാൻ തുടങ്ങിയി ട്ടേയുള്ളൂ. അതു കേൾക്കാനുള്ള ആശയിലാണ് അവന്റച്ഛൻ വരുന്നത്."

രണ്ടുപേരും ചിരിച്ചു.

"ഞാ... വാ.. ചേട്ടാ വീടൊക്കെക്കാണാം."

അദ്ദേഹത്തെ കൂട്ടിക്കൊണ്ടുപോയി കിടപ്പുമുറികൾ, അടുക്കള, കുളി മുറികൾ എല്ലാം അവൾ കാണിച്ചുകൊടുത്തു. ടെറസ്സിലും കൂട്ടിക്കൊണ്ടു പോയി.

"വളരെ നന്നായിരിക്കുന്നു. ഓരോന്നും നല്ല ശ്രദ്ധയോടെയാണ് പണി തീർത്തിട്ടുള്ളത്. ഒറ്റയ്ക്ക് ഇത്ര നല്ല ഒരു വീടുകെട്ടാൻ നിനക്കു കഴി ഞ്ഞല്ലോ? നിനക്കുള്ള ആ സാമർത്ഥ്യം മറ്റാർക്കും കിട്ടില്ല."

തിരുവെങ്കടം പുറപ്പെടാനിറങ്ങി.

“മറ്റാർക്കും എന്നുദ്ദേശിച്ചത് സരോജത്തെയല്ലേ ചേട്ടാ... അപ്പോൾ അവളെക്കാൾ സാമർത്ഥ്യമുള്ളവൾ ഞാനാണല്ലേ ചേട്ടാ..”

മല്ലികയുടെ മനം കുളിർത്തു. അവൾ കൊച്ചുകുട്ടികളെപ്പോലെ തല മേലോട്ടും കീഴോട്ടും ആട്ടി സന്തോഷം പ്രകടിപ്പിച്ചു. തിരുവെങ്കടം പറഞ്ഞ ഓരോ വാക്കും മധുരം പുരട്ടിയതായിരുന്നു.

പക്ഷേ, ആ സന്തോഷത്തേക്കാൾ വലുതായൊന്ന് അവളുടെ കൈയിൽ നിന്നും വഴുതിപ്പോയ വിവരം അവൾ അറിഞ്ഞതേയില്ല.

മല്ലിക പ്രവീണിനെ കുളിപ്പിച്ച് പാന്റും ഷർട്ടുമിടീച്ചു. പൂവും പൊട്ടും വച്ച് പൗഡർ പൂശി ഒരു മണവാട്ടിയെപ്പോലെ അവളും അണിഞ്ഞൊരുങ്ങി നിന്നു. മേസ്തിരി, മല്ലിക, അച്ഛൻ, അമ്മ എല്ലാവരുടെയും കണ്ണുകൾ റോഡിലായിരുന്നു.

ആട്ടോ വന്നു നിന്നു. മല്ലിക കുഞ്ഞിനെ ഒക്കത്തുവച്ച് കാത്തുനിന്നു. സ്യൂട്ട്കേസുകൾക്കും സഞ്ചികൾക്കുമിടയിൽ വെങ്കടേശന്റെ ഒരു കൈയും പകുതി മുഖവും മാത്രമേ കാണുന്നുണ്ടായിരുന്നുള്ളൂ. മേസ്തിരി ഓടിച്ചെന്ന് സ്യൂട്ട്കേസ് വാങ്ങി. ഒരു കാൽ വെളിയിൽവച്ച് വെങ്കടേശൻ ഇറങ്ങി.

മേസ്തിരി സ്യൂട്ട്കേസുമായി മല്ലികയെ കടന്ന് വീട്ടിനുള്ളിലേക്ക് പോകുന്ന വഴി പ്രവീൺ അയാളുടെ ഷർട്ടിൽ പിടിച്ചുവലിച്ച്

“അച്ഛാ... അച്ഛാ..” എന്നു വിളിച്ചു. അയാൾ തിരിഞ്ഞു നോക്കി... കുട്ടി വീണ്ടും മേസ്തിരിയെ നോക്കി “അച്ഛാ... അച്ഛാ...” വിളി തുടർന്നു.

“മാമാ... മാമാ...”

വെങ്കടേശിനു നേരെ കൈകൾ നീട്ടി കുഞ്ഞ് വിളിച്ചു. അയാൾ സ്തബ്ധനായി നിന്നുപോയി. അയാളുടെ കൈയിലിരുന്ന പെട്ടികൾ വഴുതി നിലത്തുവീണു.

# 11

# എന്തെന്നറിയാതെ

“**നി**ങ്ങടെ മോനെ അടിച്ച് ഹോട്ടലിൽ പിടിച്ചുകെട്ടിയിരിക്കുന്നു.. നിങ്ങൾ ചെന്നാലേ അവനെ വിടൂ. വേഗം ചെന്ന് എന്താ കാര്യമെന്നു തിരക്കിയിട്ടു വാ അക്കാ...”

അടുത്തവീട്ടിലെ കുട്ടി ഇതു പറഞ്ഞതും ഭാഗ്യത്തിന്റെ നെഞ്ചിടിപ്പു കൂടി.

“മുരുകാ... എന്റെ പൊന്നുമോനേ.. ഇങ്ങനെ വല്ലവന്റെയും തല്ലുകൊള്ളാനാണോ നിന്നെ ഞാൻ ചുമലിലേറ്റി നടന്നത്. എന്റെ മാരിയമ്മേ... ഇനിയും എന്റെ മോനെ പരീക്ഷിക്കരുതേ..”

ഇങ്ങനെ വിലപിച്ചുകൊണ്ട് കുട്ടയിൽ നിറച്ചുകൊണ്ടിരുന്ന പഴങ്ങൾ അവിടെത്തന്നെയിട്ട് ഭാഗ്യം പുറത്തേക്കോടി.

ഓടിയണച്ച് അവർ കനകരാജ് സാറിന്റെ വീട്ടുപടിക്കലെത്തി. മുരുകന് ഹോട്ടൽ ജോലി ഏർപ്പാടുചെയ്തുകൊടുത്തത് അദ്ദേഹമാണ്. അതുമാത്രമല്ല പെറ്റമ്മയായ തന്നെക്കാൾ അവനെ നോക്കുന്നതും അദ്ദേഹമാണ്.

ഒരു ദിവസം ക്ലാസിനുള്ളിൽ മുരുകൻ മലവിസർജ്ജനം നടത്തി. അടുത്തിരുന്ന കുട്ടികളെല്ലാം മൂക്കുപൊത്തി പുറത്തേക്കോടി. കനകരാജ് അവനെ അങ്ങനെതന്നെ പൊക്കിയെടുത്ത് കുളിമുറിയിൽ കൊണ്ടുപോയി. നിക്കറും ഷർട്ടുമെല്ലാം ഊരിമാറ്റി. ബക്കറ്റിലിരുന്ന വെള്ളം അവന്റെ തലവഴി ഒഴിച്ചുകൊടുത്തു. സോപ്പ് കൈയിൽ പിടിപ്പിച്ച് തേയ്ക്കാൻ തുടങ്ങി. എന്നാൽ സോപ്പിൽ മുറുകെപ്പിടിക്കാൻ അവനു കഴിഞ്ഞില്ല. കനകരാജ് തന്റെ കൈ അവന്റെ കൈക്കുമേൽ വച്ച് അവനെക്കൊണ്ട് ദേഹമാസകലം സോപ്പുതേപ്പിച്ചു. പിന്നെ ചെറിയ ഒരു പാത്രം അവന്റെ കൈയിൽ കൊടുത്ത് വെള്ളമൊഴിച്ച് ദേഹം വൃത്തിയാക്കാൻ ആവശ്യപ്പെട്ടു. അവൻ വളരെ പ്രയാസപ്പെട്ട് കൈകാലുകളിലും ദേഹത്തും വെള്ളമൊഴിച്ച് ശുദ്ധ

മാക്കി. പുതിയ നിക്കറും ഉടുപ്പും അവനെ ഇടുവിച്ചു. ഷർട്ടിന്റെ ബട്ടണുകൾ ശരിയായി ഇടാൻ അവനു കഴിഞ്ഞില്ല. അതിന് കനകരാജ് അവനെ സഹായിച്ചു. അന്നുമുതൽ സ്വയം കക്കൂസിൽ പോകാനും കുളിക്കാനും വസ്ത്രം ധരിക്കാനും അവൻ പരിചയപ്പെട്ടു.

ആ മഹാമനസ്കനെ കണ്ട് അവർ യാചിച്ചു.

"സാറേ എന്റെ മോനേ രക്ഷിക്കണം"

അവർ പറഞ്ഞത് അദ്ദേഹത്തിന് വിശ്വസിക്കാൻ കഴിഞ്ഞില്ല. അതിനുതക്ക എന്തു കുറ്റമായിരിക്കും അവൻ ചെയ്തിട്ടുണ്ടാവുക? വിശപ്പു സഹിക്കാൻ കഴിയാതെ വല്ല ബജ്ജിയോ ബോണ്ടയോ എടുത്തു കഴിച്ചിട്ടുണ്ടാകും. അതോ പണമോ മറ്റോ മോഷ്ടിച്ചിരിക്കുമോ? ആയിരിക്കില്ല. മാനസിക വിഭ്രാന്തിയിൽ അവൻ മുതലാളിയെ എന്തെങ്കിലും മോശമായി പറഞ്ഞുകാണുമോ? "ഊം... ഹും... അവൻ നല്ല കുട്ടിയാണല്ലോ?"

അദ്ദേഹത്തിന് ഒന്നും മനസ്സിലാക്കാൻ കഴിയുന്നില്ല. എട്ടുവർഷങ്ങൾക്കുമുമ്പ് മുരുകനെ കണ്ടുമുട്ടിയ സംഭവം അദ്ദേഹത്തിന്റെ മനോമുകുരത്തിൽ തെളിഞ്ഞുവന്നു.

അന്ന് ഒരു സുഹൃത്തിന്റെ വീട്ടിൽ പോയിട്ട് കനകരാജ് ബൈക്കിൽ തിരികെ വന്നുകൊണ്ടിരിക്കയായിരുന്നു. പെട്ടെന്നാണ് എന്തെങ്കിലും പഴങ്ങൾ വാങ്ങിക്കൊണ്ടുവരാൻ ഭാര്യ പറഞ്ഞ കാര്യം കനകരാജിന് ഓർമ്മ വന്നത്. ബൈക്കുനിർത്തി. അയാളുടെ കണ്ണിൽപ്പെട്ടത് പഴങ്ങളല്ല, അതു വില്ക്കാനിരിക്കുന്ന അമ്മയുടെ മടിയിൽ എല്ലുംതോലുമായി ചുരുണ്ടുകൂടി കിടക്കുന്ന കുട്ടിയാണ്.

"ഹേയ്... ഇതു നിങ്ങളുടെ കുട്ടിയാണോ? എന്താണിങ്ങനെ ക്ഷീണിച്ചിരിക്കുന്നത്?"

കനകരാജ് ചോദിച്ചു. കരഞ്ഞുകലങ്ങിയ കണ്ണുകളോടെ ഭാഗ്യം തിരിഞ്ഞുനോക്കി. യാതനയുടെയും വേദനയുടെയും അടയാളങ്ങൾ അവരുടെ മുഖത്തു കാണാമായിരുന്നു. കൂടുതലൊന്നും ചോദിക്കാതെ അയാൾ കുട്ടിയെ വാരിയെടുത്തു.

നിവർന്നു നില്ക്കാനുള്ള ശേഷി അവന് ഉണ്ടായിരുന്നില്ല. ശരീരം മുഴുവൻ ഏലസുകൾ. കഴുത്ത് ഒരു വശത്തേക്ക് ഒടിഞ്ഞുതൂങ്ങിക്കിടന്നിരുന്നു. കണ്ണുകൾ മാത്രം മേലോട്ടു മിഴിച്ചു നോക്കുന്നതുപോലെ. രണ്ടു കൈകളിലെയും വിരലുകൾ ചുരുട്ടിപ്പിടിച്ചിരുന്നു. വലതുകൈയിലെ ചൂണ്ടുവിരലിനും നടുവിരലിനും ഇടയിലായി തള്ളവിരൽ ചൊരുകി വച്ചിരുന്നു.

"മോന്റെ പേരെന്താ..?"

"മൊ... മൊ... മൊ..." അതിൽക്കൂടുതൽ ഒന്നും പറയാൻ കഴിവില്ലാതെ വായ് തുറക്കുകയും അടയ്ക്കുകയും ചെയ്തുകൊണ്ടിരുന്നു.

"മുരുകൻ... ഇവൻ പിറന്നപ്പോൾ ഒരു മാംസക്കട്ടിപോലെ അനക്കമില്ലാതെ കിടന്നിരുന്നു. വായ് തുറക്കുകയോ പാൽകുടിക്കുകയോ ചെയ്തില്ല. ആശുപത്രിയിലേക്ക് കൊണ്ടോടി. പരിശോധിച്ച ഡോക്ടർ.

"ഇതൊന്നും സാരമില്ല... വയറിനുള്ളിൽ ചുരുങ്ങിക്കൂടിക്കിടന്നതല്ലേ

രക്തയോട്ടം കുറഞ്ഞതുകൊണ്ടായിരിക്കും."

കുട്ടിയെ തല കീഴായി പിടിച്ച് മുഖത്തു തട്ടി കൈയും കാലും തടവിയും നീട്ടിയും വലിച്ചും ഒക്കെ ചെയ്ത ശേഷമാണ് ങ്ങാ... ങ്ങാ... എന്നു കരയാൻ തുടങ്ങിയത്. രണ്ടുവയസ്സായിട്ടും കഴുത്തുറച്ചില്ല. പിടിച്ചിരുത്തിയാൽ വെട്ടിയിട്ട മരം പോലെ താഴെ വീഴും. മെഡിക്കൽ കോളേജിൽ കൊണ്ടുപോയിട്ടും ഒരു പ്രയോജനവുമുണ്ടായില്ല. പട്ടണത്തിലുള്ള ഞരമ്പു ഡോക്ടറെ കാണിച്ചു നോക്കി. അദ്ദേഹം ടെസ്റ്റ്, സ്കാൻ, ഓപ്പറേഷൻ എന്നൊക്കെ പറഞ്ഞു.

ആയിരക്കണക്കിനു രൂപ വേണമല്ലോ. ഈ പഴക്കുട്ട ചുമന്ന് വയറ്റിപ്പിഴപ്പു നടത്തുന്ന ഞാൻ ഇത്രയും പണത്തിന് എവിടെപ്പോകും. എല്ലാ അമ്പലങ്ങളിലും ചുറ്റിത്തിരിഞ്ഞു. ചരടും ഏലസും ജപിച്ചുകെട്ടി. ഇപ്പോൾ എട്ടുവയസ്സായി എങ്ങനെയിരിക്കുന്നെന്ന് നോക്കൂ.

വിതുമ്പിപ്പോയ ഭാഗ്യം മൂക്കുപിഴിഞ്ഞ് സാരിത്തുമ്പിൽ തുടച്ചു. നോക്കിനില്ക്കുന്നതുതന്നെ ദയനീയമായി തോന്നി.

ആ അമ്മയെ എങ്ങനെയെങ്കിലും സഹായിക്കണമെന്ന് കനകരാജ് ആഗ്രഹിച്ചു.

"ദാ നോക്ക്... ഇവിടെയടുത്ത് മാനസിക വളർച്ചയില്ലാത്ത കുട്ടികളെ താമസിപ്പിച്ചു പഠിപ്പിക്കുന്ന ഒരു സ്ഥാപനമുണ്ട്. ഞാനവിടത്തെ അദ്ധ്യാപകനാണ്. നാളെ രാവിലെ രണ്ടുപേരുംകൂടി വരൂ. ഒന്നു ശ്രമിച്ചു നോക്കാം."

ആ വാക്കുകൾ ദൈവവചനം പോലെയാണ് അവളുടെ കാതുകളിൽ വീണത്. പരിസരം മറന്ന് ഭാഗ്യം ഇരുകൈകളുംകൂപ്പി കനകരാജിനെ നമസ്കരിച്ചു.

അടുത്തദിവസം അവരെത്തി. മുരുകനെ സ്കൂളിൽ ചേർക്കാനുള്ള എല്ലാ ഏർപ്പാടുകളും കനകരാജ് ചെയ്തു. അവന്റെ ശരീരത്തിൽ കെട്ടിയിരുന്ന ഏലസ്സുകളും മറ്റും അഴിച്ചുമാറ്റിയിരുന്നു. അതിൽനിന്ന് ആ അമ്മയുടെ വിശ്വാസത്തിനുതന്നെ എന്തോ ഒരു മാറ്റം വന്നതുപോലെ കനകരാജിനു തോന്നി. വ്യായാമം ചെയ്യുന്ന സ്ഥലത്തേക്ക് അദ്ദേഹം അവനെ കൂട്ടിക്കൊണ്ടുപോയി. ഇരുകൈകളും ചേർത്തുപിടിച്ച് നടക്കാനുള്ള ഉപകരണത്തിൽ അവനെ നിർത്തി. അതിനു മുന്നിലായി ഒരാൾ വലിപ്പത്തിലുള്ള ഒരു കണ്ണാടി സ്ഥാപിച്ചിരുന്നു. ഇരുകൈകളും ഓരോ വശത്തുള്ള കമ്പിയിൽ പിടിപ്പിച്ച് കണ്ണാടിയിൽ നോക്കി കനകരാജ് അവനെ നടത്തിച്ചു. കാലുകൾ ബലമായി നിലത്തുകുത്തിയും കാലുയർത്തിയും അവൻ നടന്നു. തള്ളവിരലൊഴികെ മറ്റു നാലുവിരലുകളും ചേർന്ന് മുന്നോട്ടും പിന്നോട്ടും മടക്കുകയും നിവർത്തുകയും ചെയ്തുകൊണ്ടിരുന്നു.

ഇങ്ങനെ ദിവസവും രണ്ടുമണിക്കൂർ വ്യായാമം രാവിലെ പത്തുമണിക്ക് മുരുകനെ ചുമലിലേറ്റി ഭാഗ്യം വരും. ഇടനേരങ്ങളിൽ റൊട്ടിയും ബിസ്കറ്റും പാലിൽ മുക്കി മകനെ ഊട്ടും. പന്ത്രണ്ടുമണിക്ക് അവനെ തിരികെകൊണ്ടുപോകും.

പരിശീലനം തുടർന്നുകൊണ്ടേയിരുന്നു. പലതരത്തിലുള്ള മരക്കട്ടകൾ അദ്ധ്യാപകൻ അവനെ പിടിപ്പിക്കും. സുഷിരങ്ങളുള്ള ഒരു പലകയിൽ കൈവിരലുകൾ ഇട്ടും എടുത്തും കളിക്കുന്നത് അവന് രസകരമായിത്തോന്നി. പഞ്ഞിപോലെയുള്ള പന്തുകൾ ഇരുകൈകളിലും വച്ച് ഉരുട്ടിക്കളിക്കാനും വലിച്ചെറിയാനും അവൻ പരിശീലിച്ചു.

കനകരാജ് അവന്റെ നെറ്റി മുതൽ ചെവി വരെയുള്ള ഞരമ്പുകൾ നന്നായി തടവിക്കൊടുത്തു. അതോടൊപ്പം മുഖത്തെ മാംസപേശികൾ നല്ലതുപോലെ തടവുകയും താടിപിടിച്ച് വശങ്ങളിലേക്കും കീഴ്മേലും ആട്ടുക, വായ് തുറക്കുകയും അടയ്ക്കുകയും ചെയ്യുക മുതലായ പരിശീലനങ്ങളും തുടർച്ചയായി നല്കി.

വരിവരിയായി കത്തിച്ചുവച്ചിരുന്ന മെഴുകുതിരികൾ തുടർച്ചയായി ഊതി അണയ്ക്കാൻ മുരുകൻ പരിശീലിച്ചു. വർണ്ണക്കടലാസുകൾ തുണ്ടുതുണ്ടായി വെട്ടിനുറുക്കി അടുക്കിവച്ചിരുന്നു. അത് ഊതിപ്പറത്തി അവൻ ആഹ്ലാദിച്ചു. വ്യക്തമായിട്ടല്ലെങ്കിലും ചില വാക്കുകൾ ഉച്ചരിക്കാൻ അവൻ പരിശീലിച്ചു. പെരുവിരൽ അവന്റെ ഇഷ്ടത്തിനൊത്ത് ചലിപ്പിക്കുവാൻ ഈ പരിശീലനങ്ങൾ കൊണ്ടൊന്നും കഴിഞ്ഞില്ല. അവൻ ഇടയ്ക്കിടെ വായ് അടയ്ക്കുകയും തുറക്കുകയും ചെയ്തുകൊണ്ടിരുന്നു. പരിശീലനം രണ്ടു വർഷം നീണ്ടുനിന്നു.

രണ്ടാം വർഷത്തിന്റെ അവസാനദിവസം സ്കൂൾ മൈതാനത്തിന്റെ ഒരു കോണിൽ ഭാഗ്യം ഇരുന്നു. മറുവശത്ത് മുരുകൻ തന്റെ അദ്ധ്യാപകരോടൊപ്പം നിന്നിരുന്നു. ഒരദ്ധ്യാപകൻ അവന്റെ കൈയിൽ ഒരു പന്ത് കൊടുത്തു. മുരുകൻ ഇടയ്ക്കിടെ അമ്മയെ നോക്കിക്കൊണ്ട് പന്ത് തട്ടിക്കളിച്ചുകൊണ്ടിരുന്നു. ഭാഗ്യത്തിന്റെ മുഖം മാത്രമല്ല പ്രസന്നമായത്. അവളുടെ മേലാസകലം കുളിരുകോരിയിടുന്ന ഒരു കാഴ്ചയായിരുന്നു അത്. അവർ തന്റെ മകന്റെ നേരെ നടന്നുവന്നു. അമ്മ അടുത്തുവരുന്തോറും അവൻ മ്മാ... മ്മാ... എന്ന ശബ്ദം പുറപ്പെടുവിച്ചുകൊണ്ടിരുന്നു. അവർ ഓടിച്ചെന്ന് അവനെ വാരിയെടുത്തു മഞ്ഞുവീണു കുതിർന്നതുപോലെയായി അവന്റെ മേലാസകലം.

“മുരുകാ... എന്റെ പൊന്നുമോനേ...” അവന്റെ കണ്ണിലും കവിളത്തും മുഖമാസകലം ചുംബനങ്ങൾകൊണ്ട് മൂടി. അവന്റെ മുഖം മുഴുവനും അവരുടെ ഉമിനീരിൽ കുതിർന്നു. എല്ലാ കഷ്ടപ്പാടുകളിൽനിന്നും മോചനം ലഭിച്ചതുപോലെ ഒരാത്മസംതൃപ്തി അവർക്ക് അനുഭവപ്പെട്ടു.

“സാറേ, വാടിയ ചീരത്തണ്ടുപോലെ വലിച്ചെറിഞ്ഞ അവനെ വാളുപോലെ വളർത്തിയെടുത്തു തന്നല്ലോ...” എന്ന് കനകരാജിന്റെ കാല്ക്കൽ വീഴാൻ തയ്യാറായിനിന്ന ഭാഗ്യത്തിന്റെ മുഖത്ത് വെള്ളിവെളിച്ചം ജ്വലിച്ചു കാണപ്പെട്ടു.

അങ്ങനെ ജ്വലിച്ചു നിന്ന അവരുടെ മുഖം ഇന്ന് വേദനയിൽ പുളയുന്നതുകണ്ട കനകരാജ് ഭാഗ്യത്തെ ബൈക്കിൽ കയറ്റി നേരെ ഹോട്ടലിലേക്ക് തിരിച്ചു.

ഹോട്ടലുടമ അവിടെയുണ്ടായിരുന്നില്ല. കാഷ്യർ സീറ്റിലുണ്ടായിരുന്നു. അവർ രണ്ടുപേരും ചെന്നയുടൻ അയാൾ

"അകത്തു കെട്ടിയിട്ടിട്ടുണ്ട്. പോയി വിളിച്ചുകൊണ്ട് പൊയ്ക്കോ"

അവർ അടുക്കളയിലേക്ക് ചെന്നു. ജനൽക്കമ്പികളോടു ചേർത്ത് ഒരു തൂണുപോലെ മുരുകനെ കെട്ടിനിർത്തിയിരുന്നു. രണ്ടു കവിളുകളും വിങ്ങി ചുവന്നുതടിച്ച പാടുകൾ. അഴിഞ്ഞുവീഴാൻ പാകത്തിലുള്ള നിക്കർ. അഴുക്കുതുണിപോലെ വിയർപ്പും പുകയും ദേഹത്തു പറ്റിപ്പിടിച്ചിരുന്നു. ആരെയോ തേടുന്നതുപോലെ ഭീതിയോടെ ചുറ്റും നോക്കുന്ന കണ്ണുകൾ ഒട്ടിയ വയർ. മകനെ കണ്ടയുടൻ.

"മഹാപാപികളെ എന്റെ മോനെ ഇങ്ങനെ കൊല്ലാക്കൊല ചെയ്തല്ലോ."

നിലവിളിച്ചുകൊണ്ട് അവന്റെ മുഖം നെഞ്ചോടു ചേർത്തുപിടിച്ച് അവർ നിന്നു. അവന്റെ കൈകാലുകളിൽ വരിഞ്ഞുകെട്ടിയിരുന്ന കയർ കനകരാജ് അഴിച്ചുമാറ്റി.

ബോധരഹിതനായ മുരുകൻ ഒരുവശത്തേക്കു ചാഞ്ഞു. അവനെ താങ്ങിപ്പിടിച്ച് സാവധാനം നിലത്തിരുന്ന കനകരാജ് അവനെ മടിയിൽക്കിടത്തി. കയർകെട്ടിയിരുന്ന സ്ഥലങ്ങളിൽ നല്ലതുപോലെ തടവി വിരലുകൾ മടക്കുകയും നിവർക്കുകയും ചെയ്തുകൊണ്ടിരുന്നു. വായ് മലർക്കെത്തുറന്ന് അയാളുടെ മുഖത്തേക്ക് ഉറ്റുനോക്കി അവൻ കിടന്നു. അവന്റെ നെഞ്ച് പടപടാ അടിച്ചുകൊണ്ടിരുന്നു.

"നീ ഒന്നുകൊണ്ടും ഭയപ്പെടേണ്ടാ ഞാനുണ്ടല്ലോ.. എല്ലാം ശരിയായിക്കൊള്ളും."

അയാൾ അവനെ ഉയർത്തി നിലത്തുനിറുത്തി. വലതുകൈ അമ്മയുടെ തോളിലും ഇടതുകൈ കനകരാജിന്റെ തോളിലും വച്ച് മുരുകൻ അടിവച്ചടിവച്ച് നടന്നു.

അവർ ഡൈനിങ് ഹാളിൽ പ്രവേശിച്ചു. അവിടെ മേശകളും കസേരകളും നിരത്തിയിട്ടിരുന്നു. പാർസൽ കെട്ടിക്കൊണ്ടിരുന്നയാൾ പറഞ്ഞു.

"സൂക്ഷിച്ചു കൂട്ടിക്കൊണ്ടുപോകൂ... അവന് ഭ്രാന്തിളകിയിരിക്കയാണ്... എന്തെങ്കിലും ചെയ്തുകളയും."

കനകരാജിന്റെ മുഖത്തു കോപവും സങ്കടവും ഒപ്പം വന്നു. അടികൊണ്ട് ചതഞ്ഞുവീർത്ത അവന്റെ മുതുക് അയാളുടെ നേരെ തിരിച്ച് കനകരാജ് പറഞ്ഞു.

"ഒരു നിരപരാധിയെ മർദ്ദിച്ച് കൊല്ലാക്കൊലചെയ്ത നിങ്ങളെല്ലാം നല്ല ബുദ്ധിമാന്മാർ... അതെല്ലാം നിശ്ശബ്ദമായി സഹിച്ച ഈ പാവം കുട്ടി ഭ്രാന്തൻ... ഠാ..."

പൊതി കെട്ടിക്കൊണ്ടിരുന്നവന്റെ തല കുനിഞ്ഞുപോയി.

എല്ലാവരും കൂടിച്ചേർന്ന് അവനെ ഭ്രാന്തനാക്കി. മനോവൈകല്യമുള്ളവർ ഒരു ചെറുതെറ്റു ചെയ്താലുടനെ അവനെ ഭ്രാന്തൻ എന്ന മുദ്ര കുത്തും. അതിനുമാത്രം എന്തു തെറ്റാണ് ഈ കുട്ടി ചെയ്തത്? അതറിയാനുള്ള ആകാംക്ഷയോടെ കനകരാജ് വെളിയിൽ കാത്തിരുന്നു. കാറിൽ

വന്നിറങ്ങിയ ഹോട്ടലുടമ മൂവരെയും കണ്ടു. അയാൾ കനകരാജിനെ മാത്രം തന്റെ ഓഫീസ് മുറിയിലേക്ക് കൂട്ടിക്കൊണ്ടുപോയി. അയാൾക്ക് അഭിമുഖമായുള്ള ഒരു കസേരയിൽ കനകരാജ് ഇരുന്നു.

"സാറിന് ഒരു കാപ്പികൊണ്ടുവാ..." സപ്ലെയറോടു പറഞ്ഞിട്ട് അയാൾ തുടർന്നു.

"സാർ, നിങ്ങളുടെ സ്കൂളിലെ കുട്ടികളെ ആരും ജോലിക്കു നിർത്തുകയില്ല. പിന്നെ, സാറു നിർബ്ബന്ധിച്ചതുകൊണ്ടു മാത്രമാണ് ഇവനെ ജോലിക്കു ചേർത്തത്."

"അവനോടുള്ള കരുണകൊണ്ട് ജോലി കൊടുത്തതെന്ന് നിങ്ങൾ പറയുന്നു. പക്ഷേ, പാതിശമ്പളം കൊടുത്താൽ മതിയല്ലോ എന്ന വക്രബുദ്ധിയാണ് നിങ്ങൾക്കുള്ളതെന്ന് മനസ്സിൽ കരുതി കനകരാജ് മൗനം ഭജിച്ചു കടമുതലാളി തുടർന്നു.

"എന്റെ ഒരു റഗുലർ കസ്റ്റമറാണ്. രാവിലെയും വൈകിട്ടും പതിവായി ഇവിടെനിന്നാണ് ഭക്ഷണം കഴിക്കുന്നത്. ഒരമ്മയും മകനും... അവർ ഭക്ഷണം കഴിച്ചുതീർത്തിരുന്നു... കുട്ടി കഴിച്ച ഭക്ഷണാവശിഷ്ടങ്ങളും വെള്ളവും മേശപ്പുറത്തു വീണു കിടന്നിരുന്നു. അതു വൃത്തിയാക്കാൻ വന്ന മുരുകന് എന്തു സംഭവിച്ചോ എന്തോ, ബ്രഷുകൊണ്ട് മേശതുടച്ചപ്പോൾ ദൂരത്തേക്ക് തെറിച്ചു ആ സ്ത്രീയുടെ മുഖത്തും ദേഹത്തും വീണു."

ഈ സമയത്ത് കനകരാജിന്റെ മനസ്സിൽ ക്ലാസിൽവച്ചു നടന്ന ഒരു സംഭവം ഓടിയെത്തി. ബോർഡിൽ 1, 2, 3, എന്നെഴുതി '4' എന്നെഴുതുന്നതിനുമുമ്പ് മുരുകന്റെ കൈയിലിരുന്ന ചോക്കുകഷണം താഴെവീണുപോയി. അടുത്തുചെന്നു നോക്കുമ്പോഴാണ് കാര്യം മനസ്സിലാകുന്നത്. തള്ളവിരലിന്റെ നിയന്ത്രണം നഷ്ടപ്പെട്ട് അതു ചൂണ്ടുവിരലിനും നടുവിരലിനും ഇടയിലേക്ക് വളഞ്ഞ് കയറിയിരുന്നു. ഇവിടെ മേശ തുടച്ചുകൊണ്ടിരുന്നപ്പോഴും തള്ളവിരലിന്റെ നിയന്ത്രണം നഷ്ടപ്പെട്ടുകാണും. അതുകൊണ്ടായിരിക്കാം ഭക്ഷണാവശിഷ്ടങ്ങൾ ആ സ്ത്രീയുടെ ദേഹത്തുവീണത്. കനകരാജ് ഊഹിച്ചു. അക്കാര്യം ഇപ്പോൾ പറഞ്ഞാൽ ഇവർക്കു മനസ്സിലാകുമോ? അഥവാ മനസ്സിലാക്കിയാലും അവന്റെ മേൽ ചാർത്തിയ ഭ്രാന്തൻ പട്ടം മാറ്റാൻ അവർ തയ്യാറാകുമോ?

ഈ ചോദ്യം സ്വയം ചോദിക്കാൻ കനകരാജ് തുടങ്ങുമ്പോൾ ഹോട്ടലുടമ തുടർന്നു.

"അതോടെ അവൻ അടങ്ങിയിരുന്നെങ്കിൽ അവരെ എങ്ങനെയെങ്കിലും സമാധാനിപ്പിക്കാമായിരുന്നു. പിന്നീടാണ് പ്രശ്നം കൂടുതൽ വഷളായത്. അവൻ ഇത്ര വക്രബുദ്ധിക്കാരനായിരുന്നോ? അവൻ ആ സ്ത്രീയുടെ മുഖത്ത് വെള്ളം തളിക്കുകയും കവിളുകളിലും കഴുത്തിലും തടവുകയും ചെയ്തു.

എവിടാടാ കൈവയ്ക്കുന്നത്. എച്ചിൽ പെറുക്കി നായേ.. എന്നു ചോദിച്ചുകൊണ്ട് ആ സ്ത്രീ കാലിൽക്കിടന്ന ചെരുപ്പൂരി അവനെ അടിച്ചു. ദാ ഇപ്പോൾ വരാം..." അയാൾ ഡൈനിങ് ഹാളിലേക്ക് നടന്നു.

കാപ്പി ട്രേയുമായി വന്ന സപ്ലെയർ അതു മേശപ്പുറത്തുവച്ച് ചുറ്റും കണ്ണോടിച്ചശേഷം രഹസ്യമായി പറഞ്ഞു.

"മുതലാളി പറയുന്നതെല്ലാം വിശ്വസിക്കരുത് സാർ. ഇപ്പോൾ ഏതോ അത്ഭുതക്കാഴ്ച കണ്ടതുപോലെ അയാൾ പോകുന്നതുകണ്ടില്ലേ ദാ അങ്ങോട്ടു നോക്കിയേ.."

കാപ്പിക്കപ്പ് താഴെ വയ്ക്കാതെ തന്നെ കനകരാജ് തിരിഞ്ഞുനോക്കി.

ബ്യൂട്ടിപാർലറിൽനിന്നും മേക്കപ്പ് കഴിഞ്ഞ് നേരിട്ടിറങ്ങി വരുന്നതു പോലെ തോന്നിക്കുന്ന ഒരു സ്ത്രീ അവിടെയിരിക്കുന്നു. മുപ്പതു വയസ്സു തോന്നിക്കും. ഇളം ചുവപ്പുനിറം. കണ്ണുകളും ചുണ്ടുകളും ആകർഷകമായിരുന്നു. അടുത്തു ആറുവയസ്സുതോന്നിക്കുന്ന ഒരു കുട്ടി. അവരോട് കൊഞ്ചിക്കുഴഞ്ഞു സംസാരിക്കുന്ന ഹോട്ടലുടമ.

സപ്ലെയർ തുടർന്നു.

"രാവിലെ വന്നത് ഇവരായിരുന്നു. മുരുകൻ മേശ തുടച്ചപ്പോൾ അഴുക്കുതെറിച്ച് അവരുടെ മുഖത്തുവീണതും അവൻ അവരുടെ മുഖം തുടച്ചു കൊടുത്തതും ശരിതന്നെ! എന്നാൽ ഈ സ്ത്രീ ചെരുപ്പൂരുകയോ അവനെ അടിക്കുകയോ ചെയ്തിട്ടില്ല. അവരുടെ പ്രീതി പിടിച്ചുപറ്റാനായി ഇങ്ങേരാണ് അവന്റെ തലയ്ക്കുപിന്നിൽ ശക്തിയായി അടിച്ചത്. അതിനുശേഷമാണ് അവൻ ബുദ്ധിസ്ഥിരതയില്ലാത്തവരെപ്പോലെ അങ്ങുമിങ്ങും ഓടി നടക്കാൻ തുടങ്ങിയത്. ദാ അയാളു വരുന്നുണ്ട്..."

സപ്ലെയർ നടന്നുനീങ്ങി

ഒരു പഞ്ചനക്ഷത്രഹോട്ടൽ കുറഞ്ഞവിലയ്ക്ക് വാങ്ങിയവന്റെ സന്തോഷത്തോടുകൂടി അയാൾ വന്നു.

"ങാ... എവിടെയാ പറഞ്ഞുനിർത്തിയത്? ങാ... ആ സ്ത്രീ അവനെ അടിച്ചല്ലോ... അയ്യോ... അമ്മേ.. കരഞ്ഞുകൊണ്ട് മുരുകൻ അങ്ങുമിങ്ങും ഓടാൻ തുടങ്ങി. ഇതിനിടയ്ക്ക് പാത്രങ്ങൾ കൊണ്ടുവരുന്ന ട്രോളിൽത്തട്ടി അതിലുണ്ടായിരുന്ന പ്ലേറ്റുകളും ഗ്ലാസുകളും ചുറ്റും തെറിച്ചുവീണു ചിതറി. അതിനുശേഷം വളരെ പണിപ്പെട്ടാണ് സപ്ലൈയർമാരെല്ലാം ചേർന്ന് അവനെ അടക്കിയത്."

എന്തോ വലിയ ദേശീയ പ്രാധാന്യമുള്ള ഒരു വിഷയത്തിന് തീർപ്പു കണ്ടെത്തി എന്ന ഭാവത്തിൽ അയാൾ അവസാനിപ്പിച്ചു.

മുരുകനെക്കണ്ടാൽ ഒരു പതിനേഴു വയസ്സുകാരനെപ്പോലെ തോന്നും. എന്നാൽ ആൺ-പെൺ വ്യത്യാസം തിരിച്ചറിയാൻ കഴിവില്ലാത്ത ഒരിളം മനസ്സാണ് അവനുണ്ടായിരുന്നത്.

അമ്മയ്ക്ക് ചോറുവാരിക്കൊടുക്കാൻ അവന് വളരെ ആഗ്രഹമുണ്ടായിരുന്നു. തന്നെ ചോറുണ്ണാൻ പഠിപ്പിച്ച കനകരാജ് സാറിന്റെ മുന്നിൽവച്ചുതന്നെ അതു ചെയ്യാനായിരുന്നു അവനിഷ്ടം. സ്കൂളിലെ മെസ്സിൽ സഹായികൾക്കുള്ള പരിശീലന പരിപാടി അവസാനിച്ച ദിവസമായിരുന്നു അന്ന്, ഭാഗ്യവും അവിടെ വന്നിട്ടുണ്ടായിരുന്നു. ഇഡ്ഢലി സാമ്പാറിലും ചമ്മന്തിയിലും മുക്കി അവൻ അമ്മയുടെ വായിൽ വച്ചുകൊടുത്തു. അവന്റെ

കൈയിൽനിന്നും ഒഴുകിയ സാമ്പാറും ചമ്മന്തിയും ഭാഗ്യത്തിന്റെ മുഖത്തും കവിളിലും വീണു. അവൻ വേഗത്തിൽപ്പോയി വെള്ളം കൊണ്ടു വന്ന് അമ്മയുടെ കവിളുകളും കഴുത്തും കഴുകി അവർ ഉടുത്തിരുന്ന സാരി ത്തുമ്പുകൊണ്ടുതന്നെ തുടച്ചുകൊടുത്തു.

ആ അനുഭവവും പരിചയവും ഹോട്ടലിൽ കണ്ട ആ സ്ത്രീയിലും അവൻ പ്രയോഗിച്ചു കാണും. ഇതൊക്കെയാണെങ്കിലും അവൻ ചെയ്തത് തെറ്റുതന്നെ! എന്തു ചെയ്യാം! ഒരു ചെറുപ്പക്കാരനുവേണ്ട പക്വത അവനി ല്ലാതെപോയി. ലിംഗവ്യത്യാസം. സ്ത്രീപുരുഷസമത്വം, സ്ത്രീകളെ ബഹു മാനിക്കൽ, അവരുമായി സൗഹൃദം സ്ഥാപിക്കൽ, പ്രേമം മുതലായവയെ പ്പറ്റിയൊക്കെ ഇവനെ പഠിപ്പിക്കേണ്ടതായിട്ടുണ്ട്. ഇല്ലെങ്കിൽ മർദ്ദനം മാത്ര മല്ല, ചിലപ്പോൾ കൊലചെയ്യപ്പെടാൻവരെ സാദ്ധ്യതയുണ്ടെന്ന് കനകരാജ് കരുതി. എങ്കിലും മനോവൈകല്യമുള്ള ഒരു പാവത്തിനോട് സഹതാ പവും കാരുണ്യവും കാണിക്കാൻ കഴിയാത്തവിധം ക്രൂരനായിപ്പോയല്ലോ ഈ ഹോട്ടലുടമയെന്ന് അയാൾ പരിതപിച്ചു.

ഹോട്ടലുടമയ്ക്ക് കൈകൊടുത്തു പുറത്തുവന്ന കനകരാജ് മുരുക ന്റെയടുത്ത് വന്നുനിന്നു. പിറകെ വന്ന ഹോട്ടലുടമ, “സാർ, ഈ മാസം ഇവൻ പത്തു ദിവസം ജോലി ചെയ്തിട്ടുണ്ട്, ഇതാ അതിനുള്ള ശമ്പളം.”

അയാൾ വച്ചുനീട്ടി

“പോയി വാങ്ങിക്കോ.” കനകരാജ് അവനോട് പറഞ്ഞു.

തന്റെ കഴുത്തിനുപിന്നിൽ ഇയാൾ ആഞ്ഞടിച്ചയുടൻ മറ്റു ജോലി ക്കാർവന്ന് തന്നെ അടക്കിയതും നീ അനുസരിക്കില്ല അല്ലേടാ എന്ന് ആക്രോശിച്ചുകൊണ്ട് ഇരുകവിളുകളിലും മാറിമാറിയടിച്ചതും മുരുകന്റെ മനസ്സിൽ തെളിഞ്ഞുവന്നു.

“ഈ ഭ്രാന്തനെ പിടിച്ചു കെട്ടിയിട്. അവന്റമ്മയും ആ വാദ്ധ്യാരും ഇങ്ങുവരട്ടെ. ഞാൻ പറഞ്ഞുകൊള്ളാം.”

അയാളുടെ അലർച്ച അവന്റെ നെഞ്ചിനുള്ളിൽ മുഴങ്ങിക്കൊണ്ടിരുന്നു. അടികൊണ്ടു വീർത്ത കവിളുകളിൽ അവൻ വിരലോടിച്ചു.

‘എന്നെ അടിക്കുകയും അപമാനിക്കുകയും ചെയ്തില്ലേ അതിന് എന്തു തെറ്റാണ് ഞാൻ ചെയ്തത്?’

അവന്റെ കണ്ണുകൾ മൗനമായി ഹോട്ടലുടമയോട് ചോദിച്ചു. അതു ശ്രദ്ധിക്കാതെ അലക്ഷ്യമായി അയാൾ അവന്റെ നേരെ പണം വച്ചുനീട്ടി.

പണം വാങ്ങിയ മുരുകൻ അത് കനകരാജിന്റെ കൈയിൽ വച്ചുകൊ ടുത്തു. ഈ കൂലിപ്പണത്തിൽ അവന്റെ ഭാവി രൂപപ്പെട്ടുകഴിഞ്ഞിരുന്നു.

“ഇത് വെറും കൂലി മാത്രമല്ല, ഇത് മൂലധനമാണ്. നീ ഇതിനേക്കാൾ വലിയ ഒരു ഹോട്ടലിന്റെ ഉടമയായിത്തീരണം. അതിനുള്ള മൂലധനമാണ് ഈ പണം. ഭദ്രമായി സൂക്ഷിച്ചുവച്ചോ.”

മുരുകന്റെ നിക്കർ പോക്കറ്റിൽ അയാൾ ആ പണം വച്ചുകൊടുത്തു.

മുരുകന്റെയുള്ളിൽ ഒരാത്മവിശ്വാസത്തിന്റെ മുളകൾ വിരിയാൻ തുട ങ്ങിയിരുന്നു.

# 12

# മുഖ്യാതിഥി

വ്യത്യസ്തമായ സ്റ്റേജിന്റെ പിന്നിൽ സെന്റ് ആൻസ് ഹയർസെക്കന്ററി സ്കൂൾ സുവർണ്ണജൂബിലി  എന്ന ബാനർ. സ്റ്റേജിന്റെ മുൻഭാഗം പൂക്കൾകൊണ്ട് മനോഹരമായി അലങ്കരിച്ചിരിക്കുന്നു. കൊല്ലിമല ആന്തൂറിയം, ഹോസ്സൂർ, ഗ്ലാഡിയസ്, ഡെയ്സിപ്പൂക്കൾ, ഭംഗിയേറിയ ബഹുവർണ്ണപ്പൂക്കൾ എന്നിവ ചെടിച്ചട്ടികളിൽ പലതരം ക്രോട്ടൻസ് ചെടികൾ വരിവരിയായി അടുക്കിവച്ചിരിക്കുന്നു. ചുറ്റിലും മിന്നിക്കത്തുന്ന സീരിയൽ വിളക്കുകൾ. സ്റ്റേജിനരികിൽ വെള്ള ഗൗൺ ധരിച്ചവരും കാവിനിറ സാരിയണിഞ്ഞവരുമായ കന്യാസ്ത്രീകൾ.

സ്റ്റേജു മുതൽ സ്കൂളിന്റെ പ്രധാന കവാടം വരെയുള്ള ഗ്രൗണ്ടിന്റെ ഇരുവശത്തും കാറ്റാടി, ഉറക്കംതൂങ്ങി, വേപ്പ് മുതലായ മരങ്ങൾ വരിവരിയായി തലയുയർത്തിനില്ക്കുന്നു. മാനംമുട്ടെ വളരുന്ന അവ സൂര്യപ്രകാശം മണ്ണിൽ വീഴാതെ തടയുന്നു. ആ ശീതളഛായയിൽ ഇളം ചുവപ്പിൽ വെള്ളവരകളുള്ള ചുരിദാർ ധരിച്ച പെൺകുട്ടികൾ, അവർക്കിടയിൽ നിരത്തിയിട്ടിരുന്ന കസേരകളിൽ അദ്ധ്യാപികമാർ, പിന്നിൽ രക്ഷിതാക്കൾ കൂട്ടത്തിൽ സെബാസ്റ്റ്യൻ മേസ്തിരിയും സുഹൃത്ത് സുബ്രഹ്മണ്യനും ഇരുന്നു.

സ്കൂളിലെയും കന്യാസ്ത്രീ മഠത്തിലെയും റിപ്പയർ ജോലികൾ ചെയ്യുന്നത് സെബാസ്റ്റ്യനാണ്. അയാളുടെ മകൾ ഈ സ്കൂളിൽ പഠിച്ച് ഡോക്ടറായി ഭർത്താവുമൊത്ത് ഇപ്പോൾ ലണ്ടനിൽ താമസമാണ്. അവളുടെ കന്നി പ്രസവത്തിന് സെബാസ്റ്റ്യനും ഭാര്യയും ലണ്ടനിൽപ്പോയി മൂന്നുമാസം താമസിച്ചശേഷം സേലത്തു തിരിച്ചെത്തിയിട്ട് രണ്ടു മൂന്നു ദിവസങ്ങളേ ആയിട്ടുള്ളൂ. തിരികെവന്ന് വാതിൽ തുറന്നപ്പോൾ ആദ്യം കണ്ണിൽപ്പെട്ടത് ഈ സുവർണ്ണ ജൂബിലി ക്ഷണക്കത്താണ്. അതു വായിച്ച്

അയാളുടെ മുഖം വാടി. ശങ്കരരാമനാണ് വിശിഷ്ടാതിഥി. എന്നെഴുതിയിരുന്നതാണ് അയാളുടെ മന:പ്രയാസത്തിനു കാരണം.

ശിങ്കാരപ്പേട്ട മാരിയമ്മൻകോവിലിന്റെ രക്ഷാധികാരിയാണ് ശങ്കരരാമൻ. ക്ഷേത്രത്തിന്റെ ദൈനംദിന ഭരണകാര്യങ്ങൾ കൂടാതെ സമീപത്തുള്ള തെരുവിൽ നടക്കുന്ന പ്രശ്നങ്ങൾ, കുടുംബകലഹങ്ങൾ മുതലായവയിലെല്ലാം നിർബ്ബന്ധപൂർവ്വം ഇടപെട്ട് പരിഹാരം കാണും. ആരെങ്കിലും പഞ്ചായത്തുപറയാൻ ക്ഷണിച്ചാൽ ശത്രുവെന്നോ മിത്രമെന്നോ ഒന്നും നോക്കാറില്ല, ന്യായത്തിന്റെ ഭാഗത്തു മാത്രമേ എപ്പോഴും അയാൾ നില്ക്കാറുള്ളൂ.

ക്ഷേത്രത്തിനു ചുറ്റിലുമായി എട്ടു റോഡുകളുണ്ട്. ശങ്കരരാമൻ ക്ഷേത്രഭരണം ഏറ്റെടുത്തശേഷം ഈ റോഡുകൾക്ക് സുന്ദരർ, സംബന്ധർ, തിരുനാവുക്കരശർ, ചേക്കിഴാർ, നക്കീരൻ, ശിറുതൊണ്ടർ, മാണിക്യവാചകർ, കണ്ണപ്പർ എന്നീ പേരുകൾ നല്കി.

ഒരുദിവസം വെളുപ്പാൻകാലത്ത് വീടിനുമുന്നിൽ കോലമിട്ടു കൊണ്ടിരുന്ന രണ്ടു സ്ത്രീകളുടെ മാലകൾ ബൈക്കിൽ വന്ന കള്ളന്മാർ പിടിച്ചുപറിച്ചുകൊണ്ടുപോയി. വെളിച്ചം കുറവായിരുന്നതിനാൽ മോഷ്ടാക്കളെ തിരിച്ചറിയുന്നതിനോ പിടികൂടുന്നതിനോ കഴിയാതെപോയി. മേലിൽ ഇത്തരം സംഭവങ്ങൾ ആവർത്തിക്കാതിരിക്കാൻ കോർപ്പറേഷന്റെ സഹായത്തോടെ എല്ലാ തെരുവുകളിലും സോഡിയം വേപ്പർ വിളക്കുകൾ സ്ഥാപിക്കുവാൻ ശങ്കരരാമനു കഴിഞ്ഞു. അതോടെ ഇവിടെയുള്ളവർക്ക് അയാളോടുള്ള മതിപ്പ് പതിന്മടങ്ങായി. രണ്ടുകൊല്ലത്തിനുമുമ്പുനടന്ന കോർപ്പറേഷൻ തിരഞ്ഞെടുപ്പിൽ അയാൾ ഇവിടെനിന്നും കൗൺസിലറായി തെരഞ്ഞെടുക്കപ്പെട്ടു.

കൗൺസിലറായ ഉടനെ ശങ്കരരാമൻ സ്കൂളിൽ വന്നിരുന്നു. ശിങ്കാരപ്പട്ടിയിലുള്ള ഭൂരിപക്ഷം കുട്ടികളും സർക്കാർ ഗ്രാന്റിൽ പ്രവർത്തിക്കുന്ന ഈ സ്കൂളിലാണ് പഠിക്കുന്നത്. ചില പണക്കാരുടെ മക്കൾ മാത്രമാണ് മെട്രിക്കുലേഷൻ സ്കൂളിൽ പോകുന്നത്. ശങ്കരരാമൻ സ്കൂളിൽ വരുമ്പോൾ അക്കൊല്ലത്തെ അഡ്മിഷൻ പൂർത്തിയായിക്കഴിഞ്ഞിരുന്നു. മൂന്നു പെൺകുട്ടികൾക്ക് പ്രവേശനം നല്കാൻ അയാൾ ആവശ്യപ്പെട്ടു. മൂന്നു പേരും എൻട്രൻസ് പരീക്ഷയിൽ തോറ്റവരായിരുന്നു.

"അഡ്മിഷൻ വേണമെങ്കിൽ മെയ് പതിനഞ്ചിനുമുമ്പു വരണം. എൻട്രൻസ് പരീക്ഷയിൽ തോറ്റവർക്കുവേണ്ടി ദയവായി ഇനി വരരുത്."

എന്ന് ഓർമ്മപ്പെടുത്തി ഹെഡ്മിസ്ട്രസ് മൂന്നുപേർക്കും പ്രവേശനം നല്കി. തന്റെ അധികാരപരിധിയിലുള്ള ഈ സ്കൂളിൽ തനിക്ക് വലിയ മതിപ്പാണല്ലോ എന്ന അഭിമാനബോധത്തോടെ ശങ്കരരാമൻ യാത്രയായി.

പ്രവേശനം കിട്ടിയ കൂട്ടത്തിലുള്ള ഒരു കുട്ടി ആ രഹസ്യം പുറത്തുവിട്ടു.

"കൗൺസിലർക്ക് അയ്യായിരം രൂപാ കൈക്കൂലി കൊടുത്തിട്ടാണ് അഡ്മിഷൻ കിട്ടിയത്" വാർത്ത എങ്ങനെയോ ഹെഡ്മിസ്ട്രസിന്റെ ചെവിയിലുമെത്തി. കോപം കൊണ്ട് അവരുടെ മുഖം ബ്ലാക്ക്ബോർഡുപോലെ

കറുത്തു. ഒരു കൈക്കൂലിക്കാരൻ തന്നെ കബളിപ്പിച്ചുകളഞ്ഞല്ലോ എന്ന ദുഃഖം കന്യാസ്ത്രീ കൂടിയായ സിസ്റ്ററിനുണ്ടായി. താടിക്ക് കൈകൊടുത്തിരുന്ന അവർ ചിന്തിച്ചുറപ്പിച്ചു.

"ഇനി എന്തെങ്കിലും ആവശ്യത്തിന് അയാളിവിടെ വരട്ടെ. അപ്പോൾ കാണിച്ചുകൊടുക്കാം." അവർ പിറുപിറുത്തു. കൗൺസിലറെ ഒരു പാഠം പഠിപ്പിക്കാനുള്ള അവസരം കാത്ത് അവർ ഇരുന്നു.

അടുത്ത മെയ്മാസത്തിൽത്തന്നെ ശങ്കരരാമനെത്തി. ഇപ്രാവശ്യം അഞ്ചുപേരുടെ പട്ടികയുമായാണ് അയാളുടെ വരവ്. കിട്ടിയ സന്ദർഭം മുതലെടുക്കണമെന്ന ഉദ്ദേശ്യത്തോടെ അയാൾ വാതുറക്കുന്നതിനുമുമ്പു തന്നെ സിസ്റ്റർ തുറന്നടിച്ചു.

"ഇവിടെ ഒരു ക്ലാസിലേക്കും അഡ്മിഷനില്ല. എല്ലാം പൂർത്തിയായി നിങ്ങൾക്കു പോകാം."

പറഞ്ഞുതീർന്നയുടൻ അവർ മുറിവിട്ടുപോയി.

അവരെ പിന്തുടർന്നു ശങ്കരരാമൻ - "പാവം പിടിച്ച കുട്ടികളാണ് സിസ്റ്റർ... അവർക്ക് ഫീസുകൊടുക്കുന്നതുപോലും ഞാനാണ്. അവരോട് ദയ കാട്ടണം..."

"നിങ്ങൾ ഫീസുകൊടുക്കുന്നെന്നോ?"

പുച്ഛരസത്തിൽ സിസ്റ്റർ ചോദിച്ചു.

'അയ്യായിരവും ആറായിരവും കൈക്കൂലി വാങ്ങിയിട്ട് ഇപ്പോൾ വലിയ ദാനശീലനായി അഭിനയിക്കുന്നോ?' എന്നു ചോദിക്കണമെന്നുണ്ടായിരുന്നു. എന്നാൽ ഇല്ലാത്ത പൊല്ലാപ്പുണ്ടാക്കുമല്ലോ എന്നു കരുതി മയത്തിൽ പറഞ്ഞു.

"നിങ്ങൾ വേറെ ഏതെങ്കിലും സ്കൂളിൽ പോയി നോക്കൂ."

അവർ നേരെ മഠത്തിലേക്കു നടന്നു.

"ഇവരെന്താ ഇങ്ങനെ, എടുത്തടിച്ചതുപോലെ പറഞ്ഞിട്ടു പോകുന്നത്... മെയ്മാസത്തിൽ വരണമെന്ന് അവർ തന്നെയല്ലേ പറഞ്ഞത്... നിങ്ങളൊന്നു പറഞ്ഞു നോക്കൂ. സാർ..."

ക്ലാർക്ക് അന്തോണിസാമിയോട് ശങ്കരരാമൻ അപേക്ഷിച്ചു.

"അഡ്മിഷൻ കാര്യത്തിൽ എനിക്കൊന്നും ചെയ്യാൻ കഴിയില്ല സാർ... അവരു പറയുന്നതു ചെയ്യുക മാത്രമാണ് എന്റെ ജോലി..."

അന്തോണി സാമി അയാളുടെ നിസ്സഹായത വെളിപ്പെടുത്തി.

അപമാനഭാരത്താൽ കുനിഞ്ഞ ശിരസ്സുമായി ശങ്കരരാമൻ നിന്നു

ഇങ്ങനെ എന്നെ തുരത്തിവിടാൻ എന്തായിരിക്കും കാരണം? ഒന്നും മനസ്സിലാക്കാതെ ശങ്കരരാമൻ കുഴങ്ങി. ആലോചിക്കുന്തോറും ആ സിസ്റ്ററിനോട് പ്രതികാരം ചെയ്യാനുള്ള ആവേശം കൂടിക്കൂടിവന്നു. നെഞ്ചിനകത്തിരുന്ന് എന്തോ കുത്തിവലിക്കുന്നതുപോലെ!

ഞാനാരാണെന്ന് അവർക്കു കാണിച്ചുകൊടുക്കുന്നുണ്ട്. ഉച്ചത്തിൽ പറഞ്ഞ് അയാൾ ചുറ്റും നോക്കി. എന്തോ വെളിപാടുണ്ടായതുപോലെ മുണ്ടുമടക്കിക്കുത്തി വേഗത്തിൽ വണ്ടിയോടിച്ചുപോയി.

പതിനഞ്ചു ദിവസത്തിലൊരിക്കൽ മാത്രമേ കോർപ്പറേഷൻ പൈപ്പു

കളിൽ കുടിവെള്ളം കിട്ടുകയുള്ളൂ. അതും രണ്ടുമണിക്കൂർ മാത്രം. രാത്രിയെന്നോ പകലെന്നോ രാവിലെയെന്നോ വൈകിട്ടെന്നോ വ്യത്യാസമില്ലാതെ എപ്പോൾ വേണമെങ്കിലും ആ ആപത്ത് വന്നുചേരും. അന്ന് പാതിരാത്രിയിലാണ് വെള്ളം വന്നത്. രാവിലെ മഠത്തിൽ പൈപ്പുതുറന്നപ്പോൾ വെള്ളത്തിനു പകരം യുഷ്... യുഷ് എന്ന ഒരു ശബ്ദം മാത്രം. കുടിക്കാൻ പോലും വെള്ളമില്ലാത്ത സ്ഥിതി എല്ലാവരെയും കഷ്ടത്തിലാക്കി. ചിലർ കുടങ്ങളും പാത്രങ്ങളുമായി സ്കൂളിലേക്ക് ചെന്നു. നല്ല കാലം അവിടെ വെള്ളം കിട്ടുന്നുണ്ട്. അവിടെനിന്നും കൊണ്ടുവന്ന് പ്രഭാതകൃത്യങ്ങൾ നിർവ്വഹിച്ചു.

മേട്രൻ പ്ലംബർ സെബാസ്റ്റ്യനെ വരുത്തി. പൈപ്പിട്ടിരിക്കുന്ന സ്ഥലത്ത് എന്തെങ്കിലും അടഞ്ഞിരിപ്പുണ്ടോയെന്ന് അയാൾ പരിശോധിച്ചു. ഒരു കുഴപ്പവുമില്ല.

"മെയിൻ പൈപ്പുലൈനിലാണ് കുഴപ്പം, മദർ." ഏതായാലും കൗൺസിലറെ കാണാമെന്നായി സെബാസ്റ്റ്യൻ. എന്നാൽ ആ നിർദ്ദേശം ഹെഡ്മിസ്ട്രസ് തള്ളിക്കളഞ്ഞു. ആ കൈക്കൂലിക്കാരന്റെ മുന്നിൽ കൈകെട്ടി നില്ക്കാൻ അവർ ആഗ്രഹിച്ചില്ല.

"നേരെ പോയി മേയറെ കാണാം."

മൂന്നുപേരുംകൂടി കോർപ്പറേഷൻ ഓഫീസിലെത്തി. വിവരങ്ങൾ ചോദിച്ചറിഞ്ഞ മേയർ കോർപ്പറേഷൻ പ്ലംബറെ വരുത്തി. സിസ്റ്റർമാരെ കണ്ടയുടൻ അയാളുടെ മുഖത്തൊരു പരിഭ്രമം.

"ഇവരുടെ കോൺവെന്റിൽ വെള്ളം കിട്ടുന്നില്ല എന്താണെന്നു പോയി നോക്കി വേണ്ടതു ചെയ്തുകൊടുക്കണം."

മേയർ ഉത്തരവിട്ടു. തനിക്ക് എന്തോ പറയാനുള്ളതുപോലെ അയാൾ പരുങ്ങിനിന്നു.

"എന്താ കാര്യം?" മേയർ ചോദിച്ചു.

"അതു... സാർ... കൗൺസിലർ പറഞ്ഞിട്ടാണ് ലൈൻ കട്ടു ചെയ്തത്."

പ്ലംബർ വിറച്ചുകൊണ്ട് വെളിപ്പെടുത്തി. ഇത്തരമൊരു മറുപടി ആരും പ്രതീക്ഷിച്ചിരുന്നതല്ല.

കാര്യം മനസ്സിലാകാതെ മേയർ സിസ്റ്റർമാരെ മാറിമാറി നോക്കി. തന്റെ ക്ലാർക്കിനോട് കൗൺസിലർ പറഞ്ഞ കാര്യങ്ങൾ സിസ്റ്ററിന്റെ ഓർമ്മയിലെത്തി.

"എന്നോടുള്ള കോപം കൊണ്ടാണെങ്കിൽ സ്കൂളിന്റെ കണക്ഷനല്ലേ കട്ടുചെയ്യേണ്ടത്? കോൺവെന്റിന്റെ കണക്ഷൻ എന്തിനാണ് കട്ടു ചെയ്തത്? കുട്ടികൾ വെള്ളം കുടിച്ചോട്ടെ... സിസ്റ്റർമാർ കുടിക്കേണ്ട.. എന്തു ന്യായമാണിത്? ഉം... കൈക്കൂലി വാങ്ങും അതാരെങ്കിലും തടയാൻ ശ്രമിച്ചാൽ അവരുടെ വെള്ളംകുടി മുട്ടിക്കും. പല രാഷ്ട്രീയക്കാരുടെയും രീതി ഇതുതന്നെ." സിസ്റ്റർ സ്വരം താഴ്ത്തിപ്പറഞ്ഞു.

"കൗൺസിലറോട് ഞാൻ പറഞ്ഞുകൊള്ളാം... നീ ഇവരുടെ കൂടെപ്പോയി വേഗം ശരിപ്പെടുത്തിക്കൊടുക്കണം."

മേയർ പ്ലംബർക്കു നിർദ്ദേശം കൊടുത്തു. അവരോടൊപ്പം പറഞ്ഞയച്ചു.

കാൽക്കൊല്ലപ്പരീക്ഷ നടന്നുകൊണ്ടിരിക്കുന്ന സമയം. ഏഴും എട്ടും ക്ലാസുകളിൽ പഠിക്കുന്ന പത്തു വിദ്യാർത്ഥിനികൾ ഹെഡ്മിസ്ട്രസിന്റെ മുറിക്കുപുറത്തുവന്നുനിന്നു. അവരുടെ കൈകളിലുണ്ടായിരുന്ന അപേക്ഷകൾ ഹെഡ്മിസ്ട്രസിനു കൊടുത്തു. അത് അവരുടെ വിടുതൽ സർട്ടിഫിക്കറ്റിനുള്ള അപേക്ഷയായിരുന്നു. പരീക്ഷ നടക്കുന്ന ഈ സമയത്ത് ടി സി ആവശ്യപ്പെടുന്നല്ലോ... അതും പത്തുപേർ ഒരുമിച്ച്. സിസ്റ്ററുടെ മനസ്സിൽ കടുത്ത സംശയമുദിച്ചു. ഒന്നും മനസ്സിലാകാതെ ഒരാഴ്ച കഴിഞ്ഞ് വരാൻ പറഞ്ഞാലോ എന്ന് ആലോചിച്ചു. അത് പ്രശ്നങ്ങൾ കൂടുതൽ വഷളാക്കുമോയെന്ന് ഭയപ്പെട്ട് അവർ എല്ലാവർക്കും ടി സി നല്കി.

അടുത്ത ദിവസം മറ്റൊരു പതിനഞ്ചുപേർ അപേക്ഷയുമായെത്തി. ഇവർ ഒൻപതും പതിനൊന്നും ക്ലാസുകളിൽ പഠിക്കുന്നവർ... സ്കൂളിനെ നശിപ്പിക്കാൻ ആരോ മനഃപൂർവ്വം പ്രവർത്തിക്കുന്നതായി സിസ്റ്റർക്കു തോന്നി. കൂട്ടത്തിലുള്ള പതിനൊന്നാം ക്ലാസിൽ പഠിക്കുന്ന ഒരു കുട്ടി വളരെ പാവപ്പെട്ട ഒരു കുടുംബത്തിൽനിന്നും വരുന്നതാണ്. അഡ്മിഷൻ സമയത്ത് ആയിരത്തഞ്ഞൂറ് രൂപാ ഒന്നിച്ചടയ്ക്കാൻ നിവൃത്തിയില്ലാതെ മൂന്നു തവണയായിട്ടാണ് അവളുടെ അമ്മ കൊണ്ടുവന്നു തന്നത്. സിസ്റ്റർ അവരെ വിളിച്ചുവരുത്തി കാരണം തിരക്കി.

"എന്തിനാണ് ടി സി വാങ്ങുന്നത്?"

"എന്റെ കുട്ടിയെ സരസ്വതീവിദ്യാലയാ സ്കൂളിൽ ചേർക്കാനാണ്."

"അത് രണ്ടുകിലോമീറ്റർ ദൂരത്തിലല്ലേ? എങ്ങനെ പോകും?"

"സ്കൂൾ ബസ് വരും."

"ഇവിടെ സമയത്ത് ഫീസടക്കാൻ പോലും നിങ്ങൾക്കു കഴിയുന്നില്ല. പിന്നെങ്ങനെ ബസ് ഫീസും സ്കൂൾഫീസും കൊടുക്കും?"

"അതെല്ലാം കൗൺസിലർ കൊടുത്തുകൊള്ളും.."

"കൗൺസിലറോ?" സിസ്റ്റർ ഞെട്ടിപ്പോയി. തലയ്ക്കു കൈവച്ച് ബോധരഹിതയെപ്പോലെ കസേരയിലേക്ക് ചാഞ്ഞു. പൈപ്പുലൈൻ കട്ടുചെയ്തതോടെ ശങ്കരരാമന്റെ പ്രതികാരം അടങ്ങിക്കാണുമെന്നാണ് സിസ്റ്റർ വിചാരിച്ചിരുന്നത്. അത് ഇത്രമാത്രം തിരിച്ചടിക്കുമെന്ന് അവർ സ്വപ്നത്തിൽപ്പോലും കരുതിയിരുന്നില്ല. ഇങ്ങനെപോയാൽ കുട്ടികളുടെ എണ്ണം കുറയും. ടീച്ചർമാർ അധികമാകും. ഡിപ്പാർട്ടുമെന്റിൽനിന്നും മാനേജ്മെന്റിൽനിന്നും ചോദ്യങ്ങളുണ്ടാകും. മറുപടി പറയാൻ കഴിയാതെ വിഷമിക്കും. ശങ്കരരാമനോടു സംസാരിച്ച് ഇതിനൊരു പരിഹാരം കണ്ടുപിടിക്കാമെന്നു സ്വയം തീരുമാനമെടുത്ത സിസ്റ്റർ ക്വാർട്ടർലി പരീക്ഷ കഴിഞ്ഞാലുടൻ ടി സി നല്കാമെന്ന് വിദ്യാർത്ഥിനികൾക്ക് ഉറപ്പു നല്കി.

ശങ്കരരാമനെ എങ്ങനെ നേരിടും? സ്കൂളിലേക്കു ക്ഷണിക്കണോ? അതോ വീട്ടിൽപ്പോയി കാണണോ? വളരെനേരം ആലോചിച്ചശേഷം ഇതു രണ്ടും വേണ്ടാ മറ്റാരെയെങ്കിലും പറഞ്ഞയച്ച് ശങ്കരരാമന്റെ അഭിപ്രായം അറിഞ്ഞശേഷം മതി മറ്റു നീക്കങ്ങളെന്ന വ്യക്തമായ തീരുമാനത്തിൽ സിസ്റ്റർ എത്തിച്ചേർന്നു. ആരെയാണ് ദൂതിനയക്കാൻ പറ്റിയ ആൾ എന്നു

ചിന്തിച്ച സിസ്റ്റർ അവസാനം സെബാസ്റ്റ്യൻ മേസ്തിരിയാണ് നല്ലതെന്ന് നിശ്ചയിച്ചു. അയാളെ വിളിപ്പിച്ച് കാര്യങ്ങൾ വ്യക്തമാക്കി. രണ്ടു ദിവസത്തിനുള്ളിൽ ശങ്കരരാമനുമായി സംസാരിച്ച് പ്രശ്നം പരിഹരിച്ചുകൊടുക്കാമെന്നു അയാൾ സിസ്റ്റർക്ക് വാക്കുകൊടുത്തു. അതിനിടയിൽ സെബാസ്റ്റ്യൻ ലണ്ടനിലേക്ക് യാത്രയായി.

യോഗം ആരംഭിച്ചു. ഓരോ വരിയിലും അഞ്ചുപേർ വീതം മൂന്നു വരികളിലായി പതിനഞ്ചു പെൺകുട്ടികളുടെ ഭരതനാട്യം. വർണ്ണശബളമായ ആ പരിപാടി സദസ്സിനുള്ള സ്വാഗതമായിരുന്നു. തുടർന്ന് ക്ഷണിക്കപ്പെട്ടവരെ വേദിയിലേക്ക് ആനയിക്കൽ. മൈക്കിനടുത്തുവന്നുനിന്ന പ്രധാനാദ്ധ്യാപിക കന്യാസ്ത്രീ സഭയുടെ സംസ്ഥാന ഭാരവാഹിയായ സിസ്റ്ററിനെ ആദ്യമായി വേദിയിലേക്ക് ക്ഷണിച്ചു. അവരുടെ ഗുണഗണങ്ങൾ വിവരിച്ചുകൊണ്ടിരിക്കുമ്പോൾത്തന്നെ അവർ വേദിയിൽ ഇരുപ്പുറപ്പിച്ചു. അടുത്തതായി ജില്ലാ കലക്ടർ. അദ്ദേഹത്തിന്റെ ഭരണനൈപുണ്യത്തെ പുകഴ്ത്തിക്കൊണ്ടിരിക്കുമ്പോൾ അദ്ദേഹം വേദിയിലെത്തി ഇരുന്നു. അടുത്തതായി മുഖ്യാതിഥി ജയരാമനെ ക്ഷണിച്ചു.

അയാളെപ്പറ്റി സിസ്റ്റർ പറയാൻ തുടങ്ങുന്നതിനു മുമ്പുതന്നെ “സാധാരണ വാർഷികങ്ങൾക്കുപോലും മന്ത്രിമാരേയും വലിയ മുതലാളിമാരെയുമാണല്ലോ ക്ഷണിക്കുക പതിവ്. ഇത് സുവർണ്ണജൂബിലി... എന്നിട്ടും ഒരു കൗൺസിലറെയാണ് ചീഫ് ഗസ്റ്റായി വച്ചിരിക്കുന്നത്. അതെന്താ?”

അടുത്തിരുന്ന സെബാസ്റ്റ്യനോട് സുബ്രഹ്മണ്യം ചോദിച്ചു.

“അതോ, അയാളെക്കൊണ്ടുള്ള ഉപദ്രവം സഹിക്കാൻ കഴിയാതെ എങ്ങനെയെങ്കിലും അയാളെയൊന്നു സമാധാനിപ്പിക്കാൻ വേണ്ടിയാണ് ഈ ക്ഷണം കേട്ടുനോക്കാം.”

സെബാസ്റ്റ്യൻ മറുപടി കൊടുത്തു. മൈക്ക് അല്പം താഴോട്ടിറക്കി തന്റെ മുഖത്തിനുനേരെ ശരിപ്പെടുത്തി സിസ്റ്റർ തുടർന്നു.

“നമ്മുടെ കൗൺസിലർ ശ്രീ. ശങ്കരരാമൻ നമുക്കെല്ലാം സുപരിചിതനാണ്. കുട്ടികളുടെ അഡ്മിഷനുമായി ബന്ധപ്പെട്ട് ഞാനദ്ദേഹത്തെ തെറ്റിദ്ധരിച്ചിരുന്നു. വിശദമായി അന്വേഷിച്ചപ്പോഴാണ് ഇദ്ദേഹം നിരപരാധിയാണെന്നും ഇദ്ദേഹത്തിന്റെ പേരിൽ മറ്റാരോ ആണ് പണം തട്ടിയെടുത്തതെന്നും ബോധ്യമായത്. ഇദ്ദേഹം നീതിമാനും സത്യസന്ധനുമാണ്.”

“അയാൾ മാത്രമേയുള്ളോ? ഈ സ്കൂളിന്റെ ചുറ്റുവട്ടത്തിൽ എത്രയോ നീതിമാൻമാരും സത്യസന്ധരുമായ ആളുകളുണ്ട്. അവരെയൊക്കെ ക്ഷണിക്കാത്തതെന്താണ്?”

ഹാസ്യരൂപത്തിൽപ്പറഞ്ഞ് സെബാസ്റ്റ്യൻ തനിക്കുള്ള അമർഷം പ്രകടിപ്പിച്ചു.

“ധിറുതി പിടിക്കാതെ നമുക്കറിയാത്ത എന്തോ രഹസ്യം ഇതിനു പിന്നിലുണ്ടായിരിക്കും നമുക്ക് കേൾക്കാം..” സുബ്രഹ്മണ്യം അയാളെ സമാധാനിപ്പിച്ചു.

ആദ്യം പറഞ്ഞതുമായി ബന്ധമില്ലാത്ത ചില കാര്യങ്ങൾ ഹെഡ്മിസ്ട്രസ് പ്രസംഗിച്ചുകൊണ്ടിരുന്നു.

“രണ്ടു മാസങ്ങൾക്കുമുമ്പ് സ്കൂളിലെ ക്ലാർക്ക് അന്തോണിസാമിയും സിസ്റ്റർ മേരി ത്രേസ്യയുംകൂടി ബൈക്കിൽ പൊയ്ക്കൊണ്ടിരിക്കുകയായിരുന്നു. സിസ്റ്ററുടെ തോളിൽ ഒരു വലിയ ബാഗ് തൂക്കിയിട്ടിരുന്നു. അതു നിറയെ പണം. സ്കൂളിൽ ജോലിചെയ്യുന്ന അറുപത്തഞ്ചുപേരുടെ ഒരു മാസത്തെ ശമ്പളം അതിലുണ്ടായിരുന്നു. പന്ത്രണ്ടുലക്ഷത്തിലധികം രൂപ ബാങ്കിൽനിന്നും എടുത്തുകൊണ്ടുവരികയായിരുന്നു. ശങ്കരഗിരി മെയിൻ റോഡിൽനിന്നും സ്കൂളിലേക്കുള്ള വഴിയിലേക്ക് അവർ തിരിഞ്ഞു. അവിടെനിന്നും നമ്മുടെ സ്കൂളിലേക്ക് ഒരു കിലോമീറ്റർ ദൂരമുണ്ടെന്ന് നിങ്ങൾക്കെല്ലാം അറിവുള്ളതാണ്.

പെട്ടെന്ന് മൂന്നുപേർ ബൈക്ക് തടഞ്ഞു. അന്തോണിസാമി വണ്ടി നിർത്തി. കൂട്ടത്തിലൊരാൾ അന്തോണിയുടെ മുഖത്ത് ശക്തിയായി അടിച്ചു അയാളുടെ കവിളും മുഖവും ചുവന്ന് വീർത്തു വേദനകൊണ്ടു പുളഞ്ഞ് എന്തു ചെയ്യണമെന്നറിയാതെ അയാൾ പരുങ്ങി. കൂട്ടത്തിൽ ഉയരംകൂടിയ ഒരുവൻ പെട്ടെന്ന് ഒരു നീളൻ കത്തി പുറത്തെടുത്തു. ഞെട്ടിവിറച്ച അന്തോണിസാമി പിൻവാങ്ങി. ഒറ്റപ്പെട്ടുപോയ സിസ്റ്റർ ത്രേസ്യയോട് അക്രമി ആജ്ഞാപിച്ചു.

“ആ ബാഗ് താ...” ഈ സമയം മറ്റു രണ്ടുപേർ ചുറ്റിലുമുള്ള ആരും അടുത്തുവരാതിരിക്കാൻ ശ്രദ്ധിച്ചുകൊണ്ടിരുന്നു.

“അയ്യോ, ഇതു ശമ്പളം കൊടുക്കാനുള്ള പണമാണ്. ദയവു ചെയ്ത് എന്നെ വിട്ടേക്ക്.”

സിസ്റ്റർ യാചിച്ചു. കൊള്ളക്കാർക്ക് എന്തു കാരുണ്യമാണുള്ളത്..? അയാൾ കത്തി സിസ്റ്ററുടെ കഴുത്തിനുനേരെ നീട്ടി. മരണത്തെപ്പോലും ഭയപ്പെടാതെ സിസ്റ്റർ ബാഗ് നെഞ്ചോടു ചേർത്തുപിടിച്ചു. ആരെങ്കിലും രക്ഷയ്ക്കെത്തുമോ എന്ന് ചുറ്റും നോക്കി.

ഗുഡ്മോണിങ് സിസ്റ്റർ എന്നു വിളിച്ചുകൊണ്ട് വരുന്ന സഭക്കാർ, മഠത്തിൽ സഹായം തേടിയെത്തുന്നവർ, സ്കൂളിൽ പഠിക്കുന്ന ചില കുട്ടികളുടെ രക്ഷിതാക്കൾ എന്നിങ്ങനെ ചിലരെ സിസ്റ്റർ ആൾക്കൂട്ടത്തിൽ തിരിച്ചറിഞ്ഞു. ഭയന്നുവിറച്ച അവരെല്ലാം നിസ്സഹായരായി കാഴ്ചക്കാരെപ്പോലെ നിന്നതേയുള്ളൂ. കത്തിയോടുള്ള ഭയത്തേക്കാൾ സിസ്റ്ററെ വേദനിപ്പിച്ചത് അവിടെ കൂടിനിന്നവരുടെ നിസ്സംഗതയാണ്. ഒരു കൈകൊണ്ട് കത്തി സിസ്റ്ററുടെ കഴുത്തിൽ ചേർത്തുവച്ച് മറ്റേകൈ കൊണ്ട് ബാഗു പിടിച്ചെടുക്കാൻ അക്രമി ശ്രമിച്ചുകൊണ്ടിരുന്നു. അയാൾ ബാഗിൽ പിടി മുറുക്കി. രണ്ടുമൂന്നു പ്രാവശ്യം ബാഗു അങ്ങോട്ടുമിങ്ങോട്ടും പിടിച്ചു. അയാളുടെ ശ്രമം വിജയിച്ചില്ല. ആ വെപ്രാളത്തിൽ അയാൾ ആഞ്ഞുവെട്ടി.

സിസ്റ്റർ ഇടതുതോളിലും കൈമുട്ടിനുമിടയിൽ ആഴത്തിൽ മുറിവേറ്റു. മാംസവും കീറിപ്പോയ അങ്കിയും തൂങ്ങിക്കിടന്നു.

“അയ്യോ... കർത്താവേ... എന്നെ രക്ഷിക്കണേ...” സിസ്റ്റർ നിലവിളിച്ചു. മുറിവിൽ വലതുകൈകൊണ്ട് താങ്ങിപ്പിടിച്ച അവർ രക്തപ്രളയം കണ്ടു ബോധരഹിതയായി റോഡിൽവീണു. വെള്ള വസ്ത്രം മുഴുവൻ രക്തം പടർന്ന് ചുവപ്പായി മാറി.

ഇതിനിടയിൽ ബാഗ് കൈക്കലാക്കിയ അക്രമികൾ വേഗത്തിൽ ഓടാൻ തുടങ്ങി.

"അയ്യോ... അയ്യോ..." കൂടിനിന്നവരിൽ ചിലർ സഹതാപപൂർവ്വം സിസ്റ്ററുടെ സമീപമെത്തി.

പെട്ടെന്നൊരു ശാന്തത! കൂടിനിന്നവരെല്ലാം ഒരു നിമിഷം ശ്വാസം പോലും വിടാൻ കഴിയാതെ നിശ്ചലരായി നിന്നു. ഇത്രയും പറഞ്ഞശേഷം തുടർന്നു സംസാരിക്കാൻ കഴിയാതെ സിസ്റ്റർ കുഴങ്ങി. ദുഃഖഭാരത്താൽ തൊണ്ട വരണ്ടുപോയിരിക്കും. അവർ ഇടതുവശത്തേക്കു തിരിഞ്ഞു. കാര്യം മനസ്സിലായ ഒരദ്ധ്യാപിക ഒരു ഗ്ലാസ് വെള്ളവുമായി ഓടിയെത്തി.

"അയ്യോ... എന്തൊരു ക്രൂരത... ഞാനെങ്ങാനും അവിടെയുണ്ടായിരുന്നെങ്കിൽ ഇങ്ങനെയൊന്നും സംഭവിക്കുമായിരുന്നില്ല."

സെബാസ്റ്റ്യൻ ആകെ പരിഭ്രമിച്ചു. "ഞാനായിരുന്നെങ്കിൽ ആ റൗഡികളെ ശരിപ്പെടുത്തുമായിരുന്നു."

"ചുമ്മാ വിടുവായടിക്കാതെ സാർ." സുബ്രഹ്മണ്യം അയാളെ സമാധാനപ്പെടുത്താൻ ശ്രമിച്ചു.

വെള്ളം കുടിച്ചശേഷം ഹെഡ്മിസ്ട്രസ് തുടർന്നു.

"മയക്കത്തിനിടയിലും സിസ്റ്ററുടെ ചുണ്ടുകൾ അടയുകയും തുറക്കുകയും ചെയ്തുകൊണ്ടിരുന്നു.

"കർത്താവേ... യേശുവേ.." അവർ പ്രാർത്ഥിക്കുകയായിരുന്നിരിക്കണം. പെട്ടെന്ന് പാഞ്ഞുവന്ന ഒരു മോട്ടോർ സൈക്കിൾ ആ മൂന്നു റൗഡികളെയും ഇടിച്ചുവീഴ്ത്തി. കൈയിൽ കത്തിയും ബാഗുമായി രക്ഷപ്പെടാൻ ശ്രമിച്ച ആ പൊക്കം കൂടിയവനും നിലത്തുവീണു കിടന്നിരുന്നു. അവൻ എഴുന്നേല്ക്കുന്നതിനു മുമ്പുതന്നെ ബൈക്കിൽ വന്നയാൾ അവനെ ശക്തിയായി ഇടിച്ചു. ഇടിയുടെ ആഘാതത്തിൽ കഴുത്തുതിരിക്കാൻ കഴിയാതെ അവൻ അടുത്തുള്ള ഓടയിലേക്കു മറിഞ്ഞു. അവന്റെ കൈവശമുണ്ടായിരുന്ന ബാഗ് ബൈക്കുകാരൻ പിടിച്ചെടുത്ത് അന്തോണിസാമിയെ ഏല്പിച്ചു അയാൾ പറഞ്ഞു.

"വേഗം കൊണ്ടുപൊയ്ക്കോളൂ.."

ബാഗുവാങ്ങി അന്തോണിസാമി അയാളുടെ വണ്ടിയിൽക്കയറി ഓടിച്ചുപോയി. കാഴ്ചക്കാർ കൊള്ളക്കാരുടെ ചുറ്റുംകൂടി. അതൊന്നും ഗൗനിക്കാതെ ബൈക്കിൽ വന്നയാൾ സിസ്റ്ററെ ഒരു ഓട്ടോയിൽ കയറ്റി നേരേ ആശുപത്രിയിലേക്ക് കൊണ്ടുപോയി.

"ഞങ്ങളുടെ ശമ്പളപ്പണത്തെയും സിസ്റ്ററെയും രക്ഷപ്പെടുത്തിയ ആ മഹാമനസ്കൻ ആരാണെന്നറിയാമോ? അദ്ദേഹമാണ് ഇന്നത്തെ നമ്മുടെ മുഖ്യാതിഥി ശങ്കരരാമൻ. അദ്ദേഹത്തെ ആദരപൂർവ്വം ഈ വേദിയിലേക്ക് ക്ഷണിക്കുന്നു."

ഹെഡ്മിസ്ട്രസ് പറഞ്ഞവസാനിപ്പിച്ചു.

ഹാൾ മുഴങ്ങുന്ന കരഘോഷങ്ങൾക്കിടയിൽ കസവുമുണ്ടും തൂവെള്ള മുഴുക്കൈ ഷർട്ടും ധരിച്ച ശങ്കരരാമൻ കൂപ്പുകൈകളോടെ സ്റ്റേജിൽ കടന്നുവന്നു.

9 789388 485616

Printed by Libri Plureos GmbH in Hamburg,
Germany